Pers Lab

ABMENESES

Dedicated to my ever supportive
and loving wife,

Maridel

and

our two treasures,

David

and

Gwyneth

Thank you for supporting all my elusive
dreams and schemes.

Published by
ABMENESES
(addmediacreatives@gmail.com)
9 Benefit St. GSIS Village, Brgy. Sangandaan, Quezon City, 1116

Copyright © 2022 ADDMedia Creative Printshop® •
All rights reserved

ISBN - EPub **978-621-8418-14-1**
Softbound/Paperback **978-621-8418-13-4**
Hardbound **978-621-8418-12-7**
PDF *(downloadable)* **978-621-8418-15-8**

In A Galaxy So Far Away...

Do you still remember your childhood crush...na feeling mo at that time — s'ya na ang pinaka-lab mong tao sa buong mundo? Yung bang, sasabihin sa iyo ng mga nakakatanda sa iyo, "Naku, hindi totoo yan, bata ka pa... puppy love lang 'yan." Pero, hindi ka naniniwala sa kanila, kasi para sa iyo, totoong-totoo ito. Para sa iyo, *it's the real thing!*

I'm sure in your younger days, specially during your kiddie years — yung ika nga nila, may gatas ka pa sa labi, nagkaroon ka ng maraming-maraming crushes. Tanda mo pa ba kung sino-sino sila? Siya ba yung kapitbahay n'yo... o kaibigan ng kapatid mo... o yung nakakasabay mo lang pagbili ng kendi sa tindahan? Ang dami di ba? Pero, I'm sure, sa dinami-dami ng mga naging crush mo, may isang pinaka-lab mo sa lahat. Na ang feeling mo, your One and Only Love. S'ya yung nag-stand out among the rest... na hanggang ngayon ay naiisip mo pa. Up to now, that someone holds a very special place in your heart. 'Yun bang naiisip mo... what if, makita mo siya muli... what if, you've met at the right time...and just like in fairy tales, live happily ever after ang ending? *(Sigh!)* Ang sarap isipin ano? What if, what if... paano nga kaya?

Can true love really stand the test of time? Ang **Pers Lab** mo ba ay p'wede ring maging your **one and only true love**?

ABMeneses

1

Pers Lab Never Dies

"**A**llen, Allen... andito na yung mga aplikante para sa PA *(Personal Assistant)!*" masayang balita ni Greg.

Bahagyang sinilip ni Allen ang kwarto kung nasaan ang mga aplikante.

"Wow, Oo nga ano! How did you come up with this? Nung last week pa lang natin napagusapan ang tungkol dito and hey(!) look, and daming applicants."

"Ummm, simple lang, Bossing... naglagay ako ng ad sa social media sites natin, sa FB, Twitter, LinkedIn, etcetera."

"Gosh! The power of technology! It was not so long ago na you have to rely on newspapers to post ads."

"Welcome to the new millennium! Anyway, mabuti na lang, wala si Millie," sagot ni Gregory.

"Huh? Bakit naman?"

"Itinanong mo pa? E, napaka-selosa n'un! If you don't mind me saying, marami sa mga applicants ang mas maganda sa kanya. Ha! Ha! Ha! Baka lahat, hindi tanggapin."

"Shhhhh! Baka mam'ya naand'yan lang 'yan -- marinig ka... ako na naman ang awayin!"

"Naku, as if... pinapansin mo ang galit ng girlfriend mo. Sigurado ako, kung umangal 'yon, tsugi agad siya sa iyo. Ika mo nga, there are many fish in the ocean. Teka, pang-ilan mo na ba si Millie? For this year lang, ha?"

"Pang-apat, pang-lima... pang-anim? Ewan ko, Bro... I'm not keeping count. Anyway, tama ka... if she's not happy with it, dispatsahin ko agad siya... no if's, no but's."

"Sabi ko na nga ba! You're heartless, Bro... may puso ka ba talaga? Ha! Ha! Ha! Pero, seriously... at hindi sa nakikialam ako sa lovelife mo... pero, isn't it about time na, medyo mag-seryoso ka na sa relationship? E, yung mga chicks sa iyo, parang laro-laro lang. Hindi pa kita nakitang nagseryoso... not even once since na makilala kita. At matagal na 'yon."

"Bakit mo ba pinoproblema yon? You're sounding like my mother already. Ha! ha! Ha! Honestly? I guess I'm just not really into serious relationship. That's taboo for me. At saka, talagang wala... wala pa akong nami-meet na somebody special para seryosohin ko. Kung meron, I promise you... you will be the first to know. Anyway, balik na tayo dito sa mga aplikante... malay mo, baka isa sa kanila yung makakatuluyan ko? Ha! Ha! Ha!"

"Huh! I doubt it, Bro... I highly doubt it," sagot ni Gregory habang isa-isang tinitingnan ang mga application form. "You are born to be... forever single. Hindi ang itsura mo ang magpapatali. Not in a million years."

Iyan si **Allen Dino Locsin Manansala.** Isang successful design artist. Twenty-four years old pa lang pero may sarili nang design company. Guwapo, simpatiko at... 100% super-duper playboy. Katunayan, wala itong naging girlfriend na nagtatagal. Three to six months lang, tsugi na!

Online related ang design company at sa kasalukuyan ay si Gregory ang graphic-assistant niya. Dahil sa dami ng natatanggap na trabaho, napilitan itong maghanap ng magiging personal assistant na hahawak ng schedule at ng acccounting ng kumpanya.

"Uhummmm... Hey, mukhang sines'werte tayo, Bro," komento ni Gregory habang nire-review muli ang mga application forms, "accounting graduate lahat... except for one. Looking at their age, Yes, yes... puro mga nasa twenties pa lang lahat sila... except for one or two. And look, except for one, lahat sila... willing to work overtime!"

"That's good! Alam mo naman ang nature ng work natin, not only do we need the best pero dapat willing ang magiging assistant natin to work overtime to assist us. We can't help it but 'yung mga medyo overage, hindi graduate at 'yung hindi pwedeng mag-overtime... OUT na agad sila. Okay, go through the process of the interview. I'll leave it all up to you... while I'll be waiting at my office."

"Huy, ang daya, daya mo! Magaganda lahat 'yung applicants na pumasa sa criteria natin. Ako 'yung nagtanim, nagbayo...tapos ikaw 'yung aani? Magpapakasasa ka sa mga beauties, samantalang 'yung kagwapuhan ko naman, e... dun lang sa mga discards..."

"Bro, don't say discards...you are so unprofessional. They are just unlucky..."

"Suuus! Forget the sugar-coating. It still doesn't change the fact na ikaw yung..."

"*(Giggle!)* That's the privilege of rank. O, sige na, sige na...call it what you want — naghihintay na sa iyo yung mga applicants."

"Actually, Bro, it won't be hard kasi I've already narrowed it down to about four or five already. So, okay,

I'll get on to it para mapadala ko na sa iyo yung mga qualified, huhuhu(!) para mainterview mo na."

"Please be professional, Greg, okay? Especially dun sa sabi mong medyo matanda na. Try not to hurt her feelings or discourage her."

"Yes, Boss, I heard you."

"To be honest, I admire 'yung fighting spirit n'ya. Maybe, desperado talagang makakuha ng trabaho, kaya kahit hindi qualified e, nag-apply pa rin."

"Uhummm, most likely, Bro. That's how hard the job market is nowadays. But to be fair, the oldest of the lot is prettier than most of the girls there -- and looking at her...you'll think she's only in her early twenties."

"Ganoon ba? Hmmm... still, with so many qualified applicants out there... it will be hard for her to get a job nowadays. Just curious, who is she?"

"Wait, teka...ano nga bang pangalan niya?" wari ni Gregory, "Anne...ummmm...Anne...Anne San Juan... yun ang pangalang nakalagay sa application form niya.

ANNE SAN JUAN

"A-ANNE SAN JUAN!!!" hindi mapigilang masambit ni Allen.

Anne San Juan. Ang pangalan na hindi niya malilimutan. Si Anne San Juan ang unang babaing nagpatibok sa kanyang puso. Ang babaing pinakamamahal niya simula pa noon hanggang ngayon.

SI ANNE — ANG PERS LAB NI ALLEN.

2

Si Fate Ba Ang May Kasalanan O Si Cupid?

((((((((O))))))))

"Ang guwapo ng bunso mong kapatid, Dang. Pwede bang siya na lang ang boyfriend ko?*

Hindi malimutan ni Dino ang unang araw na nakita niya si Anne. Kasalukuyan siyang naglalaro ng tumbang preso kasama ang mga kaibigan ng dumating ang Ate Dang niya kasama si Anne. Sa tapat ng bahay nila sila naglalaro at nagkataong siya ang taya pagdating nila.

Unang kita pa lang ni Dino kay Anne ay may kakaiba na siyang naramdaman. Kung may Kupido nga, siguradong inubos nito ang mga pana niya sa puso ni Dino. Hindi niya maintindihan kung ano ang tumama sa kanya. Ang tanging alam niya ay biglang nag TUG! TUG TUG! ang tibok ng puso niya. Malayo pa ang mga ito pero hindi na niya hiniwalayan ng tingin ang dalaga.

SPLAKK!!!

Dahil nakatunganga, hindi napansin ni Dino ang tsinelas na ibinato ng kalaro. Malakas na tumama ito sa ulo niya.

"ARAY!" sigaw niya at naramdaman na lang niya na biglang umikot ang buong paligid bago siya bumagsak.

"Naku! Tinamaan sa ulo si Dino!"

"Lagot! Lagot tayo... naand'yan na ang kapatid n'ya!"

Sa takot mapagalitan, nagtakbuhan papalayo ang mga kalaro ito.

Mabilis na nilapitan si Dino ng kapatid, "Dino, Dino... ?

"Hilong-hilo si Dino ng muling magmulat ng mata. Nakita niyang nag-aalalang nakatingin sa kanya si Ate Dang, pati na ang kasama.

"Dino, ano, okay ka ba? Saan ka tinamaan 'nung tsinelas?"

Pinilit ni Dino na huwag gumaralgal ang boses at magpakatapang, "(Sniff!) H-Hindi... Ate. Okay lang ako." Hindi din niya maintindihan kung bakit ayaw niyang ipakita sa dalawa na nasaktan siya. Ang tanging alam niya ay patuloy na nag TUG! TUG! TUG! ang puso niya habang nakatingin siya sa babaeng kasama ng Ate.

Umupo ito sa lapit niya, "Wow! Ang tapang-tapang pala ng little brother mo, Dang. Hindi iyakin! Saka ang cute, cute!!! Hi! Hi! Hi! Kapatid mo ba talaga siya? Bakit pogi...hindi kayo magkamukha!"

"Aba, aba, Anne... hindi ko yata gusto ang tinutumbok n'yang bunganga mo! Anong ibig mong sabihin... pangit ako?"

Hi! Hi! Hi! Sa iyo na nanggaling 'yan, ha... hindi sa akin!" sutil na sagot ni Anne. Muli nitong hinarap si Dino.

"Anong pangalan mo?"

"D-Dino..."

Hindi pa ito nakuntento at hinawakan ng magkabilang kamay ang mukha ni Dino sabay sinabi ang pinaka-matamis na salitang narinig ni Dino, "Hi! Hi! Hi! Ang guwapo-gwapo mo naman. Pwede ba kitang maging boyfriend?"

"Hi! Hi! Hi! Hoy, Anne," singit ni Dang, "wala pang kamuwang-muwang sa mundo yang kapatid ko... kino-corrupt mo agad ang pag-iisip! Kita mo nang may gatas pa sa bibig 'yan!"

"Dang, sa gandang lalaki nito, siguradong hindi na ako makakasingit sa mga chicks pag laki nito! Hi! Hi! Hi!" sagot ni Anne, sabay pisil sa mga pisngi ni Dino, "Ang cute-cute mo talaga! Ah, basta, Dang... boyfriend ko na 'tong kapatid mo ngayon!"

"Hi! Hi! Hi! Bahala ka sa sarili mo! Mabuti kung pagt'yagaan ka n'yan. E, ni hindi n'yan alam ang pinagsasasabi mo. Puro laro lang ang alam n'yan. Sa kendi lang, ipagpapalit ka na n'yan!"

Inilapit ni Anne ang mukha kay Dino, "Totoo ba 'yon? Hindi naman, diba? Ano... payag ka bang maging girlfriend ako?"

Hindi maintindihan ni Dino kung bakit, pero tumango siya at nagsabing, "S-Sige ba..."

"Yes, yes, yes!!! O, kita mo, Dang. Sinagot na ako ng kapatid mo! Love na rin niya ako! Hi! Hi! Hi!"

"Hoy, Dino... Hi! Hi! Hi!" banat ni Dang, "alam mo ba 'yang pinag-sasasabi mo? Anne, kinulam mo yata 'yang kapatid ko kaya napa-oo sa iyo! Hi! Hi! Hi! O kaya naman, natakot!!"

"Hindi, a!" sagot ni Anne habang nakatingin at inilalapit ng husto ang mukha niya sa mukha ni Dino, "talaga lang na-feel ng kapatid mo na kami ay born for each other! Diba, Lab? Hi! Hi! Hi!"

Lalong dumagundong ang puso ni Dino. Nabaling ang pansin nito sa namumula-mulang labi ng kaharap. Laking gulat niya ng pabiro siyang hinalikan nito sa labi.

"O, ayan, ha... nag-kiss na tayo! FYI...ikaw ang first kiss ko... and, officially, mag-on na tayo," pabiro nitong sinabi.

"Hi! Hi! Hi! Ikaw talaga, Anne, sutil ka talaga... sutil! Corruption of minor 'yang ginagawa mo!"

Hindi nakakibo si Dino. Kahit nadampian lang ng labi ni Anne ang labi niya, naguguluhan siya kung bakit tuwang-tuwa siya at nagwawala ang puso niya. Pakiramdam niya ang ingay-ingay nito kaya nagtataka siya kung bakit walang nakakarinig dito.

"Hi! Hi! Hi! Ang cute-cute kasi talaga ng kapatid mo, Dang. Sigurado ako, marami siyang paiiyaking chicks. Pero, Dino... tandaan mo... akin ka na... ikaw ang pers lab ko! Kaya dapat, from now on... no look ka na sa ibang chicks!"

"Hi! Hi! Hi! Aba't possesive pa ang bruha! Grabe ka, Anne... wala akong masabi!" natatawang nasabi ni Dang.

Kinuha ni Anne ang kanang kamay ni Dino, pinili ang pinky finger at inipit ito sa kanyang kanang pinky finger, "O, ayan ha... selyado na ang pagiging mag-on natin! Ayoko nang may makikitang ibang chicks na umaali-aligid sa iyo! Selosa ako, bah! Hi! Hi! Hi!"

"Assuuuss! Pinangatawan pa ang kalokohan. Naku, Anne... halika na nga! Naku, wala akong masabi!"

Bago umalis ay pabirong ginulo ni Anne ang buhok ni Dino, "O, sige na, Lab... aalis na kami! Babay! Huwag kang titingin sa ibang chicks, ha? Hi! Hi! Hi!"

((((((((O))))))))

"Earth to Allen... Hello? Hello there... anybody home"

Nagulat si Allen, "A-Ano 'yon? Ano 'yon?"

"E, bossing," sagot ni Gregory, "kanina ka pa walang kibo d'yan. Para yatang namatanda ka. Kanina pa ako salita ng salita, pero hindi ka naman kumikibo."

"Hah, ganon ba? Pasens'ya ka na, Bro... bigla lang akong may naisip. A-Ano nga ba yung sinasabi mo?"

"Kako, pagkatapos kong dispatsahin 'yung mga applicants na hindi pumasa, pwede kitang tulungan sa pag-interview ng mga chicka-babes! Hahaha!"

Saglit nag-isip si Allen, "Interview sa mga... chicka babes?"

"Huy, ano ka ba? Di ba ikaw ang mag-final interview sa mga aplikante para maging personal assistant mo? Hey Bro, what's happening to you?

"A, Oo... Oo nga pala. Pasens'ya ka na, Greg, parang namalikmata lang yata ako. Nawala ako sandali sa wisyo."

"No problem, Bossing. Okay, I will go ahead and once I'm finished, I'll go and help you with the selection process with the hahaha(!) beautiful girls in the waiting!"

"No, no... wait, wait... ahh, ahh... change of plans... ikaw na ang mag-interview doon sa mga... girls. A-Ako ang mag-interview dito kay... Miss Anne San Juan."

"Huh, Bro, come again... what happened? A-Akala ko ba... OUT na itong aplikanteng ito? B-Bakit ininterbyuhin mo pa? At ikaw pa mismo?"

"Aaaaa... kasi, kasi... parang napaka-inconsiderate naman natin... kung hindi natin siya bibigyan ng honest-to-goodness interview. Hindi magandang image sa company... correct? Saka, didispatsahin mo na agad siya, while you send the other girls to our room.. hindi ba obvious 'yun? If we do it the other way around... hindi siya makakahalata. Yes, tama... 'yun nga yon. At least kahit hindi natin siya tatanggapin, she won't feel so down... in her morale, diba? We owe her that... at least," dahilan ni Allen.

"Ganon?" takang-takang naisip ni Gregory, *"sabi niya nung una, just get it over with, para ma-dispose na lang agad. Tapos, ngayon... baka raw sumama ang loob kaya siya na ang mag-iinterview? Ngek... anong nangyari?"*

3
Pers Lab Pa Rin Ba?

"**Si Anne? Si Anne nga kaya ang narito't nag-a-***apply ng trabaho? Siya nga kaya talaga ito?"* paulit-ulit na tanong ni Allen sa sarili habang halos mapudpod ang sahig kalalakad niya ng paikot-ikot. Fourteen years na ang nakaraan ng huli niyang nakita ang itinuturing na 'pers lab' pero hanggang ngayon, bumibilis pa rin ang tibok ng puso niya marinig lang ang pangalan nito. Ngayon na nasa kabilang pinto lang ang babaing sinisinta, pakiramdam niya ay dumadagundong ang puso sa magkahalong kaba at saya.

"NO WAY! Malamang kapangalan lang niya ito. Sobra namang coincidence na siya nga talaga ito. One million to one chance to happen. Haaiisss, kinakabahan ako ng wala namang dahilan. Hmmp! Saka, e ano naman sa akin kung siya nga ito? Ang tagal-tagal ng panahon na hindi ko siya nakita. A-Anong edad na niya ngayon...32, 33, 34? Yaaiikks, matanda na siya... at malamang, losyang na losyang na ang itsura nito. At saka, baka nabubulagan lang ako noon. Akala ko maganda siya, pero hindi naman. Saka, puppy love lang naman 'yun! Puppy love lang ng isang batang musmos. Wala na 'yon... wala na 'yon!" pilit na pag-kumbinsi nito sa sarili. Pero, deep inside, wish niya, sana, sana, si Anne nga ang nasa kabilang pinto.

Narinig niyang may kumatok sa pinto. Tug! Tug! Tug! Lalong lumakas ang kalabog ng puso ni Allen. Halos magkandarapa itong tumakbo't umupo sa silya niya.

"Hrrrmmmp! Come in, come in!" medyo pa-garalgal niyang sagot. Tipong pa-matcho pa kunwari ang dating.

Pagpasok ni Anne sa kwarto niya, nagkunwari si Allen na abala sa pagbasa ng application form nito. Ayaw niyang mapansin ng dalaga na ninenerbiyos siya. Pasulyap na tiningnan niya ito.

"SI ANNE NGA... ANG AKING ANNE!!!

((((((((O))))))))

Classmate ng Ate Dang niya si Anne. Sampung taon ang tanda nito sa kanya. Little brother kung ituring siya. Six years old pa lang siya nang una silang nagkita. Ito naman ay kasi-sixteen pa lang at nagsisimula ng mag-college. Nagkasabay sila sa enrollment ni Dang at nagka-kwentuhan. Pareho sila ng kurso at nagkataon na mag-classmate pa sila. Dahil halos pareho ng likes at dislikes, mabilis na nagkahulihan ng loob ang dalawa. Lalo silang natuwa ng malamang pareho ang daan nila pag-uwi at malapit lang ang tinitirhan nilang bahay sa isa't isa. Mga dalawang kanto lang ang layo ng bahay nila. Kapag walang magawa o may group study, kadalasan ay kina Dang sila naglalagi, na labis namang ikinatutuwa ni Dino.

Tuwing nasa kanila si Anne, gumagawa ng paraan si Dino para nasa bahay din siya. Kasalukuyan silang naglalaro ng basketball nang mamataan niyang dumating si Ate Dang kasama si Anne.

"Russel, James, ayawan muna tayo," sabi ni Dino.

"Hah? Bakit ayaw mo nang maglaro?" tanong ni Russel.

"Ah, e... ano... n-napagod na kasi ako," dahilan ni Dino.

"Ngek! Napagod ka na? E, kakasimula pa lang natin maglaro... wala pa nga tayong score! Paano kang napagod?" banat ni James.

"Ano... ano kasi... masakit yung likod ko," dahilan pa rin ni Dino.

"Bakit naman biglang sumakit ang likod mo?"

"K-Kasi... kasi... nangalay akong kauupo kagabi, habang... habang nag-aaral."

"NAG-AARAL? IKAW? KAILAN PA?" kapwa nagulat na tanong ng dalawa.

"He! He! He! Kayo naman... kung magsalita, para namang hindi ako nag-aaral," depensa ni Dino.

"TALAGA! Talaga namang hindi ka nag-aaral!"

"At saka, KINDER PA LANG TAYO... anong pag-aaralan mo? Anyare?"

"Haay, naku... kayo talaga. Sabi ni Mommy... kahit kinder pa lang tayo... dapat mag-aral-aral na tayo. O, sige na... uuwi na ako. Bukas na lang tayo ulit maglaro."

Iniwan ni Dino ang dalawang kalaro na hindi makapaniwala sa narinig.

* * * * * * * * * *

"Huy, kapatid, pwede ba pumirmi ka naman ng pwesto. Nahihilo na ako sa iyo sa kakalakad mo. Para kang hilong-talilong d'yan!" puna ni Dang.

Kapag nasa bahay si Anne, kadalasan ay sa salas sila tumatambay ni Dang. Kunyari ay hindi pansin ni Dino ang dalaga pero kung anu-ano ang ginagawa niya para dumisplay. Naandoon pumunta sa CR, *magkalkal ng pagkain sa kusina, magpalipat-lipat ng kwarto o kaya maglabas-pasok sa bahay.*

"A, e... sori, Ate... jumingle lang ako."

"Jumingle? Aba, e... naka-apat na beses ka na yatang pabalik-balik sa CR. Ano yang, wiwi mo... unlimited... baka naman maubusan ka na ng tubig sa katawan?"

"A-Ate naman..." hiyang-hiyang sagot ni Dino.

"Naku, itong si Ate Sungit," depensa ni Anne, "lagi na lang pinagdidiskitahan yung little brother niya. Napahiya tuloy si Lab. E, sa na-wiwiwi yung tao... anong magagawa mo? Alangan naman, tiisin niya? Hi! Hi! Hi! Huwag mong pansinin yang kapatid mo, Lab, siguro nagme-menapause na yan! Halika ka nga dito, Lab... miss na kita."

"Assuuus, kinampihan pa si mokong!" banat ni Dang.

Iyon lang ang hinihintay ni Dino. Kunyari ay bugnot pa itong lalapit pero sa totoo lang ay nagtatalon sa tuwa ito.

Paglapit nito ay agad naman itong hihigitin ni Anne at inuupo sa tabi niya.

"Dito ka na lang sa tabi ko, Lab," wika ni Anne, "para may inspirasyon ako!"

Habang nagkukwentuhan sila ni Dang, nilalaro-laro ni Anne si Dino. Pinang-gigigilan, niyayakap-yakap, ginugulo ang buhok o kinikiliti. Minsan ay kinakandong pa niya ito. Feeling nga ni Dino ay para siyang stuffed doll pero masayang-masaya siya. Kuntento itong kalapit ang Pers Lab niya.

"Alam mo, Anne... hanga rin naman ako sa mahika-negra mo!" sabi ni Dang.

"Huh? Mahika-negra... ano yun?"

"Black magic! Mangkukulam ka ba? Aba'y tahimik na tahimik 'yang kapatid ko kapag kalapit ka. Ni hindi yata kumukurap. Hi! Hi! Hi! Talagang napaamo mo ba 'yan o nanginginig na sa takot sa iyo? Baka naman kinukurot mo na iyan o pinangdidilatan kapag hindi ako nakatingin!"

"Hi! Hi! Hi! Salbahe ka, Dang! Ginawa mo pa akong mangkukulam? Excuse me... for your information... kaya behave si Lab ko ay dahil... gandang-ganda siya sa beauty ko! Hi! Hi! Hi!"

"Grabe... ang kapal magbuhat ng bangko. Hindi ko nakaya 'yon, a!"

"(Giggle!) Aba't ayaw maniwala ni Manang," sagot ni Anne at humarap kay Dino, "Sige nga, Lab... sabihin mo kay Ate kung gaano ka in-love na in-love sa beauty ko!"

Sa ganitong pagkakataon ay tatahimik lang si Dino pero ngingiti. Kapag nagsalita kasi siya ay baka mahalata nilang ganoon talaga ang nararamdaman niya.

"O kita mo... hindi makakibo si kapatid. Ibig sabihin noon, talagang takot na takot sa iyo 'yan. Traumatized na. Hi! Hi! Hi!

"Heh! Anong takot na takot? Kita mo ngang nakangiti. Ibig sabihin noon... totoo ang sinasabi ko."

"Asus... magtigil ka... kung hindi ko pa alam... kinukurot mo na yang kapatid ko..."

"Hoy, magtigil..."

Hindi na inintindi pa ni Dino ang biruan at pagtatalo ng kapatid niya at ni Anne. Ang importante sa kanya ay kalapit niya at yakap-yakap ang 'Lab' niya.

(((((((((O)))))))))

4

The Moment Of Truth, Crush Or The Real Thing

Matagal ng nakatayo sa harapan ng table niya si Anne ay patuloy pa rin si Allen sa pagkukunwaring nagbabasa ng application form nito.

"Sir?"

"Hah? Ah, yes, yes! Sit down, Miss San Juan," sabi ni Allen. "I'm sorry, medyo parang nawala lang ako sandali... He! He! He! A lot of things in my mind, business, clients... you know... ahhh, pasens'ya na."

"Okay lang po, Sir."

Palihim niyang sinulyapan muli ang dalaga. Halatang uneasy ito, habang palinga-linga sa paligid.

"Whew! M-Mukhang hindi naman niya ako namumukhaan... mabuti naman," nasabi ni Allen sa sarili. Ayaw pa niyang makilala siya. Bakit? Hindi niya alam. Siguro, nagdudududa pa rin ito kung gusto pa niyang dugtungan muli ang nakaraan.

Sinundan niya ang tinitingnan ni Anne. Inaaninag nito ang isang picture frame na nakasabit sa di kalayuan.

"Nakupo! 'YUNG FAMILY PICTURE NAMIN 'YON!" nag-panic na naisip nito. *"Makikilala niya si Ate Dang... si Mommy...!*

"AHEM, MISS SAN JUAN," malakas na naibulalas niya.

Halatang nagulat ang dalaga sa lakas ng pagkakatawag niya at napatingin ito sa kanya.

"Sir?"

"Ahh, ahh... sori, sori kung nagulat kita. Pasens'ya na. G-Ganito lang talaga ang boses ko... hindi ko kasi minsan ma-kontrol," pagdadahilan ni Allen. "Uhmmm, I see... accounting ang kurso mo, pero... hindi ka nakatapos."

Bakas ang lungkot sa mukha nito ng sumagot, "Yes, Sir."

"Uhum, sayang... fourth year college, konti na lang sana..."

Biglang pinutol ni Anne ang sasabihin ni Allen, "Sir, thank you very much for taking time to see me. That is so kind of you even though, I know...hindi naman ako matatanggap. I'm old and under-qualified for the position. Nag-try lang naman ako, ummm... baka sakaling...kokonti lang ang maga-apply o mga undergrads din katulad ko. But it did not happen, so I'm saving you the trouble of wasting your time talking to me. I appreciate your kindness, Sir... I will leave now so that you can continue your interview with the others."

Makatapos magsalita ay tumayo na ito at lumakad papunta sa pinto.

Natulala si Allen. Nagtatalo ang kalooban -- pipigilan ba niya si Anne o hindi. Kung wala naman siyang balak na tanggapin ito, para ano pa? Labing-apat na taon na ang nakakaraan, dapat pa ba itong dugtungan? Bakit pa? Hindi ba dapat lang na kalimutan na ang nakalipas? Tapos na 'yon. There's no sense in bringing it back. Kung may nadarama man siya noon, puppy love lang 'yun.

Infatuation, that's all it is. Pero ngayon, ibang usapan na ito dahil, sandamakmak na ang babaing nagkakagusto sa kanya. Mga naggagandahan at bata. Past is past. Dapat lang na kalimutan at tapusin na ang lahat. Iyon lang ang nararapat.

At tuluyan na niyang pinabayaang makaalis si Anne.

((((((((O))))))))

Kararating pa lang ni Dang galing sa school ng tinawag siya ni Mommy.

"Dang, sandali nga lang."

"Mom, ano po 'yon?" wika ni Dang pagkalapit.

"Napagalitan mo ba, napalo o nasaktan 'yan si Dino?" tanong ni Mommy. Nakatayo ito sa may pinto ng kwarto ni Dino at itinuro ang kapatid na kasalukuyang nag-aaral.

"Po? Hindi po... bakit Mommy?"

"Kasi, araw-araw ko nang nakikitang nag-aaral 'yang kapatid mo. Nagtataka lang naman ako."

"Huh! Nag-aaral? E, kinder pa lang naman 'yan... anong pag-aaralan n'yan?"

Piningot ni Mommy ang tenga ni Dang.

"Arrraaay, aray! Mommy, bakit mo naman ako piningot?"

"E, kasi naman, napaka-shunga-shunga mo naman. Kahit kinder ngayon may mga itinuturo na. Hindi katulad nung panahon mo na puro laro lang ang ginagawa sa school. Ngayon, pati pagbabasa, itinuturo na sa kinder."

"Yun lang pala, hindi n'yo na lang sinabi. Aray... parang natanggal yung tenga ko! Masyadong violente

yang mga kamay n'yo, Mom. Mag-complain kaya ako sa barangay?"

"Ganon, halika," sabi ni Mommy sabay pingot muli sa tenga ni Dang, "gusto mo samahan pa kita? Halika, halika!"

"Arraayyy, aray, Mom! Tama na, tama na, Mom... baka matanggal na talaga ang tenga ko!"

Tumigil sa kapipingot si Mommy.

"Arruuuyy!" halinghing ni Dang habang hinihimas ang tenga, "si Mommy naman, masyadong war freak... nagbibiro lang naman ako."

"Ilagay mo kasi sa lugar. Kita mo nang seryoso ako. Ano, gusto mong samahan pa kita sa barangay para mag-complain?"

"Hi! Hi! Hi! Si Mom talaga... nagbibiro lang ako. Joke lang. Baka nga, ako pa ang ikulong sa barangay kapag nag-complain ako doon."

"Mabuti naman at alam mo!" hirit ni Mommy.

"Hmmmp, teka, teka... mabalik tayo dun sa itinatanong mo sa akin kanina, Mom... anong kaiba-iba kung nag-aaral si kapatid ngayon?"

"Anong kaibahan? Aba'y ni hindi nga humahawak ng libro noon 'yan... tapos ngayon, lagi nang nag-aaral! Hindi ba kataka-taka 'yon? Kaya nga naisip ko, baka kako binugbog mo yang kapatid mo, kaya nagtitino!"

"Hi! Hi! Hi! Grabe ka naman, Mommy. Anong akala mo sa akin... berdugo, yung nanghahampas ng latigo? How barbaric naman your thoughts of me, Mother dear! Naku, h'wag mo nang problemahin 'yan, Mom... alam mo naman ang mga bata, pasumpong-

sumpong. Bukas, makalawa... balik na naman sa dating gawi 'yan."

"Hmmmm... tama ka siguro. Sabagay, okay sa akin 'yang nag-aaral siya. Nagtaka nga lang talaga ako. Mmmm, teka, teka! Hindi lang pala 'yan... alam mo bang... hindi na rin inaabot ng gabi sa kalye 'yan. Bago mag-alas-sais e, naandito na. Madalas nga e, hindi na naglalabas para maglaro!"

"Hah, totoo, Mommy? Aba, milagro talaga 'yan! Naku, baka na-nuno na si kapatid... ipatawas kaya natin. Hi! Hi! Hi!"

"Naku, Dang, ikaw talaga, wala kang matinong sagot. Halika na nga, lumayo na tayo at baka mausog pa natin yung kung anong magic na pumasok sa katawan ng kapatid mo. Tara na nga!"

Magkasabay lumayo ang dalawa. Lihim namang natatawa si Dino dahil naririnig niya ang pinag-uusapan ng dalawa.

"Bakit ako nag-kaganito?" *nasabi niya sa sarili.* "Syempre, gawa ni Anne. Gusto kong mag-aral ng mabuti para paglaki ko... pwedeng-pwede ko nang ligawan ang Pers Lab ko!"

((((((((O))))))))

Waring nagising si Allen sa isang panaginip.

"WAIT!"

"ANNE... ... WAIT!!

5
Mayroon Bang Forever?

Waring biglang nagising sa pagkakatulog si Allen. Si Anne, si Anne! Hindi niya pwedeng itanggi, hanggang ngayon, may puwang pa rin ito sa puso niya! Kung gaano, hindi niya alam. Ang alam lang niya, ayaw niyang muling mawala si Anne.

Nakalabas na ng pinto si Anne. Tinakbo niya ang pinto at hinabol ito.

"ANNE... ... WAIT!"

Gulat na gulat ang lahat. Sa lakas ng pagkakahiyaw ni Allen, parang tumigil ang ikot ng mundo at napatingin ang lahat sa kanya.

Nakita ni Allen si Anne na akmang papalabas na.

"Miss San Juan," medyo kinalma niya ng boses, pero malakas pa rin, "Uhumm, can you step back into the room... please?"

Kay Anne naman nabaling ang tingin ng lahat.

Naguguluhan si Anne kung bakit pinababalik pa siya. At bakit pangalan niya ang ginamit nito. Magtatanong sana siya pero napansin niyang nakatingin ang lahat sa kanya. Nahiya ito at upang makaiwas sa mga tingin, minabuti na niyang bumalik.

Pagpasok sa kwarto ay agad tinanggal ni Allen ang family picture nilang nakasabit at mabilis na itinago. Hindi nagtagal ay pumasok na si Anne sa kwarto.

"Please take a seat, Miss San Juan."

"Sir, is there any problem? Bakit n'yo po ako pinabalik pa. Diba sabi ko naman, Sir... okay lang, I know I'm not qualified for the position. You don't have to worry..."

"You are quitting just like that? You are already here and you will just give up just like that? Ganoon na lang, suko ka na? Akala ko ba sabi mo... hindi dapat basta-basta nagku-quit ang isang tao. Diba sabi mo...Don't quit. Try and try until you succeed?"

((((((((O))))))))

"O, Dino, bakit yata parang ang lungkot-lungkot mo?" tanong ni Anne. Pauwi na ito galing sa kanila at nadaanan siya.

"(Snff!) (Sniff!) Magta-try-out sana kasi ako sa team ng basketball. K-Kaya lang...kaya lang... sabi nung isang malaking bata, hindi daw ako makukuha kasi maliit lang ako at banban."

"Hah! Sinong bata 'yon? Naku, at naniwala ka naman doon? Tinatakot ka lang noon... natakot ka naman agad!" pagalit ni Anne.

"(Sniff!) Di bale na lang... hindi na lang ako magta-tryout," malungkot na sagot ni Dino.

"Anong hindi ka na magta-tryout? Hindi pwede... ayoko nang ganyan... ayoko nung sumusuko agad kahit hindi pa nagta-try."

"B-Bakit... ikaw ba, kahit na magagaling ang makakalaban mo, magta-tryout ka pa rin?"

"Syempre, ba! **Don't quit. Try and try until you succeed**...'yan ang paboritong motto ko. Kung ako ikaw, magtutuloy ako sa tryout, kahit sino pa ang kalaban ko. Malay mo... kokonti lang ang mag-tryout o kaya mas magaling ka dun sa iba? Hindi pwede 'yung minamaliit mo ang kakayahan mo. Saka, kung hindi ka man makukuha, at least nag-try ka. Wala kang pagsisisihan pagdating ng araw."

"Ganon?" napatingin si Dino kay Anne. Nakangiti ito sa kanya. Nabuhayan ito ng loob, "Sige, Anne... para sa iyo... magta-tryout na ako."

"Yes! 'Yan ang gusto kong marinig sa Lab ko!"

"K-Kaya lang... pwede bang samahan mo din ako?"

"Hah? Ummm... O, sige... yun lang pala! Basta ikaw... malakas ka sa akin, e! Sige, tara... tamang-tama, wala naman akong ibang lakad.

Sinamahan ni Anne si Dino sa tryout nito. Pinanood at nag-cheer nang husto sa bata. Na-inspire ng husto si Dino sa paglalaro.

Matapos ang tryout, si Anne ang lumapit sa coach para itanong ang naging resulta. Masayang nagtatakbo ito pabalik kay Dino.

"Lab, Lab... isa ka sa nakapasa sa tryout... kasama ka na sa team. 'Yung nang-bully sa iyo... ayun luhaan... siya ang hindi natanggap," masayang balita ni Anne.

Tuwang-tuwa si Dino at niyakap nito ni Anne.

"(Sob!) Thank you, Anne... thank you! Kung hindi sa iyo... hindi na sana ako nag-tryout at hindi na rin natanggap!

"Sabi ko na sa iyo! Ang galing-galing mo yata. O, ha... basta, lagi mong tatandaan... Don't quit. Try and try until you succeed. Tandaan mo rin... lagi lang

akong naandito para suportahan kita. Lab yata kita.
Hi! Hi! Hi!"

"*Talaga? Sige, promise ko, Anne... hindi ako basta-basta magku-quit. Saka, promise ko rin sa iyo na... naandito din ako kapag kailangan mo ako. Kahit na sa pagtanda ko!"*

"*Weh... talaga lang ha? Baka naman, kapag nagbinata na ang Lab ko... kalimutan mo na ako?"*

"*Hindi! Hindi mangyayari 'yon, Anne. Promise ko sa iyo!"*

((((((((O))))))))

Bakas sa mukha ni Anne ang pagtataka. Hindi maikalang may pumukaw din sa ala-ala nito.

"Sir... ano po 'yung nasabi n'yong... don't quit, try and try until you succeed...na sabi ko?

"*OH NO! B-Bakit ko nasabi 'yon? Buking, buking na ako!!!"* nasabi ni Allen sa sarili. Sinulyapan niya ang dalaga. Nakakunot ang noo nito, nakatingin sa kanya, naghihintay ng kasagutan sa tanong nito.

6

Weh, Talaga Lang, Ha?

Hindi **malaman ni Allen kung ano ang gagawin** para malusutan ang sitwasyon, *"Yaikks! Paano na... paano na? Lord, please help!"*

Biglang bumukas ang pinto at sumungaw ang mukha ni Gregory

"Knock, knock...excuse me! Allen, yung client natin sa UK, nag-email. Nai-send na raw nila yung mga files para dun sa advertising campaign nila. Hmmm, yung initial studies, nasa table ko, check mo na lang if you want."

"Hah, ganoon ba? A, e di sige... ikaw na lang ang bahalang mag-reply and tell them they can expect a draft by next week," sagot ni Allen.

"Okidoki, Boss!" sagot ni Gregory sabay sa pag-alis.

Dahil nabimbim ang pag-usap nila ni Anne, sinamantala ito ni Allen para ilihis ang usapan, "Uhumm, where were we... where were we? Ah, yes, balik tayo sa iyo," patuloy niya sabay nagkunwaring galit, "Why are you getting ahead of me? I mean... don't second guess... a-ayoko nang pinangungunahan ako. Let me be the judge whether you are qualified or not! Understood?" matigas na patapos ni Allen.

"Y-Yes, Sir," sagot ni Anne. "Ummm, Sir... about the..."

Upang tuluyan ng matigil si Anne sa pag-uusisa, may inabot sa kanya si Allen, "Haarruump! Okay, let's get back to business. I'll put you in a test... 'yung actual, mismo. I want to see how you perform."

"Right now, Sir?"

"Yes, is there any problem?"

"N-None, Sir."

"Okay, please summarize the figures in those papers that I gave you. Give me the expenses, overhead cost, gross and net income per week, month and year. You have about... an hour to finish it."

Tuluyan ng nakalimutan ni Anne ang kanyang tanong. Luminga-linga ito at naghahanap ng pwesto kung saan puwede siyang mag-trabaho. Nakita niya ang bakanteng table ni Gregory.

Napansin agad ito ni Allen, "You can work right here at my table. You can use my calculator also, if you like."

"Thank you, Sir... pero... baka po makaabala ako sa inyo. Doon na lang sa po sa table nung assistant n'yo ako magko-compute."

Hinawakan ni Allen sa may kamay si Anne, "No, no... ahhh... may mga important files at documents doon. Baka ma-messed up mo pa. Greg will be mad, masyadong over-protective sa trabaho niya 'yon. Dito ka na lang sa table ko."

Napatingin si Anne sa table ni Greg, *"Hmmm, wala namang nakalagay na kahit ano dun sa table. Ano kaya ang magugulo ko doon... alikabok?"* nagtatakang naisip nito.

"It's okay kung dito ka sa table ko. Malaki naman ito and you won't get in my way. I'm just reading some reports so it's not a bother. Sige na, sige na... proceed. Your clock is ticking!"

Nanatiling nakatayo si Anne.

"Oh, what are you waiting for? Magsimula ka na."

"A, e... Sir... nakahawak pa rin po kasi kayo sa akin..."

Noon lang napansin ni Allen na mahigpit pa rin nitong hawak-hawak si Anne.

"Oops, I'm sorry," nahiyang sagot niya sabay bitaw sa kamay ng dalaga. "Okay... proceed, proceed."

"Y-Yes, Sir," nahihiyang sagot ni Anne at nagsimula na.

Hindi kasama sa interview ang pagsasailalim sa isang test. Pero ngayong nasa harapan niya muli si Anne, gusto niyang samantalahin ang pagkakataon upang pagmasdan at pagsawaang tingnan ito. Sa kabilang banda naman, nagtatalo ang kalooban niya sa tanong, may pitak pa ba talaga sa puso niya ang kaharap?

"Siya pa rin ni Anne... ang aking Anne," nangiti at nasabi nito sa sarili, *"she doesn't look a day older than the last time I saw her... siya pa rin si Anne ko. Wala pa rin siyang ipinagbago."*

((((((((O))))))))

Simula ng makita ni Dino si Anne, ito na ang naging pinakamagandang babae sa balat ng lupa para sa kanya. Habang nagtatagal, lalo siyang nabibighani sa ganda at ugali nito. Walang sawang pinagmasdan niya lagi ang magandang mata nito, ang matangos na ilong, ang kissable lips, malagong buhok, makinis na kutis at lahat-lahat na. Kahit sabihin pang biru-biruan lang para kay Anne ang lahat, nagkaroon ng bagong kulay ang mundo para kay Dino. Laro-laro man ang pagiging girlfriend niya kay Anne at kahit hindi pa niya lubos na naiintindihan ang ibig sabihin ng lahat, masayang-masaya siya. Sa murang pag-iisip nito, ang tanging alam niya ay may nararamdaman siyang espesyal para sa dalaga.

Si Anne na nga ang naging lahat para kay Dino. Ito na ang pinaka-espesyal at natatanging babae sa buhay niya, ang kanyang 'pers lab" at 'only love'. Kahit sabihin pang malaki ang agwat ng edad nila, hindi ito naging hadlang para mahalin niya ang dalaga.

((((((((O))))))))

"Sir? Sir?"

"Huh?" napabalikwas si Allen, "Yes, yes... what is it?"

"I-I'm finished with the test," sagot ni Anne.

7

Deal Or No Deal

"You're finished already?" napatingin sa orasan si Allen. Halos half hour pa lang ang lumipas. "Are you sure... you still have a lot of time. Baka gusto mong i-check ang ginawa mo?"

Ngumiti si Anne. Muli na namang kumuti-kutitap ang puso ni Allen.

"Okay na, Sir. I've double checked the data already."

"Haarruump... okay, okay. Give me a couple of minutes to check it."

Masusing pinag-aralan ni Allen ang mga computation. Last years report pa ito at kabisado na niya ang mga sagot dito kaya laking gulat niya na tama lahat ang figures ni Anne. Maayos at mas malinaw ang ginawang proseso ni Anne na labis niyang ikinatuwa. Noong bata pa siya, naikwento ni Ate Dang na may kakaibang talento si Anne at ngayon ay napatunayan niyang totoo ito.

Pero ang higit na pinoproblema niya ay kung ano na ang gagawin niya.

"Matagal ng panahon na yung nakalipas," naisip niya, *"siguro tama lang na tapusin ko ng lahat ang kabaliwang kong ito. Isip bata, puppy love... hayyy, these foolish hopes and dreams. Siguro, nagre-reminiscing lang ako... nami-miss ko yung nakaraan... nalulungkot kahit papaano, pero lilipas din ito. Sigurado ako. Ang kailangan ko lang talaga ay... closure. Hmmm... tama,*

tama... it's better to put an end to this madness already. I'll tell Greg to... dismiss Anne. Anyway, sabi naman niya mismo, she doesn't expect to be hired."

Hinarap nito si Anne, " Ummm, Miss San Juan, can you please wait for my assistant? I'll refer this test to him, para... para makapag-decide... if you pass or not."

"Yes, Sir," malungkot na sagot ni Anne. Nahuhulaan na nitong senyales ito ng napipintong dismissal.

Bago lumabas ng pinto ay nilingon muna ni Allen si Anne. Nakita nito ang lungkot sa mukha nito. Nadurog ang puso niya sa tanawing ito.

((((((((O))))))))

"Dino, bakit hindi nga pala Ate Anne ang tawag mo sa akin? Ayaw mo ba akong kapatid?"

"AYAWWW!!!"

"Huh... bakit?"

Natigilan si Dino. Aaminin ba niya ang totoong dahilan? Dinaan na lang nito sa biro ang sagot.

"H-Hindi ba... Lab ang tawag mo sa akin? Ang pangit naman kung tatawagin kitang Ate Anne. Lab... tapos, Ate? Diba ang sagwa? Saka, saka... diba kunyari... g-girlfriend kita? K-Kaya... dapat lang na ang itawag ko sa iyo... 'Lab' din!"

Bumungisngis ng tawa si Anne, "Oo nga pala... boyfriend nga pala kita! Hi! Hi! Hi! Tama ka... nakalimutan ko na... hindi mo nga pala ako dapat tawaging Ate Anne. Ang dapat... Anne... o kaya... 'Lab' din. Hi! Hi! Hi! Kinilig naman ako doon... parang tunay, a!"

Matapos ang ilang sandali, si Dino naman ang nagtanong, "W-Wala ka pa bang boyfriend? Ang ibig kong sabihin... 'yung totoong boyfriend?"

"Hi! Hi! Hi! Aba, seryoso na si Lab. Don't worry, Lab... wala pa akong boyfriend... kaya sa iyong-iyo lang ako," pabirong sagot nito.

"A-Ano bang hinahanap mo sa boyfriend?"

"Uyyyy, bigla akong ninerbiyos! Para akong nasa hot seat. Hello... Boy Abunda? Mike Enriquez? Hi! Hi! Hi!"

Napatingin si Anne kay Dino at nakitang seryoso ito at naghihintay ng sagot.

"Uhhmm! Ehem, ehem... mukhang seryoso si Lab ko, a. O sige, sasagutin na kita. Una, syempre hinahanap ko ay... POGI! Hi! Hi! Hi!"

"Pwede ako 'don," naisip ni Dino.

"Joke lang, joke lang! Hindi naman kailangang poging-pogi... basta may pleasing personality lang, okay na sa akin 'yon. Tapos, syempre gusto ko yung mamahalin ako ng tunay. Ayoko ng playboy... ayoko ng two-timer. Dapat kapag boyfriend ko siya, ako lang ang mahal niya."

"DAPAT LANG!" hindi napigilan sabihin ni Dino.

Gulat na napatingin si Anne sa kanya.

"Hah, a e, ano... ang ibig kong sabihin... dapat lang na yun ang gusto mo. He! He! He!

"Gusto ko rin sa boyfriend ko," pagpapatuloy ni Anne, "yung responsable at nagsusumikap sa buhay. Hindi naman kami mabubuhay sa love love lang. Kailangan may drive yung boyfriend ko na umasenso *sa buhay. Ummmm... tama... 'yun nga ang hinahanap ko sa magiging boyfriend ko. Ano, happy ka na... Mr. Boy Abunda este Mike Enriquez ba? Hi! Hi! Hi!"*

((((((((O))))))))

Sinalubong si Allen ni Gregory, "Bossing... t'yak na magugustuhan mo yung tatlong napili ko for final interview. BEAUTIFUL. Wala kang itutulak-kabigin! If you want, we can hire them, one after another. Mukhang okay naman sa kanila ang ganoong set-up. That way, we can bake our cake... and eat it too, diba? Ha! Ha! ha! Well, it's all up to you, my friend. Go ahead and enjoy! O, yung old maid... nadispatsa mo na ba?

8

Anyare?

"WHAT?"

"You heard what I said, Greg," **malumanay na** wika ni Allen, I've decided to hire Miss San Juan. Just give our thanks to the other girls. Tell them, we will keep their records in our file in case we need them in the future."

"Ba-Ba-Bakit? B-Bossing... a-anong nangyari? Parang nabaliktad yata. Akala ko ba...?"

Bumuntong-hininga si Allen, "I'll explain everything later, Bro. Just trust me with this, okay? Bahala ka na lang muna dun sa ibang mga applicants."

Walang nagawa si Greg, "Yes, Boss. If you say so... you're the boss." At lulugu-lugong bumalik ito sa mga naghihintay na mga applicants.

* * * * * * * * * *

"Congratulations, Ms. San Juan... you're officially part of the company!"

Hindi makapaniwala si Anne sa narinig. Nang iwanan siya, naramdaman na niyang hindi siya makukuha. Nag-iisip na nga siya kung saan pa siya pwedeng mag-apply sa mga katabing lugar para makatipid sa transpo. Medyo kapos na rin ang pera niya. Kaya nga ng bumalik si Allen at ibinalitang tanggap na siya, napakalaking sorpresa nito para sa kanya.

"Sir... totoo? H-Hindi ba kayo nagbibiro?"

"Ha! Ha! Ha! Do I look like I'm joking? Yes, Ms. Anne... it's really true. Congratulations!

Malugod na kinamayan ni Allen ang dalaga. Nakita niyang halos maiyak ito sa tuwa. Mahigpit ang ibinalik na pagkamay nito sa kanya. Ganon pa man, ramdam ni Allen ang parang marshmallong lambot ng kamay nito. Pakiramdam nga nito ay kinokoryente ang kamay niya habang hawak-hawak ang kamay ni Anne.

"Thank you, Sir...thank you! I promise, I will work hard so you won't be disappointed in choosing me."

"Ha! Ha! Ha! That's what I wanted to hear. I feel good about you, Anne... I mean Miss San Juan. I think you will be a good fit in our company."

"Thank you again, Sir!'

Matapos magkamayan, naghanda na si Anne para umalis na.

"Sir, I'll go ahead na. Kailan po ako magre-report for work? May mga requirements po ba akong dapat dalhin?"

"Can you start work... tomorrow?"

"Sir, tomorrow? Bukas na, Sir?

Tumango si Allen.

"Yes, Sir... yes, Sir! Of course, Sir."

"Good, good! Then I'll see you tomorrow."

"Do I have to bring anything, Sir... NBI clearance, transcript of records...?"

"No, no, no! No need. J-Just bring your A-game tomorrow."

"Talagang… wala, Sir? I mean…"

"I trust my instinct, Miss San Juan. Dumaan ka lang sa personnel at i-inform mo sila para mai-prepare yung time card mo. Ummm, on second thought, ako na lang ang bahala. I'll inform them myself. You can go now."

"Hindi ba sobra na 'yun, Sir? Nakakahiya naman sa inyo. Kayo yung Boss tapos, kayo pa yung pupunta sa personnel. I can manage naman, Sir."

"It's okay, Miss San Juan. I'm going there myself, may aasikasuhin din ako doon. Why, what's the matter… do you think I'm just pulling your leg?"

"Hindi naman, Sir."

"If you want, you can come with me to the personnel… if you want to be sure."

"It's not that, Sir. First time ko lang kasi maka-encounter na yung mismong Boss ng company ang personal na tumutulong sa akin. And you are going out of your way to accommodate me."

"Bakit… are you complaining?" tanong ni Allen.

"N-No, Sir. Baka lang kako nananaginip lang ako… or as you said… you are just pulling my leg and this is just a one big joke."

"Ha! Ha! This is not a dream, Miss San Juan and definitely not a joke. You are really hired."

Hindi pa rin tumitinag sa pagkakatayo si Anne. Parang ayaw maniwala sa nangyari.

"O baka naman may itinatago kang dark secret, Miss San Juan… like being a serial killer or being in the most wanted criminal list? Ha! Ha! Ha!" biro ni Allen.

Hindi kumibo si Anne.

"O, bakit hindi ka nakakibo? May itinatago ka ba sa amin?"

Matagal siyang tiningnan ni Anne bago ito sumagot, "Ummm, actually, Sir... S-SWINDLER po ako."

"A-Ano?"

"Yes, Sir. Fact is... kalalaya ko pa lang at may mga kaso pa po akong hinaharap."

Natulala si Allen. Hindi niya inaasahan ito. Napatingin ito muli kay Anne.

Sa simula ay seryosong-seryoso ang mukha nito pero sa bandang huli ay hindi na nito napigilang bumungisngis ng tawa.

"Joke lang po... joke lang! Hindi po totoo. Kasi naman kayo, Sir, ginawa n'yo ba naman akong killer at kriminal. Hi! Hi! Hi!"

Pagkakita ni Allen ang pagbungisngis ni Anne ay mistulang bumalik ito sa nakaraan. Sariwang-sariwa pa sa ala-ala niya ang matatamis na tawa ni Anne tuwing kasama niya. Mistulang natulala ito habang nanatiling nakatingin sa dalaga. Tug! Tug! Tug! ang kabog ng puso niya.

"Sir... Sir? Okay lang ba kayo? Joke lang po 'yon. S-Sori po... huwag po sana kayong magalit."

Nahinasmasan si Allen.

"Ah... yes, yes! Alam ko naman na joke 'yon. Saka, bakit naman ako magagalit, e ako nga yung nagpasimuno. Turingan ba naman kitang killer," sagot nito at kahit wala na sa timing ay tumawa, "Ha! Ha! Ha! Ha ha h..." na bigla ring natigil dahil nakatingin sa kanya si Anne na parang inaarok kung nasisiraan na ba siya ng ulo.

Biglang seryoso ulit si Allen, "Okay, okay Miss San Juan. We'll be expecting you promptly tomorrow. You may go now."

"T-Thank you, Sir. I'll be on my way now. Bye!" paalam ni Anne habang patalikod.

"B-Bye... (Anne!) Ingat ka..." hindi mapigilang nasabi ni Allen.

Natigilan si Anne. Bago pa ito nakabaling ng tingin ay mabilis na tumalikod si Allen. Nagkunwaring bising-bisi sa pag-aayos ng mga papeles. Kakaba-kabang pinakiramdaman niya ang dalaga. Maya-maya pa ay narinig niya itong muling lumakad papalayo.

Nang sumara ang pinto ay saka pa lang ito nakahinga ng maluwag at binatukan ang sarili.

"Haaaiiis! Ano ba naman?!!!Grrrr! Bakit hindi ko mapigilan itong bibig kong ito!"

Hindi nito napansin na pumasok si Gregory sa kwarto at kitang-kita nito ang pinag-gagawa niya.

"Ngek, ano nang nangyayari kay Bossing at binabatukan ang sarili? Siguro nagsisisi at hindi yung mga magaganda ang kinuha niya imbes na dun sa old maid. Ano kayang nangyari dito? Baka naman kaya... nakulam?"

9
It's Not Over, Till It's Over

"You mean to say... childhood crush mo yung si Miss San Juan?"

"Yes, Greg," sagot ni Allen.

"Now I get it! Kaya pala you favored her over the other applicants kahit na sabihin pa na mas magaganda ang mga iyon. Mystery solved. I completely understand it now."

"Yes... now you know."

"Pero, hey Allen... that was, what... eons ago already. You mean to say, you still feel the same way... mahal mo pa rin siya? You might be mistaken. Baka naman puppy love lang yan... infatuation or something like that... or maybe you are just longing for the past," argumento ni Gregory.

"Hindi e! That was what I was trying to tell myself earlier. That it was just a childhood dream, an infatuation... that I was reliving the past. Kino-convince ko ang sarili ko na... it's the past and it's all over. Na dapat, kalimutan ko na yung nakalipas. That she's way too old for me... pero, pero... in the end, when she left during the interview... nang mawala siya sa paningin ko, I really messed up. I finally have to admit, naandito pa rin siya... up to now, she means so much to me."

Tinapik-tapik ni Gregory si Allen sa balikat, "Now I understand why you're being such a jerk with women. Kung bakit you're just playing the field. All the while akala ko... playboy ka, that you're such a heartless jerk. Hmmp, front mo lang pala 'yon. I didn't realize you were living a very sad life... sobra-sobra ka palang magmahal. Bro, grabe... I don't know what to say pero... at this very moment... pinahanga mo ako."

Nanahimik ang dalawa, kapwa may kanya-kanyang iniisip.

Si Gregory ang unang nagsalita, "Paano na yan... anong plano mo sa inyong dalawa? How do we go about it?"

Napabuntung-hininga si Allen, "Hindi ko pa alam, Greg. As of now, masaya lang akong naand'yan siya... na nakikita ko siya."

"Paano kung... may asawa na pala siya or may longtime boyfriend... na nasa abroad pala? What now?"

"Ewan ko, Greg. I really don't know. I'll cross the bridge when I get there."

"Pero, bakit hindi ka na lang nagpakilala? Hindi ba dapat, nagpakilala ka na agad. Baka it will be easier to rekindle your past kung malalaman niyang ikaw 'yung favorite little friend n'ya. Also, magkakaalaman na agad kung available pa siya o taken na."

"Hindi ko rin alam. Noong una, gusto ko lang siyang makita muli... to see if it's really her. It's been a long time already, hindi ko akalain na makikita ko pa siya muli. Also, I was thinking... kung makikita ko siya ulit, baka ma-shatter na yung illusion of love ko sa kanya. That it was... really just a puppy love after all. Even with regret, I was thinking mae-exorcise ko na siya sa buhay ko. So I decided it's best na hindi na lang niya ako makilala..."

"But when you realized na mahal mo pa rin pala siya?"

"Natakot ako! Natakot na baka masaktan na naman... na baka nga may asawa na siya or boyfriend as you said. Ayokong masira yung moment, I was very happy to see her again and... and I want it to be the same as it were before. That's why I hesitated."

"Pero, dun sa application niya... single ang ang naka-check!"

"Oo alam ko. 'Yun ang unang-una kong tiningnan sa application n'ya. Pero, hindi pa rin tayo sigurado. Pwedeng nagsisinungaling lang siya to get the job... hiwalay or engaged to be married," sagot ni Allen.

"Okay, okay, naiintindihan na kita, Allen. Pero, now... it's the moment of truth. One way or another, you have to tell her or you can never move forward. Kailan mo sasabihin sa kanya yung totoo? "

"Ahhhh... ewan ko, ewan ko! One way or another she'll get to know it eventually, pero as to where, how, why or what will happen... I really don't know."

"So, papaano na?"

"I was thinking pipilitin ko munang mapalapit ang kalooban niya sa akin. Remember, little brother nga ang turing n'ya sa akin noon. Hindi ko rin alam kung paano siya magre-react if she'll know I'm that little boy. Pwedeng positive... at pwede ring namang... maging negative ang epekto. So, I guess, I have to start from scratch. Kapag nakuha ko na ang loob niya, maybe it's the time to tell her the truth. But for now, it's best na hindi muna niya malaman."

"Mmmm... siguro, tama ka. Baka nga kung malaman niyang may feelings ka na sa kanya... even as a little boy... baka maging awkward ang pakikitungo niya sa iyo... and may result in her... avoiding you."

"Exactly... at 'yun ang iniiwasan ko."

"Anyway, suportado kita, Bossing. First time yata kitang nakita na... na-rattle pagdating sa babae... and for me, it's a good sign. Ha! Ha! Ha! Hindi ko akalain na itong kaibigan kong super-playboy... ay hopelessly romantic din pala! Haiisss, parang nangangalisag ang balahibo ko just thinking of it. Ha! Ha! Ha!"

"Naku, ha, h'wag na hwag mo akong igu-goodtime sa harap ni Anne, kung hindi lagot ka sa akin," seryosong banta ni Allen.

"I hear you loud and clear, Chief. Okay, what's our next step?"

"Wala, wala... it's business as usual. For now, paki-ayos mo na ang table ni Anne, pati yung laptop na gagamitin niya, i-connect mo sa mainframe... para pagpasok niya, pwede na siyang mag-start ng work. Patulong ka na lang sa mga coordinators natin. Wala naman silang ginagawa."

"Yes, Boss, dun sa labas ng kwarto natin, right? Sa lapit ng pinto -- dun ko ilalagay yung table n'ya... correct? Naiayos ko na yung mga cables doon para... "

"Ahh... ahh... NO, NO! S-Sa loob ng k-kwarto natin siya mag-o-office. Put her table there," pagtatama ni Allen.

"Ha... Ano???" naguguluhang sagot ni Gregory. Napagkasunduan na nila beforehand na sa labas ng kwarto nila ilalagay ang table ng kanilang personal assistant. Ayaw kasi ni Allen na may ibang tao sa loob ng kwarto nila at nakaka-distract lang daw.

"Pero... pero, Bossing... magrere-align na naman ako ng mga cables at wire. That's time consuming. At saka..."

Tiningnan lang ni Allen si Gregory at hindi umimik.

"Hay, naku, talagang tinamaan ng husto si Bossing. Nabago na nang husto ang takbo ng buhay!" hinaing ni Gregory. "Okay, Bossing... anything else?"

"That's it for now. Tingnan natin, if she is good at her work... then we're off to a good start."

* * * * * * * * * *

Kinabukasan, laking gulat ni Gregory ng maagang pumasok si Allen.

"Boss, bilog ba ang buwan... magkakaroon ba ng rebulusyon? May sakit ka ba?"

"Huh? Ano naman yang mga pinagsasasabi mo, Greg? Bakit naman?"

"E, kasi... ang aga mong pumasok. Wala ka namang meeting or appointment. Baka kako may mali sa mundo. He! He! He!" tukso ni Gregory.

"Syempre naman dapat maaga ako dahil..." sasabihin dapat ni Allen na kaya siya maaga ay para makapaghanda sa pagdating ni Anne. Mabuti na lang at narinig niya ang mahinang tawa nito.

"Hi! Hi! Hi!"

Napalingon si Allen at nakita niya si Anne na nasa table niya at kasalukuyang nag-aayos.

"Uhumm, Miss San Juan... n-naandyan ka na pala. Good, good. Gusto ko 'yung mga maagang pumasok. Hope you can maintain it," bati niya.

Muling hinarap ni Allen si Gregory na nakangiting nakakaloko, "Ahemm, maaga ako ngayon," wika nito habang tinitingnan ng 'if-looks-could-kill' ang kaibigan, "kasi may importante akong client meeting. NAKALIMUTAN MO BA, MR. GREGORY CRUZ? ALSO, NAAYOS MO NA BA YUNG MGA FILES NA KAILANGAN KO PARA SA MEETING?"

Kandakumahog si Gregory sa paghahanda ng files, "Y-Yes, Boss. Wait lang sandali. Ilalagay ko lang sa shared folder natin." Pasimpleng tumingin ito kay Allen at nagmustra ng, "ikaw naman, hindi ka na mabiro."

Nailing na lang si Allen. Si Anne naman ang kinausap nito, "Hmmm, Miss San Juan... is everything okay?"

"Yes, Sir. Inassist ako ni Mr. Cruz. Medyo binigyan na niya ako ng brief outline sa mga duties and responsibilities ko... pero according to him, you will be the one to fully orient me."

Habang nagsasalita si Anne ay muli na namang natulala si Allen sa paghanga.

"Sir? Sir?" naguguluhang tanong ni Anne. Sa isip nito ay, *"Ano ba itong si Boss... lagi na lang natutulala kapag kinakausap. Ganito ba talaga ito? Wala kaya itong katok sa utak? Hi! Hi! Hi!"*

"Hah! A, eh... yes, yes... ako ang magbi-brief sa iyo," nagulat na sagot nito. Nakita niyang pinipigilan ni Anne ang matawa. Pati si Gregory ay hindi maitago ang pagtawa. Binalingan nito si Gregory, "HMMP! MR.

CRUZ... WHERE ARE THE FILES?" pagalit nitong tanong.

Parang batang napagalitan si Gregory, "Sandali na lang, Bossing. Sori, sori!"

Pagharap naman ni Allen kay Anne ay daig pa nito ang maamong tupa sa pagsasalita, "Mamaya na lang kita ibi-brief, Miss San Juan. Marami pa naman akong aasikasuhing trabaho. Just study the files Greg gave you and we'll talk about it later."

"Haaiiss, tingnan mo itong si Allen. Kung pagalitan ako... akala mo naka-commit na ako ng mortal sin. Kulang na lang, i-firing squad ako. Nung si Anne na... ahiiii... napakalumanay ng pagsasalita. Hmmp! Don't give her special treatment, daw!!! Asuuus... lokohin mo ang lelong mong panot!!!"

* * * * * * * * * *

"Hey, just look at the time... it's almost twelve. How time flies. Kaya pala, gutom na ako. Can you join me for lunch, Miss San Juan? Tamang-tama, we can talk shop while eating."

Bantulot si Anne. First day pa lang niya. Hindi pa niya kilala ng husto ang 'boss' pero eto't niyayaya na siyang kumain sa labas.

Napag-isip ito, *"H-Hindi kaya niloloko lang ako nitong si Boss. Baka, gusto lang akong i-goodtime nito."* Naalala ni Anne ang mga kasabay niyang nag-apply, *"Pero, hindi, e... kung manloloko lang sila, bakit ako pa? Matanda na ako... at kumpara doon sa kadami-daming nag-apply... hamak na mas magaganda sa akin ang mga 'yon. Hindi ko ma-gets... totoo kaya ito?"*

Napansin ni Allen ang pag-aalinlangan ni Anne at naintindihan niya ang sitwasyon nito at nag-isip ng paraan para maibsan ang pangamba nito.

"Sige na, please? I hate eating alone. Are you afraid of me? Don't worry... hindi naman ako nangangagat," pabirong sinabi niya.

Natawa si Anne at tuluyang nawala ang pag-aalinlangan nito, "Hi! Hi! Hi! Sige, Sir... kung talagang okay lang sa inyo. Nag-aalala lang naman ako... kasi malakas akong kumain, baka ma-shock kayo!"

Ito ang nami-miss ni Allen. Ang matamis na ngiti, ang bungisngis ni Anne at ang nakakahawa nitong tawa. Hindi nito napigilan ang sarili, "Yan ang nami-miss ko sa iyo... 'yang ngiti at tawa mo, at di na ako nasashock sa lakas mong kumain!"

"Sir???"

10

Ngiti Pa Lang

Nang ngumiti na pagkatamis-tamis si Anne ay hindi napigilan ni Allen ang sarili at naibulalas, "Yan ang nami-miss ko sa iyo...'yang ngiti at tawa mo, at di na ako nasashock sa lakas mong kumain!"

"Sir???"

Natigilan si Allen, *"Nakupo, nadulas na naman ang bibig ko... kung anu-ano na naman ang pinagsasabi ko?"* Sa inis ay nasampal nito ang sarili.

Gulat na gulat si Anne, "Sir, Sir... are you okay?"

"Ano... ano... may langgam na kumagat kasi sa akin sa mukha. He! He! S-Sa noo... nasampal ko tuloy ang sarili ko. Salbaheng langgam 'yun a... kapag nakita ko 'yon titirisin ko ng husto. Ha! Ha! Ha!" pilit na pagpapatawa ni Allen sa pag-asang malilihis ang usapan.

Pero hindi nagpadala si Anne, "Sir, bakit n'yo nasabing... a-alam n'yo na matakaw ako... na hindi na kayo pwedeng ma-shock?"

"Hah, 'yun ba? Ang ibig kong sabihin... yung mga babae ngayon... healthy na ang mga appetite... matatakaw na, kumpara noong mga ten years ago na pa-demure-demure pa. Hindi na ako masa-shock. Pero, don't worry... mas gusto kong kasama ang malalakas kumain. Nahahawa ako at ginaganahan din akong kumain."

"Ahhh, ganon po ba," napatango si Anne na obvious na hindi kumbinsido. "K-Kaya lang, Sir... ano yung tungkol sa... nami-miss ninyo ang tawa at ngiti ko? Nag-meet na po ba tayo before?"

"Ah, iyon ba?... I mean... 'yan ang nami-miss ko... sa mga tao dito sa office... not you specifically. 'Yung tawa at ngiti na pareho ng sa iyo. Kasi, ang susungit ng mga tao dito minsan, lalo na 'yang si Greg! Naku... napaka-sungit na tao 'yan... akala mo nagme-menapause na! Ha! Ha! Ha!"

Natawa na rin si Anne, "Hi! Hi! Hi! Salbahe kayo, Sir!"

Para tuluyan ng maiba ang usapan, nagyaya na muling kumain si Allen, "O, shall we go?"

Tuluyan na rin nakalimutan ni Anne ang tungkol sa mga ito, "Yes, Sir."

* * * * * * * * * *

Paglabas ng kwarto nina Allen ay kasalubong nila si Gregory na galing sa labas, "Okay, Boss, I've taken care of the files... nai-send ko na sa client. O, lunch na ba... saan tayo kakain...?"

"Miss San Juan and I are having a business lunch. Paalis na nga kami," sagot ni Allen.

"A, o... sige! Wait lang kayo sandali while I get my jacket. Bigla-bigla ka naman, hindi pa man lang ako nakakaayos..."

"I SAID... MISS SAN JUAN... AND I... are having a business lunch," madiing inulit ni Allen.

"Huh? K-Kayo lang ang... ??? Diba, tayong dalawa...," hindi na naituloy ni Gregory ang sasabihin dahil tiningnan siya nang masama ni Allen, sabay mustra sa pamamagitan ng mukha nito na huwag na siyang umangal. Hindi naman ito napansin ni Anne dahil nasa bandang likod ito.

"Ayy... Oo nga pala! Mayroon nga pala akong... c-client meeting ngayong lunch," malamig pa sa yelong sagot ni Gregory, "n-a-l-i-m-u--t-a-n ko nga pala. Sige, Sir... you can go on your way na... ako na ang bahala sa sarili ko... este dito sa office," may pakonsensiyang patutsada nito.

Mabuti naman," sagot ni Allen sa kaibigan sabay pasimpleng siniko ito.

"A-Arrayyy!" nabiglang nasabi nito.

"Sir... bakit po?" tanong ni Anne.

"A, e... wala... wala! He! He! He! MAY HAYOP LANG NA KUMAGAT SA AKIN!" sagot ng nagtatampong Gregory.

Nagpatay-malisya na lang si Allen. Humarap ito kay Anne, "Ha! Ha! Huwag mong masyadong pansinin itong si Greg. Ganyan lang 'yan... kahit kagat lang ng langgam... masyadong OA mag-react. Mmm... shall we go?"

Naiwang takang-taka si Gregory, *Haaaiisss! Ako... OA? Anong nangyari doon? Kami namang laging dalawa ang magkasama kapag kumakain... tapos ngayon, dumating lang itong si miss whoever, bigla na lang akong na-tsugi! Pati yung table, sabi niya noon... sa labas ng kwarto namin ilalagay -- ngayon sa loob na? Naguguluhan na ako. Haaaiisss! Akala ko pa naman, malilibre ako ng masarap na tsibog ngayon. Tapos ganito... wala pa naman akong pera. Unfair, unfair! Dapat ako yung kasama niya!!!!* paghihinagpis nito. *"Saan na ako kakain? Wala akong pera... pang-transpo na lang ang natitirang pero ko dito?"*

* * * * * * * * * *

"Where do you want to eat, Miss San Juan?"

"It's up to you, Sir... bahala na kayo."

"Okay lang ba sa iyo na kumain sa... Mami House? Paborito ko kasi ang mami at siopao. It's been a while since I have eaten those."

Natigilan si Anne at hindi agad nakasagot. Halatang may gumambala sa pag-iisip, "Sa Mami House... Sir?"

"Oo! Bakit, dissapointed ka ba? Are you expecting me to bring you to those fancy restaurant... that I'm being cheap? Talagang gusto ko lang kumain ng mami at siopao today. But, if you want... I can bring you to somewhere fancy or chic."

"No, no, no, Sir! That's not it. Actually, mas gusto ko ngang doon kumain kaysa dun sa mga sinasabi n'yong fancy restaurant. K-Kaya lang...," sasabihin na sana ni Anne ang nasa isip nito ng magbago ang isip, "... ah, ah... ano...wala 'yon... wala yon."

"Huh? May naalala... tapos, wala lang daw???!!! Anong klase 'yun?" takang-takang nasabi ni Allen sa sarili.

* * * * * * * * * *

"Well, that's the long and short of it, how the company came to be," pagtatapos ni Allen. "Do you have any question, Miss San Juan?"

"N-None, Sir."

Hindi mapakali si Allen. Pakiramdam niya ay masusi siyang pinagmamasdan at pinag-aaralan ni Anne. Wala itong masyadong sinabi simula ng pumasok sila sa Mami House. Puro maiikli lang ang mga sagot nito kapag kinakausap.

Nang oorder na siya ng pagkain, hinayaan ni Anne na siya na ang pumili. Bahala na raw siya kung ano ang gusto niya. Nang sinabi niyang chicken mami at bola-bola siopao ang oorderin niya para sa kanilang dalawa, nakita niyang napataas ang kilay nito at tiningnan siya na parang inaalam ang kaloob-looban niya. Pero wala naman itong sinabi. Lalo itong ikinabahala ni Allen.

Pagkabalik niya matapos umorder sa counter, nagulat siya nang biglang magtanong si Anne, "Excuse me, Sir. Pineapple juice ba o softdrinks ang inorder n'yong drinks natin?"

Wala sa sarili napatango si Allen, "Pineapple juice. B-Bakit... hindi mo ba gusto 'yon? Papalitan ko."

Ngumiti si Anne, "No, sir... actually, yun nga ang favorite ko," misteryosong sagot nito.

Lalong naguluhan si Allen sa ikinikilos ng dalaga, "B-Bakit kaya naitanong ni Anne 'yon?" nasabi nito sa sarili.

Habang kumakain sila ay lalong nahihiwagaan si Allen sa kasama. Lalong nagtumibay sa isip niya na inoobserbahan siya nito. Kung bakit ay hindi niya malaman.

Habang kumakain sila ay panay sulyap ni Anne sa boss niya na parang pinag-aaralan ito. Hindi naman ito nakalampas kay Allen na lalo nitong ikinabahala.

Magana pa rin kumain si Anne, na lubos na ikinagalak ni Allen, *"Itong si Anne talaga, ganun pa rin kasarap kumain. Tama ang sabi niya noon, kahit na sino pa ang kasabay niyang kumain, hindi siya nagpapabebe kumain."*

Napansin naman ni Anne ang pagkakatitig niya at nagtanong, "Sir... may dumi po ba ako sa mukha?"

"Hah? W-Wala, wala! Natutuwa lang naman akong makita kang kumain... nakakahawa ka. Look, halos mauubos ko nang lahat itong pagkain ko," sagot ni Allen habang sumusubo.

Muli na namang naging misteryosa si Anne, "Alam n'yo, Sir... meron po akong naaalala na nagsabi sa akin ng pareho ng sinabi n'yo. Halos... parehong-pareho din kasi. Actually, you remind me of him"

"ULK!" halos mabulunan si Allen ng marinig ang sinabi ng dalaga. Upang hindi mahalata ay nagkunwari itong may tumatawag sa kanya sa cellphone, "Ummp... excuse me! I have to take this call."

Nagpunta si Allen sa CR at doon inayos ang sarili, *"Whew, muntik na ako doon! Ano kaya ang tinutumbok nitong si Anne. Kanina pa ako nahihiwagaan sa mga ikinikilos niya. Parang inoobserbahan niya ako. Bakit kaya? Namumukhaan na kaya niya ako?"*

Nang mai-relax na ang sarili lumabas na si Allen para samahan muli si Anne. Sa bandang likod ng dalaga ang CR kaya hindi nito napapansin ang pagdating niya. Nang medyo malapit na si Allen, nakita niyang inilabas ni Anne ang wallet niya at may kinuhang picture sa loob nito.

Halos himatayin si Allen ng makita niya ang picture na pinag-aaralan ni Anne.

"NAKUPOOO! IYON ANG PICTURE NAMING MAGKASAMA NI ANNE NUNG BATA PA AKO!!!"

11

Couple Shirts

((((((((O)))))))

Giniginaw na si Dino. *Galing siya sa paglalaro ng basketball at inabutan siya ng malakas na ulan habang naglalakad pauwi sa kanila. Wala itong masilungan ng bumuhos ang ulan kaya nabasa ng husto. Nakaupo ito't nakayakap sa sarili upang mapigilan ang panginginig ng katawan.*

"(Sob!) Giniginaw na ako, wala pa yatang pag-asang tumigil ang ulan. Dumidilim na rin. Sigurado ko nag-aalala na sina Mommy at Daddy."

Tatakbo na sana ito at susugod na sa ulan nang may tumayo sa harapan niya. Takang-takang napatingala siya at nabungaran ang magandang mukha ni Anne.

"Uuuy, Dino! Anung ginagawa mo dito? Basang-basa ka na!" *puno ng pag-aalalang nasabi nito.*

"Hah! A-Anooo kasi... inabot ako ng ulan papauwi," *sagot ni Dino. Dahil sa hiya sa dalaga, nagtapang-tapangan ito,* "W-Wala 'to. Dati na naman akong inaabot ng ulan. Eto nga, patakbo na ako para makauwi na," *at akmang tatakbo nang pinigilan siya ni Anne.*

"Hep, hep, hep! Anong tatakbo? Tumigil ka nga, Dino. Nangingitim ka na nga d'yan sa ginaw, e!" *pagalit ni Anne. Tumingin ito sa paligid,* "Halika muna doon sa Mami House. Magtuyo ka muna sa basa."

Pagkasabi noon ay hinila nito si Dino sa kamay papunta sa Mami House. Hindi na nakuhang maka-angal pa ni Dino. Pagkapasok sa loob agad idineretso ni Anne si Dino sa CR ng mga babae.

"Ayiii, CR ng mga babae 'to!" palag ni Dino.

"Hi! Hi! Hi! Huwag ka ng umangal pa d'yan. Bata ka pa naman at wala namang tao dito sa loob," natatawang sabi ni Anne habang hila-hila si Dino. "Halika na't hubarin mo na yang t-shirt mo... meron akong extrang t-shirt na dala. Dalawa kasi ang t-shirt kong pang P.E. Minsan kasi pinapawisan ako ng husto, nagpapalit ako. E, kanina, nag-lecture lang yung teacher namin, kaya hindi ko nagamit. O, eto... magpalit ka muna."

Hindi na hinintay ni Anne na sumagot pa ang kaharap, hinubad nito ang t-shirt at pinunasan si Dino ng twalyang dala-dala. Makatapos ay isinuot nito ang t-shirt niya.

"Hi! Hi! Hi! Ang laki ng t-shirt ko sa iyo, abot hanggang binti mo. Pero, okay lang, bagay naman sa iyo at ang cute mong tingnan!"

Tinitingnan ni Dino ang sarili sa salamin ng tuwang-tuwang nagsalita si Anne, "Uy, tingnan mo... pareho tayo ng t-shirt. Naka-couple's shirt tayo. Hi! Hi! Hi!"

"A-Ano yung couple's shirt?" tanong ni Dino.

"(Giggle!) 'Yun ang tawag sa t-shirt na pareho ang design. Karaniwan kasing nagsusuot nito ay mag-girlfriend-boyfriend. Kaya nga tinawag na couple's shirt," paliwanag ni Anne. "Tamang-tama... diba, boyfriend naman kita? Hi! Hi! Hi!"

Lihim na natuwa si Dino nang malaman ito.

"Teka... 'yang short mo, nabasa din ng ulan yan... hubarin mo na. Hindi naman makikita yung pipi mo. Hi! Hi! Hi! ... dahil mahaba yung t-shirt ko!"

Mahigpit na hinawakan ni Dino ang short niya, "HINDI, HINDI! AYOKO, AYOKO! Okay na ako. H-Hindi naman masyadong nabasa ang sh-short ko!" mahigpit na pagtanggi nito.

"Hi! Hi! Hi! Ang bata, o... nahiya pa!" kant'yaw ni Anne, "Naku, nagbibinata na si Lab ko! Baka may nililigawan ka na? Selos ako, ha! Hi! Hi! Hi!"

Hindi sumagot si Dino pero sa isip nito ay gusto nitong sabihin, "Hindi mangyayari 'yon. Ikaw lang, Anne, ang magiging girlfriend ko paglaki."

"Mmmmm... mukhang giniginaw ka pa, Lab. Tara, kumain muna tayo ng mainit na mami. Tamang-tama, gutom na rin ako."

"H-Huwag na... baka hinahanap na ako sa amin."

"Oo nga pala. Teka lang..." wika ni Anne. Kinuha nito ang cellphone niya at tumawag, "Hello, Dang. Kasama ko si Dino. Naandito kami sa Mami House... yung malapit sa amin. Baka kasi nag-aalala na kayo sa kanya."

"Hah! Saan mo nakita yang kapatid ko? Kanina pa hinihintay 'yan dito. Lagot 'yan pagdating dito. Galit na galit na sina Mommy sa kanya!"

Napatingin si Anne kay Dino. Nakita nito ang takot sa mga mata nito.

"Naku, Dang... sabihin mo kay Mommy at Daddy... huwag pagalitan si Dino. Kamo, nakita ko at inaya kong kumain. Actually, kanina pa nga gustong umuwi nito... kaya lang hindi ko pinapayagan kasi gusto kong may kasama at kak'wentuhan habang umuulan. Ako ang may kasalanan. H'wag n'yo nang pagalitan siya pag-uwi, ha? Please?" pakiusap nito.

"Naku, pinagtatakpan mo lang siya, ano?"

"Hindi, Dang... talagang kasama ko siya, kanina pa!" depensa ni Anne.

"Wuuuu... Hmmp! Sige na nga, sige na nga! Ako ng bahala kina Mommy. O, e... anong oras mo naman iuuwi 'yang kapatid ko?"

"Malakas pa naman ang ulan. Tamang-tama, kasi kumakain pa kami. Patitilain ko lang muna ang ulan, tapos iuuwi ko na dyan si Dino. Okay ba?"

"Hrrmmp... bahala ka... ikaw naman ang nagagastusan d'yan!"

"Aba, syempre," sagot ni Anne, sabay nagbiro, "first date namin ito ni Lab... dapat sulitin ko! Hi! Hi! Hi!"

"Haaay, naku... ikaw talaga, Anne... puro ka kalokohan. O, sige na, sige na, babay na," sabi ni Dang at humirit, "Masarap yung mami, a... parang bigla akong nagutom. Ehem... baka naman pwedeng pasalubungan mo ako? Hi! Hi! Hi!"

"Manigas ka... ano ka, sineswerte? Hi! Hi! Hi!"

"Ikaw naman, baka lang kako... in the goodness of your heart ay maalala mo ako. Hi! Hi! Hi! Biro lang, pero kung gusto mong totohanin... okay lang sa akin. O, sige na, sige na... at kakausapin ko pa sina Mother para hindi na nag-aalala pa d'yan sa bulinggit na 'yan. Babu!"

"Babay!"

Pagkatapos tumawag ay hinila na ni Anne si Dino papunta sa mga table, "O, abswelto ka na. Pinagtakpan kita kasi ayaw kong mapagalitan ka. Pero sa susunod, tandaan mo... ayokong inaabot ka ng gabi sa labas... at saka, yung hindi ka nagpapaalam! Pag nahuli kita sa susunod... ako mismo ang magsusumbong sa iyo at... pipingutin ko 'yang tenga mo! Naiintindihan mo?"

Parang maamong tupang tumango si Dino.

"Hi! Hi! Hi! Ang cute-cute mo talaga!"

Maka-upo ay muling nagsalita si Anne, "O, h'wag ka ng matakot sa akin. Paalala ko lang sa iyo 'yon para hindi ka mapasama. Concerned lang naman ako. Okay?"

Tumango-tango muli si Dino, makatapos ay biglang yumakap kay Anne na humihikbi.

"O, bakit ka umiiyak? Galit ka ba sa akin?" may pag-aalalang tanong ni Anne.

"H-Hindi (Sniff!) Kasi... kasi... ang bait-bait mo sa akin. Natutuwa lang ako!"

"Naku, ang sweet naman ng Lab ko! Hi! Hi! Hi! Na-touched naman ako. Sana, hanggang paglaki mo... hindi ka magbabago, ha? Ganyan ka pa rin ka-sweet! Promise, ha?"

"P-Promise. Promise ko, paglaki ko... ako naman ang magbabantay sa iyo," sagot ni Dino.

"Uyyy, talaga? Talagang-talaga ha? Aasahan ko 'yan! Baka naman, paglaki mo, kalimutan mo na lang ako ng basta-basta?"

Hindi. Promise ko... hinding-hindi kita kalilimutan. At ikaw... ikaw pa rin ang... ang... Pers Lab ko."

"Wow, talaga lang ha?" sagot ni Anne na halatang hindi pinapapansin ng pagka-seryoso ng kausap, "Hi! Hi!

Hi! Kayong mga bata talaga, kung anu-ano na lang ang naiisip ninyo. Paglaki n'yo... siguradong limot n'yo ng lahat ang mga ito."

Muling napa-iyak si Dino.

"O, sige na... tahan na, tahan na... naniniwala na ako sa iyo. Dapat kung masaya kang kasama ako... dapat naka-smile ka din, diba? O, sige nga, smile ka!"

Pinilit ngumiti ni Dino. Sino nga ba ang maniniwala sa isang paslit na katulad niya? Sa sarili nasabi nito, "Hintayin mo lang, Anne, na lumaki ako. Makikita mo, tutuparin ko lahat ang mga sinabi ko."

"Ayan, 'yan ang gusto kong nakikita. O, okay ka na? Kain na tayo?

Tumango si Dino, "Sige."

12
Couple Goals

"O, *anong gusto mong kainin?" tanong ni Anne.*
"A-Ano... bahala ka na lang," nahihiyang sagot ni Dino.

Tiningnan ni Anne ang menu at umorder, "Dalawang chicken mami at dalawa ring bola-bola siopao. May pineapple juice ba kayo? Sige, dalawa din!'

"O, Lab, okay ba sa iyo yung inorder ko? **Favorite ko kasi ang chicken mami at bola-bola siopao** kaya yun ang inorder ko."

Ngumiting tumango si Dino at sinabi sa sarili, "Mula ngayon, Anne... ito na rin ang magiging paborito ko!"

"Hi! Hi! Hi! Huwag kang masa-shock kapag nakita mo akong kumain. Malakas kasi akong kumain. Wala akong poise, lalo na kapag mami at siopao at kakainin ko. Paki ba ng iba!"

Habang naghihintay ng order nila, panay pa rin ang punas ni Anne kay Dino. Pati mukha nito ay nililinis nito ng husto. Hindi naman magkamayaw sa tuwa ang nararamdaman ng bata. Tuwang-tuwa sa atensyon at pag-aalalang ginagawa ni Anne sa kanya. Dinadama niya ng husto ang mga haplos ng dalaga at ang malambot nitong mga kamay. Palihim niyang pinagmamasdan ng husto ang mukha nito habang inaasikaso siya.

Hindi nagtagal ay dumating na ang pagkain nila. Si Anne ang nag-ayos ng mga ito.

"Tara na, kainan na!" magiliw nitong sabi nang maiayos na ang mga pagkain.

Akala ni Dino ay nagbibiro lang si Anne ng sabihin nitong malakas siyang kumain. Pero, totoo pala lahat iyon. Napakaganang kumain ng dalaga. Aliw na aliw si Dino habang pinanonood niyang kumain ito.

"(Giggle!) Sabi sa iyo, malakas akong kumain. O, naniwala ka na?" tukso ni Anne bago bumungisngis ng tawa.

"Oo. Ha! Ha! Ha! Kitang-kita naman. Pero, siguro kaya ka lang ganyan kumain, kasi ako lang ang kaharap mo. S-Siguro kapag... b-boyfriend mo ang kaharap mo... hindi ka na ganyan kalakas kumain."

"(Giggle!) Hindi, a! Kahit boyfriend ko pa siya, hindi ako mahihiya. Saka, kung mahal niya talaga ako, dapat okay lang sa kanya kahit malakas akong kumain."

Matagal bago sumagot si Dino. May gustong sabihin pero nahihiya.

"Anne... A-Ako... o-okay lang sa akin," sa wakas ay nasabi nito.

Noong una ay hindi naintindihan ni Anne ang sinabi ni Dino pero sa huli ay nag-sink-in sa kanya ang gustong ipinahihiwatig nito.

Nanlaki ang mata ni Anne at saka ngumiti nang napaka-sweet," Uy, ang Lab ko talaga.... napaka-sweet! Sobra... sobra sobra!"

Dagdag pa nito, "Kaya nga Lab kita, kasi okay lang sa iyo kahit malakas akong kumain! Promise mo sa akin, ha... hindi ka magbabago!"

"Promise!"

"Haaay, kilig naman ako! Hi! Hi! Hi! Lalo tuloy akong ginanahang kumain. Waiter... isang order pa nga ng mami, please... yung large ha! Samahan mo na rin ng isa pang large na siopao!"

Habang kumakain ay palihim pa rin pinagmamasdan ni Dino si Anne, habang panay ang kausap nito sa kanya. Mula sa pagsasalita nito, pagkumpas-kumpas ng mga kamay, mga facial expression, pagtawa at pag-kilos ng katawan, walang nakaligtas sa mga mata ni Dino. Hindi katulad ng ibang babae na nakikita nito, walang kaartehan at natural na natural magkikilos si Anne. Hindi nito maiwasan na lalong mabighani at lalong tumindi ang nabubuong pagtingin sa dalaga. Hindi na nga nito namalayan na naubos na pala niya ang kinakain.

"(Burrp!) Oops, mukhang nabusog ako ng husto. Hi! Hi! Hi! Ikaw, Dino, nabusog ka rin ba?"

"Oo, Anne... busog na busog din ako. Nahawa yata ako sa iyo. Saka, ang sarap talaga ng mami at siopao. The best!"

Napatingin si Anne sa orasan, "Naku, ang tagal na pala natin," nasambit nito, "halika na, Dino... tumila na rin ang ulan at baka naghihintay na si Dang."

Naghanda ng umalis si Dino.

"Teka... sayang naman na naka-couple's shirt tayo... wala man lang tayong souvenir. Hi! Hi! Hi! First date pa naman natin. Teka lang, ha," wika ni

Anne. Kinuha nito ang cellphone niya, saka inilapit sa tabi niya si Dino, "O, selfie muna tayo, Lab... SMILE!"

Ang saya-saya ni Dino habang nagkukuhanan sila ng picture.

Pagka-picture ay tiningnan nilang dalawa ang kuha, "Uyy, ang ganda ng kuha natin. Hi! Hi! Hi! Aba, syempre naman... isang pogi at maganda ba naman ang nagsama. Natural, maganda ang kalalabasan. Ipapa-print ko ito, Lab at bibigyan kita ng kopya para may remembrance ka sa akin. Huwag mong iwawala, ha?"

Nakangiting tumango si Dino.

Bago umuwi ay dumaan muna si Anne sa counter at may kinuhang supot, "Pasalubungan ko daw si Ate Dang natin. Hi! Hi! Hi! Ang kapal, no? Ngayon pa lang, humihingi na ng lagay!"

Naglakad na lang sila pauwi kina Dino. Habang daan ay naka-akbay si Anne kay Dino. Kilig-na-kilig naman dito ang bata.

"S-Salamat, Anne. Promise ko sa iyo, hindi na ako papagabi sa daan. S-Saka, lagi na akong magpapaalam kapag lalabas ako ng bahay."

"Naku, mabuti naman. Aba, mahirap din iyong nag-aalala sina Dang at Mommy't Daddy mo. Saka, delikado rin sa mga batang katulad mo ang naglalakad mag-isa sa gabi. Baka makidnap ka... maraming nang-kikidnap ng mga bata ngayon! Ang cute-cute mo pa naman. Siguradong maraming magkakainteres sa iyo," sagot ni Anne.

Makalipas ang ilang sandali ay nagsalita muli si Dino, "E, di... d-dapat nag-iingat ka rin, Anne."

"Hah? Ako mag-iingat... bakit naman?"

"K-Kasi... kasi... maganda ka at mabait. B-Baka makidnap ka rin. S-Sigurado ko, marami ring nagkakagusto sa iyo..."

Nagulat si Anne at sa huli ay natawa, "Uyyyyy, si Lab ko... nag-aalala sa akin," biro nito, "na-touched naman ako!"

"K-Kung ikaw nag-aalala sa akin," sagot ni Dino, " A-Ako rin... nag-aalala din ako sa iyo."

Nakangiting napatingin si Anne sa batang kausap.

"Promise mo din sa akin," pagpapatuloy nito, "na mag-iingat ka din at huwag magpapagabi sa daan."

Nangingiti napailing na lang si Anne, "Hi! Hi! Hi! Opo! Mag-iingat din po ako. Promise!"

Hindi nagtagal ay nakarating na sila sa bahay nila Dino. Sinalubong sila ni Dang.

Iniabot ni Anne ang dala niyang supot, "O, hipag kong hilaw... eto na po ang inyong pasalubong. Happy?!!"

"Aba't tinotoo. Thank you, thank you! O, sige... aprub ka na sa akin. May permiso ka na sa akin para ligawan ang kapatid ko. Hi! Hi! Hi!" sagot ni Dang.

"Hi! Hi! Hi! Hung-hang ka talaga! At ako pa ang ginawa mong nanliligaw!"

"Oy, ikaw kapatid, pumasok ka na sa loob at magpalit.... Teka, teka... kanino 'yang suot mong t-shirt? Parang PE t-shirt namin yan a..."

"Sa akin 'yan. Basang-basa kasi ng... ng... pawis. Oo, Oo... basang-basa ng pawis si Dino kalalaro ng

basketball, kaya pinagpalit ko ng damit. Baka kasi mapulmunya."

Halatang hindi kumbinsido si Dang pero hindi na ito nagkumento pa at tumango na lang, "Mmmm... O, sige na kapatid, pumasok ka na sa loob. Okay na kay Mom at Dad... nai-abswelto na kita, huwag ka ng matakot."

Bago pumasok ay bahagyang yumakap ito kay Anne at bumulong, "Thank you, Anne. Susundin ko yung promise ko sa iyo pero yung promise mo sa akin... tutuparin mo rin, ha?"

Malambing na ginulo nito ang buhok ni Dino at sumagot, "Opo, Sir! Promise po! Hi! Hi! Hi!"

Makatapos noon ay mabilis na bumitaw si Dino at dali-daling pumasok na.

"Hmmmp! Ano naman yung ibinulong sa iyo ni kapatid? Ano, sinagot ka na ba niya?"

"Hi! Hi! Hi! Hindi binasted pa nga ako," pabirong sagot ni Anne.

"Talaga? Wow, buti naman at hindi mo pa na-corrupt yung isip niya! Hi! Hi! Hi!"

"Sira ka talaga, Dang! Hi! Hi! Hi! Nakakatuwa lang naman talaga yang kapatid mo... parang matanda na kung magsasalita. Ang totoo, pinagpa-promise ako na mag-iingat daw ako kasi concerned daw siya sa akin."

"Ganon? Aba, e talagang may problema na sa pag-iisip 'yang kapatid ko! Dapat siguro, ipa-check-up ko na sa doktor!"

"Gaga! Hi! Hi! Hi! Ang sabihin mo, sweet lang talaga yang kapatid mo... hindi katulad mo, asbestos, *manhid, walang feelings... ahahaha! ha! ha! ha! O, sige na nga, uuwi na rin ako. Kita-kits na lang tayo bukas!"*

"Sige, Anne, thank you ulit sa paghahatid mo kay Dino. Ingat ka pag-uwi. Babay!"

"Babay!"

Mula sa bintana ng kuwarto ay patagong hinabol ng tingin ni Dino ang papaalis na dalaga hanggang ito ay mawala na sa paningin niya. Saka pa lang ito nahiga sa kama na may ngiti sa labi. Suot-suot pa rin nito ang t-shirt ni Anne.

((((((((O))))))))

Nabalik sa kasalukuyan si Allen nang mapansin nitong lumingon si Anne at nakita na siya.

Parang ipinako si Allen sa pinagkakatayuan. Nanlalambot ang mga tuhod sa nerbiyos. Tutuloy pa ba siya pabalik sa mesa o magdi-disappearing act na lang?"

"P-Paano na ito... mabubuking na yata talaga ako? Lord, sabi ko naman... konting time pa... bakit naman???" nasabi nito sa sarili.

13

Saved By The Bell

Kahit parang natutunaw na kandila ang mga binti ni Allen ay napilitan siyang bumalik.

"O, Sir... ang tagal n'yo yata. Akala ko, tinakbuhan n'yo na ako. Hi! Hi! Hi! Wala pa naman akong pambayad," biro ni Anne.

"A, e... ahummm... business call. 'Yung isang client natin kasi... masyadong demanding. Gusto malaman yung progress ng trabaho niya, step-by-step," dahilan ni Allen.

"Mmmm, ganun po ba?" sagot ni Anne.

Hindi mapakali si Allen. Napansin niyang mistulang pinag-aaralan siya ni Anne. Hawak-hawak pa rin nito ang litrato.

"Sir... pwede pong magtanong?"

"Why... sure, of course! Go ahead... tungkol ba ito sa company?"

"Actually, hindi... medyo personal lang."

"Patay, mukhang eto na... magkakabukuhan na!" ninenerbiyos na naisip ni Allen. "Sige, go ahead," sagot niya.

"How old are you, Sir?"

"Naykupo, eto na nga... eto na nga! Paano ako makakalusot nito? HEELLLPP!!!" hinagpis ni Allen. Hindi nito malaman ang gagawin. Gusto sana niyang pumunta ulit sa CR pero siguradong magdududa na si Anne.

Aamin na sana si Allen ng biglang may bumati sa kanya.

"Allen...hey! Sabi ko na nga ba, ikaw 'yan! Kamusta na, bro... long time no see!"

Sa simula ay hindi nakilala ni Allen ang bumati sa kanya. Sa huli ay namukhaan din niya, "Carl... Carlo! Bro... so sorry, hindi kita nakilala agad... ang haba kasi ng buhok mo! Nice to see you again. How's life?"

"Eto... tumatanda pareho mo but so far, going good ang buhay."

"Wala ka pa bang balak magpatali?"

"Uhm, if it comes, it will come."

"Oh, at sino naman kaya ang magiging mapalad na Mrs. Sandoval? Teka, kung hindi ako nagkakamali, di ba in-lab na in-lab ka dun sa dating star player ng woman's varsity team ng UST? Cassandra 'yung name nung girl, di ba?"

"Bulls-eye bro! Medyo nagkaroon lang ng konting misunderstanding -- dahil na rin sa kapalpakan ko, but we're working things out."

"Carlo, mukhang talagang tinamaan ka dun sa girl."

"I don't deny it. In fact, I'm ready to marry her anytime and anywhere."

Wow, bro, if ever that day comes, don't ever forget to invite me," masayang nasabi ni Allen.

"You bet bro. I want you to be there, including Mary and our Fab4 group. That will be the happiest and most special day in my life so I want you all to be there. I'm tired of being a bachelor, so being married is a great welcome when it comes," sagot ni Carlo.

"Can't wait to see that day!" wika ni Allen. "Ooops, sori, sori... I'm being rude. I'd like you to meet, Miss Anne San Juan... a business associate in our company."

"Ngek! Bakit biglang naging business associate ako??? Diba, personal assistant lang ako?" nagtatakang naisip ni Anne pero hindi nagkumento. Ngumiti siya sabay sabing, "Glad to meet you Mister...?"

"Carlo...Carlo Sandoval! Classmates kami ni Allen during college. Actually, I first studied in FEU but because of some hullabaloo, which I won't elaborate, I transferred to UST and shifted course. Naging barkada kami ni Allen, together with 2 others... at iyon lagi na kaming magkakasama -- lalo na sa kalokohan."

"Weee, sabihin mo ang totoo na kaya ka nag-shift ng course at lumipat ng UST" biro ni Allen, "ay dahil gusto mong sundan si Cassandra sa States."

"Guilty as charged! That set me back a couple of years but I do not regret it. Ha! Ha! Ha! But enough of me. Glad to meet you too, Miss Anne! Ha! Ha! I see that Allen still hasn't lost his touch...when it comes to women."

"Shucks, come on, Carlo... huwag mo naman akong siraan kay Miss San Juan. She's really very good at her work and... her being pretty... is of course a big plus... but it just happened!"

"Ha! Ha! Ha! Why the excuse, Allen. Trying to shed your playboy image? Ikaw naman... that was just a joke. Alam ko naman na, when it comes to work, looks has nothing to do with it... mas importante sa iyo ang performance."

May biglang naalala si Carlo at natigilan siya.

"Wait a minute! Anne, you're name is Anne isn't it?"

"Uhm, yes, sir," sagot ni Anne. "Why did you ask sir?"

"That name rings a bell to me."

"My name, sir?"

"Yes! Anne, Anne — wait a minute, if I remember correctly..."

Bago pa naituloy ni Carlo ang sasabihin, hinigit siya ni Allen papalayo.

"A, e, excuse us, Anne," dispensa ni Allen, "may pag-uusapan lang kaming importante ni Carlo. Uhm, business...it's about business."

* * * * * * * * * *

"Yes, bro, she's Anne, the childhood crush that I've been talking about when we were still in college."halos pabulong na sinabi ni Allen nang nakalayo na sila.

"You mean..." sagot ni Carlo habang nangingiti.

"Bro, she doesn't know yet," dagdag ni Allen, "it's a long story, but please, can you keep a lid on it, for a while. I'll tell all about it in good time, okay?"

Tumango-tango naman si Carlo.

"Bro, I'm exited for you. Hey, promise to keep me updated on this, okay?" ang huli niyang sinabi bago sila bumalik kay Anne.

"Uhm, Nice meeting you, Anne. I'd really love to chat more but I really have to go. I have an important client meeting later today."

Humarap siya kay Allen at nagwika.

"Allen, let's have a chat some other day, o kaya why don't we have some Fab4 get-together? You still have my number, diba?"

"Yes, pati na kay Dennis at Vince. Same pa rin ba yung number mo?"

"Yup, mine-maintain ko nga para ma-contact n'yo ako if ever."

"Good, good... okay, siguro, one of these days, mag-meet up tayo for some fun. Nice bumping into you, Bro."

"Okay, Allen, bye... really have to rush. Nice meeting you again... and you too, Miss San Juan," paalam ni Carlo.

"Bye, Sir," paalam din ni Anne.

Si Allen na ang nagtuloy sa usapan nila ni Anne nang makaalis si Carlo. Naisip nito na mas mabuting siya na ang magiging agresibo kaysa lagi na lang siyang dumedepensa.

"Haarruump! Ahh, ahh... where were we bago tayo na-interrupt sa usapan? Yes, yes... tinatanong mo ang age ko? Ummmm... let me see... ummmm... I'm just about twenty-eight! Ha! Ha! Ha! Pasens'ya ka na... kapag age talaga ang pinag-uusapan, medyo nakakalimutan ko na. Pero, I'm sure of it, kasi Carlo is two years older than me."

Nang marinig ni Anne na twenty-eight years old na si Allen, magkahalong saya at lungkot ang naramdaman nito. Naguguluhan ito dahil feeling niya pamilyar sa kanya si Allen. Pilit nitong inaalala kung na-meet na niya ito pero wala namang pumasok sa isip niya. Dahil pressured sa pag-aapply ng trabaho, nawala ito sa isip niya.

((((((((O))))))))

"Huy, bestfriend," wika ni Anne, "kapatid mo ba talaga si Dino? Kasi ang layo ng itsura ninyong dalawa. Ang pogi-pogi ng kapatid mo, samantalang ikaw e..."

"Ano... ano?" angal ni Dang, "subukin mong may masamang salitang lumabas d'yan sa bunganga mo at siguradong sasamain ka!"

"Hi! Hi! Hi! Si Ate... masyadong warfreak. Wala na po... wala na akong sasabihin," natatawang sagot ni Anne. "Pero sa totoo lang, ang cute-cute talaga ng kapatid mo... artistahin!"

"Bakit, ako... hindi ba ako mukhang artistahin?"

"Gusto mong sagutin ko pa 'yan? Hi! Hi! Hi!"

"Huwag na lang!" bwelta ni Dang. "Pero, Alam mo Anne... tinamaan yata ng husto yung si bunso sa iyo."

"Huh, bakit mo naman nasabi 'yon?" tanong ni Anne.

"Haay, naku... yung t-shirt mong ibinigay sa kanya? Ala, e kulang na lang tirikan ng kandila sa kakasamba niya. Andun, ipina-frame pa at nakasabit dun sa kwarto niya. Tapos, nung ibinigay mo yung picture n'yong dalawa, aba ang mokong natutong mag-wallet para mailagay yung picture doon. Araw-araw yatang ginawa ni God ay nakatingin doon."

"Masisisi mo ba ang kapatid mo e... ang ganda-ganda ko talaga. Hi! Hi! Hi!"

"Assuuuss nagbuhat pa ng sariling bangko ire. Conceited ka rin ano?!!"

"Hindi naman... nagsasabi lang naman ako ng totoo. Ahiii! Hi! Hi! Biro lang, ikaw naman... naggagalaiti ka na agad d'yan. Mam'ya, bigla na lang pumutok ang mga ugat mo. Poproblemahin mo pa ako sa pagdadala sa iyo sa hospital."

"Ganon, ganon... e kung iuna na kaya kitang ipa-hospital?"

Hi! Hi! Hi! Relax lang, yung alta-presyon mo, ingatan!!! Sige, seryoso na. Siguro natutuwa lang sa akin si Dino. Alam mo naman ang mga bata, mahilig mag-idolize, 'yung bang parang hero-worship. Ikaw naman, masyadong mong sineseryoso. Lilipas din 'yan."

"Hmmp! Sabagay... tama ka siguro doon," sang-ayon ni Dang.

"Sige na, uuwi na ako at baka yayain mo pa akong kumain dito. Hi! Hi! Hi!" tukso ni Anne.

"Hmmp! Ano ka sineswerte! Ang lakas-lakas mo yatang kumain. Sabi nga ni Dad... mas malakas ka pa raw kumain sa kanya!"

"Ugh! Na-hurt naman ako doon."

"Hi! Hi! Hi! Joke lang... alam mo naman na welcome ka lagi dito... parang ako lang din sa inyo. Diba nire-raid ko pa ang laman ng fridge nyo? Hi! Hi! Hi! Sige na, sige na... mag-disappearing act ka na. Ahem, kunyari ka pa... alam ko naman na may date ka... kaya ka nagmamadaling umalis."

"Shhhhh!" biglang saway ni Anne, "huwag mong lakasan ang boses mo... baka ka marinig ni Dino."

"Huh? Bakit... e ano ngayon kung marinig ako nung bubwit kong kapatid?"

"Hi! Hi! Hi! Wala lang."

"Asssusss... at kinunsinti mo pa yung bata. Naku, Anne... huwag mong intindihin si kapatid. Sabi mo nga... puppy love lang... infatuation -- bukas makalawa limot ka na nun... hindi ka na papansinin -- ipinagpalit ka na nun kay Wonder Woman o kaya kahit kay Darna!"

* * * * * * * * * *

Hindi nagtagal ay tumuloy na rin si Anne. Habang daan nangiti ito habang naaalala ang minsang naging usapan nila ni Dino. Maaga siyang nakarating kina Dang at inabutan niya si Dino na nag-lalaro.

"O, Lab... naand'yan na ba si Ate Dang mo? May lakad kasi ako at may kukunin lang akong notes sa kanya."

"Wala pa," sagot nito. Maya-maya pa ay nagulat na lang si Anne ng bigla itong magtanong.

"S-Saan ang punta mo... magde-date ka ba?"

"Hah! Hindi... mag-re-research lang ako sa library namin. Na kay Dang kasi yung listahan ng ire-research. Magka-group kasi kami at yun ang natoka sa aking assignment."

"A-Akala ko magde-date ka. Uhmm... ahh, ahh... ano... wala ka pa bang boyfriend?"

Natigilan si Anne at napaisip. Maya-maya ay nangiti ito, "Uyyyyy, si Lab ko nagseselos! Hi! Hi! Hi! Wala pa... may mga nanliligaw sa akin... pero, huwag kang mag-alala, wala sa kalingkingan mo ang mga 'yon at hindi ako interesado sa kanila! Saka , diba ikaw ang Pers Lab ko? Itsura lang nila!"

"Talaga?"

Aliw na aliw si Anne sa pakikipag-biruan, "Hi! Hi! Hi! Oo naman!"

"Anne... pwede ka bang mag-promise sa akin?"

"Huh? Ako magpro-promise sa iyo... nang ano?" nagtatakang tanong ni Anne.

Huminga ng malalim si Dino bago nagsalita, "P-Promise mo sa akin... hihintayin mo ako. Promise mo... hindi ka magbo-boyfriend hanggang sa lumaki ako."

Shock si Anne. Hindi niya akalain na maririnig niya ito sa isang batang apat na taong gulang pa lang ang edad. Tiningnan niya ito ng mabuti. Seryoso ang itsura nito. Palihim na natawa si Anne at naisip, "Naku, itong batang ito... na starstrucked pa yata sa akin. Hi! Hi! Hi! Puppy love lang pero akala niya totoo na. Hmmmmm... paano ba ito... parang naiiyak pa yata siya?"

Sa huli ay naisip nitong unawain na lang si Dino, "Ummm... sige. Basta promise mo rin sa akin na mag-aaral ka ng husto at magkakaroon ng magandang trabaho -- yung malaki ang sahod, ha? Matakaw ako... ayokong magugutom. Kapag ginawa mo 'yan, promise hindi ako magbo-boyfriend at hihintayin kita!"

"Promise?" muling tanong ni Dino sabay itinaas ang kamay at ipinakita ang pinky finger niya.

Naintindihan ni Anne ang ginawa ni Dino. Inilabas din niya ang pinky finger niya at inipit ito sa daliri ng bata.

"Hi! Hi! Hi! O ayan, selyado na. Happy ka na, Lab?"

Masayang-masayang tumango si Dino.

Laking gulat muli ni Anne nang yumakap nang mahigpit si Dino sa kanya.

(Sniff!) (Sniff!) Promise ko, Anne... pag lumaki na ako... kahit nasaan ka pa, hahanapin kita at tutuparin ko ang pangako ko!"

((((((((O))))))))

14
Count Off

"Twenty-eight na si Boss, hindi pwedeng siya *yung kapatid ni Dang,"* nasabi ni Anne sa sarili. "Pero, bakit ganoon... parang... parang"

"Miss San Juan... Miss San Juan?"

"Uh... yes, Sir... yes, Sir?"

"Ummm... wala naman. Kanina pa kasi ako salita ng salita pero wala ka namang kibo d'yan. Ummm... parang nasa ibang planeta yata ang isip mo," sagot ni Allen.

"Sori, Sir... sori. As you were saying...?"

"Katulad nga ng sinasabi ko kanina, sa States ako lumaki," sinimulan ni Allen ang pag-imbento ng istorya niya para mawala ang paghihinala ng dalaga. "I've been in the States since birth and came back here nang mag-college ako. Mmmm... bakit mo naman naitanong?"

"K-Kasi, you remind me of someone else. You look young, kasi."

"Ha! Ha! Ha! Thank you for the compliment. Siguro nasa genes ko lang talaga kaya I look younger than my age," sang-ayon ni Allen at saka nagyabang, "Ahemm... He! He! Teka, sa palagay mo, Miss San Juan... how old do I look?"

"Naku, Sir... para sa akin... mukhang twenty-six pa lang kayo!"

"(Ulk!) Mukhang twenty-six na itsura ko... e twenty-four lang ako?" tanong ni Allen sa sarili. *"G-Ganon?"*

"Noong una pa nga, Sir... akala ko, mga thirty years old or something na kayo. Pero, dahil po masayahin kayo... nagmukhang twenty-six lang kayo," patuloy ni Anne.

Kulang na lang na sumabog si Allen sa paggagalaiti ng marinig ito, *"(Ngek!) Mukha pa raw akong thirty! Ano ba 'to... ganon na ba ako katandang tingnan?"*

Hindi naman nakaligtas kay Anne ang reaksiyon nito, "Sir, Sir... is something wrong?"

"Hah? A, e... NO... no... nothing is wrong. He! He! flattered nga ako... imagine napagkamalan mo akong... (grumble!) twenty-eight... este, twenty-six lang."

"Hi! Hi! Hi! Naku, Sir... wala po yon. Nagsasabi lang ako ng totoo," sagot ni Anne.

(Haaaiiissss!!!)

* * * * * * * * * *

Habang kumakain ay nagpatuloy sa kwentuhan ang dalawa.

"Uhummm, anyway... whose this 'someone' that reminds you of me *(haaaiiisss!)*. Boyfriend mo ba?" nakuhang naitanong ni Allen kahit na kakabog-kabog ang puso niya.

"Uhmm... no, Sir. Actually it's just... a little boy," mahinang sagot ni Anne.

Kunwari naman ay nagulat at natawa si Allen, "Wow! At sino naman itong little boy na ito... at bakit naalala mo siya... because of me?"

Napaisip si Anne bago nakasagot, "A little boy, Sir... during one of the wonderful times in my life. Nakakatuwa kasi siya and... and I don't know why you remind me of him."

Napansin ni Allen na medyo lumungkot ang boses ng kausap, "Forgive me for prying... pero bakit... some of the wonderful times in my life?"

Matagal na nanahimik si Anne. Akala ni Allen ay hindi na ito magsasalita pa tungkol sa tanong niya. Pero maya-maya pa ay nagkuwento na ito.

"'Yung college days ko kasi, Sir, I had so many wonderful memories and that includes the little boy that we're talking about. *(Giggle!)* Yung little boy na 'yon ay batang kapatid ng bestfriend ko... na classmate ko din. Madalas kasi akong tumambay sa bahay nila kaya I always see him around. Hi! Hi! Hi! Ang cute-cute ng batang iyon at napaka-bibo."

"Ehemm... modesty aside... pogi din kasi ako kaya naaalala mo ako sa kanya? He! He! He!

"Mmmm.... come to think of it... huwag po sana kayong magagalit, Sir. Hi! Hi! Hi! Ngayon ko lang napagtanto... imposible talagang maging kayo 'yung batang sinasabi ko."

"Hah... bakit naman?"

"Kasi, Sir... wala kayo sa kalingkingan ng kapogian noon! Grabe ang pagka-cute noon, Sir, super-duper... walang-wala kayo sa itsura. Hi! Hi! Hi!"

"Ha! Ha! Ha! TALAGA LANG, HA! " kunwari ay natatawa rin si Allen pero nag-ngingitngit ang kalooban nito, *"Mas pogi at cute daw kaysa sa akin??? Ganon... wala daw ako sa kalingkingan? Ngek! BAKIT, pumangit ba ako?!!!"*

Akala mo nabasa ni Anne ang iniisip nito at sumagot, "Yes, Sir, kumpara dun... Hi! Hi! Hi! Pangit kayo."

Gigil na gigil si Allen, gustong kontrahin ang mga sinabi ni Anne.

Napansin naman agad ito ni Anne, "Sir... okay lang kayo? Bakit parang iba ang..."

"Ha? Ano... Oo naman! Ummmm, naisip ko lang kasi yung tungkol sa boy. I mean, ang dami-dami namang cute at talented na bata noon, bakit naging espesyal s'yo ung batang sinasabi mo?"

"Hi! Hi! Hi! Hindi n'yo lang alam, sobrang matured mag-isip yung batang 'yon. Sir. Suffice it to say, despite our age difference... marami akong memorable moments kasama siya. A-N-D... marami kaming sekretong nai-share sa isa't isa."

"Such as...?" pagpupursiging tanong ni Allen

Hi! Hi! Hi! Private na, Sir... private."

$$((((((((O))))))))$$

"Kapatid, gusto mong sumama sa akin?" tanong ni Ate Dang.

"Huh? Sumama... saan?" ang tamad na sagot nito. Kasalukuyang nanonood ng paborito niyang cartoon sa TV si Dino. Matagal niyang inabangan ang palabas na ito at ayaw niyang ma-miss ang panonood dito.

"D'yan lang... may a-attendan lang akong birthday party."

"Ngiiii! Birthday party? Yuck! Ayokong sumama Ate, maiinip lang ako doon. Puro kayo matatanda doon. Di bale na lang!" inis na sagot niya.

"Uyy, sayang din 'yon... may cake at ice cream doon!" pilit na pangumbinsi ni Dang.

"Eeeeewww, di bale na lang, Ate. Di ko talagang type sumama. Ikaw na lang!"

"Sige na, bunsoy... para naman may kasama ako."

"AYAW KO SABI! Ang kulit-kulit mo, Ate!"

"Tsk! Birthday pa naman ni Anne at sabi isama daw kita."

15

The First Time

Nang marinig ni Dino ang pangalan ni Anne, parang biglang nakuryente ang katawan nito. Bigla itong napatayo.

"O, bakit ka napatayo?" nagulat na nasabi ni Dang.

"Hah? A, e... kasi... napanood ko na pala itong palabas," dahilan ni Dino. "N-Nakakainis... wala nang ibang magandang palabas. Paano ba ito? Nakakatamad, wala na akong alam na ibang magawa..."

"Wala ka namang palang gagawin, e di sumama ka na lang sa akin," pamimilit ng kapatid.

Kahit siguro harangan pa ng sibat ay hindi mapipigilan si Dino, pero para hindi mahalata, medyo nag-pabebe pa ito ng konti, "Mmmm...huwag na lang, Ate. Tatamarin lang ako doon. Wala rin naman ak..."

"A, e... ganon ba? O, sige... kung talagang ayaw mo, e di hindi na kita pipilitin..."

"A..a...a... ano... sige na nga, sige na nga... sasama na ako!" mabilis na bwelta ni Dino, "b-baka naman magtampo ka na sa akin. Sabihin mo pa... hindi kita sinasamahan!"

Kahit nagtataka sa biglang pagbabago ng isip ng kapatid, natuwa na rin si Dang, "Talaga! Wow, ang sweet-sweet naman ni kapatid. O, sige na... bilisan mo at magbihis ka na!"

Makalipas ang ilang minuto ay nakahanda na si Dang.

"Dino, halika na… aalis na tayo," hiyaw ni Dang, "nagbihis ka ba ng medyo maayos-ayos? Nakakahiya sa mga ibang tao doon. Birthday party 'yon… mag-sapatos ka… yung isuot… mo…"

Hindi na nakuhang tapusin pa ni Dang ang sasabihin ng makitang lumabas ang kapatid. Gulat na nakitang suot nito ang bagong polo, naka-leather shoes at naka-pantalon! "Ngek! Anong nakain nitong kapatid ko at naka dress-to-kill? Akala mo a-attend ng engrandeng kasalan! Sabi ko, birthday party lang, a? Nasapian ba 'to?" nagtatakang nasabi nito sa sarili.

Dahil nag-aalangan at baka magtampo ang kapatid, kunwari dedma na lang ito, "Haler… kapatid… I-Ikaw ba 'yan? Earth calling Dino, is ev…?"

Hindi na rin pinatapos ni Dino ang sinasabi ng kapatid, "Ahhh… O-Okay ba itong suot ko? M-Madumi na kasi yung ibang mga damit ko… ito na lang ang medyo okay. Pati rubber shoes ko nga… puro putik din… kalalaro ko ng agawang base… k-kaya nag-leather shoes na lang ako," dahilan nito. Alam ni Dino ang tinutumbok ni Ate Dang. Karaniwan kasi na may pupuntahang party o handaan, kahit ano na lang ang isinusuot niya. Minsan nga ay naka-shorts at tsinelas lang siya kaya madalas itong napapagalitan.

Hindi sumagot si Dang, pero makikita mo sa mata nito ang pagtataka. Nakita ni Dino na lumipat ang tingin nito sa pantalong suot niya.

"Naku, itong pantalong ito," kunwaring naiinis na binanggit, "ayoko ko ngang isuot… napilitan lang ako. Pinagalitan kasi ako ni Mom… baka raw mapag-liitan ko na… hindi ko man lang daw nagamit ng husto. S-Sayang daw… mahal pa man din daw ang bili nila dito ni Dad. K-Kaya isinuot ko na... para hindi na magalit si Mom."

"Ganoon ba?" sagot ni Dang pero halatang hindi pa rin ito kumbinsido.

"A-Ano, Ate... tutuloy pa ba tayo?" kunwaring naiinip na tanong ni Dino. Ayaw niyang mabuking ang tunay na dahilan kung bakit bongga ang suot niya. "P-Parang tinatamad na yata akong umalis," dagdag pa nito.

Napukaw sa pagmumuni-muni si Dang at nakalimutan ang pagdududa, "Hah! A, Oo nga pala... baka mahuli na tayo. Tara na nga... alis na tayo!"

Excited si Dino pero kinakabahan din. Excited, dahil makikita na naman niya muli si Anne, pero kinakabahan dahil baka hindi na siya mapansin nito.

Marami ng tao kina Anne nang dumating ang magkapatid. Lalong na-discourage si Dino na baka nga tuluyan na siyang hindi mapansin ni Anne o hindi man lang intindihin. Sino nga ba siya para pansinin.

"Anne, Anne!" tawag ni Dang ng makita ang kaibigan. Dagli naman itong lumapit sa kanila.

Dumagundong na naman ang tibok ng puso ni Dino. Nahirapan na naman siyang huminga. Lalong gumanda sa paningin niya ang dalaga. Naka pink na slacks, puting polo-shirt at naka simpleng ayos lang pero, para kay Dino, nangingibabaw ang kagandahan nito sa lahat. Tingin niya dito ay isa itong anghel na bumaba sa lupa. Nai-imagine pa nga niyang may liwanag na nagniningning sa likuran nito habang napapalibutan ng mapuputing ulap.

"Happy Birthday, Anne!" bati ni Dang.

Tuwang-tuwang babati na rin sana si Dino ng biglang may mga bisitang naglapitan upang bumati din kay Anne.

"Hello, Birthday Girl!"

"Wow! Ang ganda-ganda naman ng celebrant!"

"Oo nga, B-L-O-O-M-I-N-G to the max!

Dahil maliit, madaling nagitgit at napasa-isantabi si Dino hanggang sa tuluyan ng natakpan ng mga nagkumpulang bisita.

"O, picture, picture!" hiyaw ng isa.

Mabilis namang nagkulumpungan ang mga bisita kasama si Dang at Anne at nag-pose habang nagkakatuwaang magkuhanan ng litrato.

Maiyak-iyak si Dino dahil hindi man lang siya nakabati o nakalapit man lang kay Anne. At ngayon nga, nakikita niyang hila-hila na ito ng mga kaibigan papalayo. Kahit ang Ate Dang niya ay nalimutan na rin siya.

"(Sniff!) Ni hindi... ni hindi man lang niya ako napansin (Sniff!)," hihikbi-hikbing nasabi ni Dino sa sarili. "Sabagay... bakit pa nga ba? Nakakatuwaan lang naman niya ako tuwing pupunta siya sa amin... (Sniff!) Naawa lang siguro sa akin 'yun! Pero, ngayon... bakit kailangang pansinin pa niya ako? (Sniff!)"

Sa sobrang lungkot, nagbalak siyang umuwing mag-isa kahit hindi niya alam ang direks'yon. Bahala na lang, naisip nito. Akmang paalis na siya ng marinig niya ang hiyaw ni Anne.

"ABA! NAANDITO PALA ANG LAB KO, BAKIT HINDI MO SINASABI, DANG?!!!"

Hindi pa naintindihan ni Dino ang tinutukoy ni Anne. Napatingin siya sa dalaga habang nag tatakbong papalapit sa kanya. Akala niya ay may sasalubungin itong bisita. Lumingon siya para hanapin ito pero wala naman siyang nakita. Laking gulat niya ng yapusin siya at paghahalikan sa mukha ni Anne.

"Bakit hindi ka kumikibo, e naand'yan ka lang pala! Akala ko iindyanin mo pa ang birthday ko!" masayang ginulo-gulo pa ni Anne ang buhok ni Dino.

"Naku, ayaw pa ngang sumama n'yan, "singhal ni Dang, "kung hindi pa replay yung pinanonood na cartoons, hindi pa sasama!"

"Hmmp! Totoo ba 'yon? Ipagpapalit mo lang ako sa cartoons? Hi! Hi! Hi! Hindi totoo 'yon... diba? Hi! Hi! Hi!"

"Wow, ang pogi ng boyfriend mo, Anne! Kaya lang para yatang ang bulinggit pa," biro ng isa.

"Hi! Hi! Hi! Ibang klase ka rin, Anne... ang dami-daming nanliligaw sa iyo... yung bubwit pa yung nagustuhan mo!"

"Ha! Ha! Ha! baka mademanda ka ng... corruption of minor!"

"Hi! Hi! Hi! Inggit lang kayo!" balik ni Anne, "palibhasa... wala kayong boyfriend na kasing pogi at cute niya! For your information, ON na kami at ako ang kanyang "pers lab"... kahit itanong n'yo pa kay... A-t-e D-a-n-g! Diba... sister-in-law to be? Hi! Hi! Hi!"

"Ahiiii! Sister-in law... hoy, tigilan mo 'yan, ha... nangangalisag ang balahibo ko marinig lang 'yang sinasabi mo! Hi! Hi! Hi! At tinawag pa akong Ate Dang... K-A-P-A-L-L-L! Naku, please lang, tigilan mo na nga 'yan... nakukulta na ang utak ng kapatid ko sa mga kalokohan mo! Hi! Hi! Hi!"

"Hi! Hi! Hi! Si Ate naman... napaka-sungit! Mabuti naman at hindi nagmana sa iyo itong boyfriend ko!"

"Ha! Ha! Ha! Baka nga hindi magkapatid 'yang dalawa. Pogi kasi yung kapatid... si Dang hindi!" pang-asar ng isa."

"TSE! Mga pasaway kayo!" b'welta ni Dang.

"Ayaw niyang payagan yung kapatid hanggang walang suhol galing kay Anne. Hi! Hi! Hi!"

"Naku, Anne, Hi! Hi! Hi! Paano kapag nag-date kayo... e di kakargahin mo 'yan!"

"Hi! Hi! Hi! Dapat may dala kang gatas at tsupon."

Natigil ang katuwaan ng lahat ng tumawag ang Mommy ni Anne mula sa loob.

"Anne, pasok na kayo dito at nang makakain na ang mga bisita mo!"

"Ay, tara na, tara na... let's eat na, people! Nagagalit na si Mom!," sagot ni Anne.

"Let's go... gutom na ako!"

"Oo nga, Oo nga!"

Sinamahan ni Anne ang mga bisita sa pagpunta sa hapag-kainan. Pinaupo ni Dang si Dino, "Kapatid, ako na lang ang kukuha ng pagkain natin. Wait mo na lang ako dito. Okay?"

"Sige lang, Ate."

Mula sa kinauupuan, pasimpleng pinagmamasdan ni Dino si Anne.

"Haaay, ang ganda-ganda talaga ni Anne. Maganda na, ang bait pa... kita mo 'yon, asikaso niya lahat ang bisita. Lagi pang nakangiti at palabiro. Hindi maarte magkikilos, natural lang."

Napukaw ang pagmumuni-muni nito nang bumalik na si Dang.

"O, kapatid, eto na ang pagkain mo. Ikinuha na rin kita ng softdrinks."

"Salamat, Ate!"

"Okay ka lang ba dito? Makiki-chika lang ako doon sa loob... naandoon kasi yung mga classmates namin. Pwede ba?"

"Oo naman, Ate. Sige lang... okay lang ako dito. May pagkain na naman ako."

"Sige, babalik agad ako pagkatapos."

Habang kumakain, napansin ni Dino na may mga umaali-aligid na mga lalake kay Anne at may kanya-kanyang bitbit na regalo.

"Hmmp!" inis na nasabi nito, "daig ako nung mga... nung mga unggoy na 'yon... w-wala man lang akong dalang gift. N-Nanliligaw kaya ang mga 'yon kay, Anne?" malungkot na naisip nito.

May parang tumusok sa puso ni Dino, "Hmmp! Hintayin n'yo lang pag lumaki na ako... dadaigin ko kayo!"

Dahil nag-aalburoto ang kalooban, itinutok na lang niya ang atensiyon sa nakaharap na pagkain. "(Sniff!) Akala n'yo... pag-laki ko mas guwapo ako sa inyo... mas dadaigin ko kayo... mas lalamangan ko kayo..." paulit-ulit na sinasabi nito sa sarili.

Nagulat na lang siya ng biglang yumakap si Anne sa likod niya.

"Uyyy, bakit yata nag-iisa ang Lab ko? Saka, parang malungkot ka... hindi ka ba nag-e-enjoy sa party ko?" masayang bati nito.

"H-Ha? Hindi... okay lang ako dito. Dinalhan naman ako ng pagkain ni Ate Dang," sagot ni Dino. "H-Happy Birthday nga pala, Anne! Hindi pa pala kita nababati."

"Thank you! Tuwa naman ako at... hindi mo ako ipinagpalit sa cartoons! Kung hindi, talagang magtatampo ako sa iyo!" kunwaring pagmamaktol nito.

Hindi nakasagot si Dino dahil biglang sumulpot na naman ang mga lalaking umaali-aligid kay Anne kanina.

"Anne, tara sa loob... doon tayo mag-kwentuhan!"

"Oo nga naman, Anne."

"Bayaan mo na si little boy. Kumakain naman na... padalhan mo na lang ng ice-cream mam'ya... okay na 'yan!"

Hindi lang nila napansin, pero... if looks could kill, malamang tigok na yung tatlo sa talim ng tingin ni Dino sa kanila.

"Hi! Hi! Hi! Kayo talaga, guys! Sige na, you go ahead na... susunod na ako sa inyo!" sagot ni Anne.

Nang makaalis ang mga lalake ay hinarap muli ni Anne si Dino, "O, Lab, iiwan muna kita, ha? Pupuntahan ko muna yung mga bisita ko at baka naman magtampo na sa akin ang mga 'yon. Babalikan na lang kita mamaya."

Malungkot na naiwan si Dino. Maya-maya ay may naisip ito at nagliwanag ang mukha. Nakita nito ang Mommy ni Anne at nilapitan ito.

"P-pwede po bang makahingi ng papel at lapis? May gagawin lang po ako."

Kahit nagulat at nagtaka, pumayag naman si Mommy, "Ganon ba? O, sige... wait ka lang dito, iho... kukuha ako sa loob ng mga hinihingi mo."

Hindi nagtagal ay bumalik ito at iniabot kay Dino ang mga hiningi.

"Naku, thank you po, thank you po!"

Pumuwesto si Dino sa isang table na bakante at maya-maya pa ay bising-bisi na ito.

16
Now You See Me, Now You Don't

Patuloy ang kasayahan sa birthday ni Anne. *"HAPPY BIRTHDAY, HAPPY BIRTHDAY, HAPPY BIRTHDAY TO YOU! HOW OLD ARE YOU!"*

Makatapos ang kanta ay nag-blow ng candles sa cake niya si Anne.

"Yeheeyyy!"

"Wish! Wish! Wish!

"O, picture, picture!"

Sinimulan ni Anne hiwain ang cake at isa-isang ipinamahagi.

"O, kumuha na lang kayo ng ice-cream. Matatanda na kayo! Hi! Hi! Hi!

Masayang nagkakainan ang lahat ng mamataan ni Anne si Dang na masayang nakikipagkwentuhan sa mga classmates nila. Lumapit ito para makisali sa usapan.

"... naalala n'yo ba yung prof natin na manyakis! Ngiiiii, naiisip ko pa lang yung mga ginagawa niyang pananantsing... nangangalisag na ang balahibo ko!"

"Oo nga, kadiri!"

"What about yung one time na dala-dala nung prof yung anak niyang bata? Ginawa pa tayong baby-sitter! Hi! Hi! Hi!"

"Ha! Ha! Ha!"

Biglang may naalala si Anne, "Oo nga pala... si Dino! Nalimutan ko nang balikan s'ya! Dang... Dang! Nasaan na si Dino?"

"Ayy, naku! Oo nga pala... nalimutan ko na si kapatid. Naku, baka nagtampo na 'yon sa akin!"

Magkasamang binalikan nila si Dino.

PERO, WALA NA SI DINO!!!

"Dino? Dino?" ninerbiyos na tawag ni Dang.

"Naku, saan kaya nagpunta 'yon? H-Hindi naman siguro aalis 'yon ng walang paalam, diba, Dang?"

"Hah? Oo... Oo! Hindi naman marunong umuwi 'yon ng mag-isa. Naku, nasaan na kaya 'yon?"

"Kasi nalimutan na natin siya. Baka nagtampo... tapos umalis. Baka kung saan na napunta 'yon," wika ni Anne.

"Kasalanan ko 'to... kasalanan ko 'to!" hinagpis ni Dang na parang iiyak na.

Akmang tatakbo na sa labas ang dalawa ng may tumawag sa kanila.

"Ate Dang, Ate Dang, naandito lang ako!"

Mula sa may loob ng bahay ay lumabas si Dino. Parehong tinakbo ng dalawa ito at niyapos sa tuwa.

"Kapatid, saan ka nagpunta? Pinakaba mo naman ako!"

"Oo nga, Dino, saan ka nagpunta? Akala namin may dumukot na sa iyo!" dagdag ni Anne.

"Ah... a... ano... nag-gala-gala lang ako sa paligid. Nainip na kasi ako," paliwanag ni Dino.

"Naku, pasens'ya ka na, Dino, nalimutan na rin kita," dispensa ni Anne, "ang dami ko kasing bisitang inasikaso... nalimutan ko na yung Lab ko. Sori na, ha?"

"Oo nga, kapatid, pasens'ya ka na at nalibang ako sa pakikipag-chikahan sa mga classmates namin. Sori na, huwag ka ng magagalit. Di na mauulit iyon."

"Okay lang, Ate Dang... Anne. Hindi naman ako galit. Natuwa lang akong mag-ikot-ikot sa paligid," sagot ni Dino.

"Salamat naman. O ano, gusto mo na bang umuwi?" tanong ni Dang.

"Oo, Ate. Medyo inaantok na rin ako."

"Naku, ang Lab ko inaantok na! Sige na, Dang, umuwi na kayo para maka-beauty sleep na si Lab ko. Hi! Hi! Hi!"

Matapos magpaalam sa mga kasambahay ni Anne at sa mga classmates at tumuloy na ng uwi sina Dang. Bago umalis ay inihatid muna sila ni Anne.

Umupo ito sa harap ni Dino at kinausap, "O, diretso tulog, Lab, ha! Para mabilis kang lumaki at nang hindi ko na kailangang umupo kapag kausap ka. Hi! Hi! Hi!" Pagkatapos ay niyapos nito si Dino at hinalikan sa magkabilang pisngi, "O, ayan... para sweet dreams! Babay!!!"

"Naku, ikaw talaga, Anne... ayaw mong tantanan itong kapatid ko. Mam'ya n'yan, totoong ma-in-love sa iyo 'tong kapatid ko... lagot ka sa akin! Hi! Hi! Hi!"

"Aba, e di lalong maganda... diba... sistah-in-law? Hi! Hi! Hi!"

"Baliw ka talaga. Naku, bahala ka na nga d'yan! Sige na uuwi na kami. Balikan mo na yung mga bisita mo," sabay bulong kay Anne, "pati na yung mga suitors mo, Hi! Hi! Hi! At baka magtampo na ang mga 'yon."

"Luka-luka!" ganti naman ni Anne.

"O, sige na, sige na... babush na. Mag-babay ka na, Dino... sa girlfriend mong hilaw! Hi! Hi! Hi!"

"Babay... Lab!"

Sabay natawa at nag-high-five si Anne at Dang ng marinig ang binanggit ni Dino.

Ahhhaha! Hi! Hi! Hi!

"Hi! Hi! Hi! Sige na, Anne... aalis na kami at mukhang kailangan nang ipatawas 'tong kapatid ko. Nagdidiliryo na yata... hindi na alam ang pinagsasasabi. Babay na!"

"Babay, Dang... babay, Lab! Ingat kayo!" sabi ni Anne habang kinakawayan ang magkapatid.

* * * * * * * * * *

Pagod na pagod si Anne ng pumasok sa kwarto niya. Bandang alas-dose na natapos ang party at naglinis pa sila ni Mommy. Hihiga na sana ito sa kama ng may mapansin siyang papel na nakalagay sa table niya. Na-curious ito at nilapitan ang papel.

Napangiti si Anne ng makita ang nakalagay sa papel.

Isang drawing!

Drawing ng mukha niya. Bagama't halatang amature lang ang pagkakadrawing, hindi *maipagkakailang kahawig ni Anne ang nakaguhit sa papel.*

Napakunot ang kilay nito, "Huh... sino kaya ang nag-drawing nito?"

Napangiti si Anne nang nakita ang nakasulat sa bandang ilalim ng drawing.

Anne Hapi Bertdey,

Sana magustuhan mo itong drowing ko.

Lab, Dino

(((((((((O)))))))))

17

Bakit Kasi Nauna Ka?

Pasimpleng tinanong ni Allen kung bakit tuwang-tuwa si Anne sa batang Dino pero tumanggi na siyang magsalita pa. Walang nagawa si Allen dahil baka magtaka pa kung bakit masyado siyang interesado.

"Okay, okay... if you really don't want to tell. Hmmm... anyway, just a crazy thought... what if... what if lang, ha? What if... you meet this little boy again, all grown up, a real handsome hunk... and it turns out, childhood crush ka pala niya... and he still has this thing going for you? Ha! Ha! Ha! Nakakatawang isipin, diba? Pero, anong magiging reaksyon mo?"

"Hi! Hi! Hi! Nakakatawa nga, Sir... pero malabong mangyari 'yon, Sir... and if ever, ayoko."

"Bakit naman?"

"Naku, Sir... ang tanda-tanda ko na... saka yung age difference namin almost 10 years. I'm not selling myself short, pero realistic lang ako. Bakit naman s'ya mag-titiyaga sa akin, when there's plenty of ladies around -- both young and beautiful. Hindi katulad ko na... matanda na. Sabi ko nga sa inyo, Sir... sa gwapo niyang 'yon... I'm sure, baka nagbibilang yun ng mga chicks na conquest niya."

"P-Pero kung crush ka niya..."

"Isa pa yan, Sir... that's enough reason kung bakit ayaw ko. If ever na may crush nga siya sa akin noon... it's just a crush. Translated... that's just infatuation, pupply love… haaaay, naku, kung papatulan ko siya, para akong cradle snatcher… Hi! Hi! Hi! Diba nakakahiya. Tapos later on, kapag nagising na 'yun sa katotohanan na nagkamali siya… forever siyang magkakaroon ng regrets. Ay, ayoko n'on, Sir… not at this stage of my life. Kaya kung may romantic thoughts siya katulad ng sinasabi n'yo, Sir… sesemplangin ko na agad siya. Ilusyon lang niya yun, Sir at alam kong magsisisi lang siya pagdating ng panahon.."

Malungkot na napatango si Allen.

* * * * * * * * * *

"I've been thinking, Bro… bakit hindi ka man lang na-recognize ni Miss ache-ache… ay naku, pwede ba… Anne na lang? Nabubulol na ako sa kababanggit ng miss, miss etcetera, etcetera!"

"Ha! Ha! Ha! Okay lang, Bro. Kahit ako, naiilang din. I think it's time to be more casual. I'll talk to her about it later. Anyway, ano nga pala yung tinatanong mo, Greg?"

"What I'm trying to say, e… bakit hindi man lang na-recognize ni Anne yung pangalan mo -- right from the start? Kung naging close siya sa family n'yo why didn't your name ring a bell to her?"

"Kasi yung name na ginagamit ko ngayon na, Allen Locsin… it's not what I've been using noong bata pa ako," paliwanag ni Allen.

"Huh, ano… come again? Medyo malabo yata… nalilito ako."

Bro, my full name is Allen Dino Locsin Manansala -- Locsin being my middle name. Noong bata pa ako, ang ginagamit ko ay Dino... Dino Manansala. Si Ate Dang naman ay Criselda Manansala."

"Okay, okay! I get it, you are using the name Dino Manansala back then... e, bakit naging Allen ka ngayon?"

He! He!... Earlier on kasi during my elementary days, I was really using the name Allen. Kaya lang... lagi akong tampulan ng biro ng teacher at classmates ko noon. Yung sulat ko kasi, parang kinalaykay ng manok... kaya kapag binasa nila ang pangalan ko... ALIEN. So... 'Dino' na lang ang ginamit ko sa pagsusulat, para hindi na ako gawing pala-biruan. Ha! Ha! Ha! Anyway, yun din naman ang tawag sa akin sa bahay at ng mga kaibigan ko... so walang problema."

"Yun na nga, gets ko na yung part na 'yun. Ang tanong ko... bakit ginamit mo pa ulit itong pangalang Allen? Nahihilo na ako, sa totoo lang."

Biglang lumungkot ang mukha ni Allen nang sumagot, "Bago pa ako mag-graduate ng elementary, pilit ko nang unti-unting burahin sa memorya ko ang pangalang Dino."

"Huh? Bakit?" tanong ni Gregory.

(((((((O)))))))

Recognition day nila Dino at tatanggap siya ng award bilang 'Best in Art', maliban pa sa kabilang siya sa top five sa klase. Pupunta at manonood ng award ceremony si Mommy, Daddy at Ate Dang.

Si Mommy at Daddy ang magsasabit sa kanya ng medalya pati na ang certificate niya bilang kasama sa top five ng klase. Nang pumanhik na sila sa stage ay hinanap niya si Ate Dang. Laking gulat ni Dino ng makita nitong kasama ng kapatid niya si Anne. Halos magtumalon ang puso nito sa galak. Proud na proud siya na naandoon ni Anne pagkuha niya ng award.

"Yehheeeyyy! Naandito si Anne, naandito si Anne! Sobrang saya ko, Yes! Yes! Yes!" tuwang-tuwang nasabi ni Dino sa sarili. "Yipeeee! Kitang-kita niya ngayon na nag-aaral ako ng husto tulad ng promise ko sa kanya."

Inip na inip si Dino na matapos na ang programa. Kung anu-ano ang naglalaro sa isip nito.

"Wow! Talagang lab ako ni Anne kasi nagpunta siya para panoorin ako. Naku, baka may regalo 'yon sa akin. Ahhiii... sigurado 'yon! Sigurado kong may regalo sa akin 'yon. Excited na ako, excited na ako!"

Nangingiti ito habang iniisip ang gagawing reaksyon kapag kaharap na ang dalaga.

"(Giggle!) Dapat cool lang ako. Yung tipong relax lang... hindi yung halatang excited na excited ako. Mmmmmm, i-hug kaya ako ni Anne? Weeee... saka sana may kiss din!"

Pagkatapos ng program ay masayang naglapitan sina Mommy at Daddy at niyakap si Dino.

"Wow, proud naman kami sa iyo... Top 5 na... Best in Art pa! Anong gusto mong premyo?" tanong ni Mommy.

"Ha! Ha! Ha! Kahit ano po, Mommy."

"O, sige bahala na kami ni Dad mo. E, ngayon... saan mo gustong kumain para mag-celebrate tayo?

"Kahit saan po," sagot ni Dino habang ang atensyon nito ay nakatuon sa paglapit ni Ate Dang kasama si Anne.

Patakbo siyang nilapitan ni Ate Dang saka niyapos ng mahigpit.

"Naku, si bunsoy... ang galing-galing naman! Proud na proud kami sa iyo" bati nito.

"Syempre naman, Ate Dang... saan pa ba ako magmamana, e di kay Mommy, Daddy... at saka sa iyo na rin!"

"Hi! Hi! Hi! Akala ko hindi mo ako isasama... susuntukin kita! Hi! Hi! Hi! Biro lang, biro lang!"

"Congratulations, Lab!"

Excited na tumingin si Dino kay Anne nang marinig ang pagbati nito. Kunwari ay nagulat pa ito pero halos mapunit ang bibig nito sa pagkakangiti.

"Anne, naand'yan ka pala," masayang bati nito. Dudugtungan pa sana niya ito pero natigilan ng makitang MAY KASAMANG LALAKI SI ANNE. Gustong isipin ni Dino na hindi ito kasama pero nakita niyang magka-holding hands ang dalawa.

"Congratulations, Lab! Wow, ang galing-galing naman mo naman!" muling bati ni Anne. Hindi nito napansin na biglang lumungkot si Dino.

Tulala si Dino, hindi na nakuha pang magsalita. Nanatiling nakangiti pa rin pero mababakas mo sa buong mukha nito ang pagkalito at pagkagulat.

Nagpalipat-lipat ang mata nito kay Anne at sa kasama.

Napansin iyon ni Anne at ipinakilala ang kasama, "Hi! Hi! Hi! Lab, si Roger... BOYFRIEND KO."

18

Bakit Kasi Nahuli Ka?

Pakiramdam ni Dino ay parang pinagbagsakan **siya ng langit at lupa.** *Animo biglang dumilim ang paligid niya.*

"Hi, Dino... kamusta ka?" bati ng lalaking kasama ni Anne, "Lagi kang ikinukwento ni Anne sa akin. Tuwang-tuwa kasi siya sa iyo. Congrats!"

May sinasabi pa si Ate Dang pero wala nang narinig si Dino. Nangilid ang luha nito at hindi napigilan ang sariling magsalita.

"Akala ko ba, Anne... ako lang ang Lab mo? Diba sabi mo... Pers Lab mo ako? Bakit ngayon, may boyfriend ka... diba promise mo hihintayin mo ako... na ako lang ang magiging boyfriend mo? Sinungaling ka, galit na ako sa iyo. AYOKO NA KITANG MAKITA... AYOKO NA!!!!"

Pagkasabi noon ay tumakbo si Dino papalabas ng school. Nalilitong humabol sina Mommy at Daddy kasunod si Ate Dang.

* * * * * * * * *

"Kapatid," masuyong kausap ni Dang kay Dino, "okay ka na ba?"

Dahil sa pangyayari, hindi na kumain sa labas ang pamilya at sa halip ay umuwi na lamang. Pinili ni Anne na hindi na sumama. Habang daan ay walang imikan ang lahat.

Pagkadating sa bahay ay agad na pumasok sa kwarto niya si Dino. Dito na siya sinundan at kinausap ni Ate Dang.

"(Sniff!) (Sniff!) Okay lang ako, Ate... iwanan mo na ako," hihikbi-hikbing sagot ni Dino.

"Huy, bunsoy... ano ka ba, hindi ba biru-biruan lang yung sa inyo ni Anne? Lokohan lang 'yon, diba?"

"(Sniff!) Oo... alam ko."

"O, e bakit ka nagkakaganyan? Kita mo namang dalaga na si Anne at ikaw ay bubwit pa lang. Hindi pwedeng maging kayo. Parang little brother lang ang turing sa iyo ni Anne."

"Hu! Hu! Hu! Biruan lang ba lahat 'yon? Oo nga, oo nga... biro nga lang pala ni Anne 'yun sa akin. Pero, bakit ganoon... bakit ang sakit-sakit ng nararamdaman ko?"

Ginulo-gulo ni Dang ang buhok ng kapatid saka niyapos, "Syempre masakit kasi... ang akala mo, love mo si Anne. Pero... puppy love lang 'yan kapatid... crush lang! Bukas-makalawa makakalimutan mo na rin 'yan. Hi! Hi! Hi!"

"(Sniff!) Totoo, Ate... totoo ba yang mga sinasabi mo?"

"Oo, kapatid... promise. Maniwala ka sa akin. Saka, haler(!)... ang tanda-tanda na ni Anne para sa iyo. Paglaki mo... gurang na 'yon... puro pilegis at kulu-kulubot na ang mukha... malamang matakot ka lang!"

Natawa ng kaunti si Dino.

"O, kita mo... ngayon pa lang nakakatawa ka na. Ibig sabihin noon, saglit lang, makakalimutan mo na si Anne. Saka, hello(!) sa pogi mong 'yan, kapatid...

sigurado ko, paglaki mo... sangkatutak na chicks ang mag-a-apply sa harapan mo para maging girlfriend."

"(Sniff!) Talaga, Ate? Totoong marami magkakagusto sa akin... mas magaganda at mabait pa... kaysa kay Anne?"

"Believe me, kapatid, totoong-totoo... maraming chicks ang iiyak sa iyo. Kaya ngayon pa lang, kalimutan mo na yang si Anne kasi maraming chicks ang naghihintay sa iyo."

"Hu! Hu! Hu! Kakalimutan ko na talaga si Anne. Ayoko na sa kanya, salbahe siya... niloko lang niya ako! Ayoko na rin ng pangalang Dino -- naaalala ko lang si... ah, basta ayoko na... hindi ko na gagamitin ito," nasabi ni Dino habang mahigpit na yumakap sa kapatid niya.

* * * * * * * * * *

Hindi alam ni Dino pero nabagabag din ang loob ni Anne sa nangyari. Nagsisisi ito kung bakit isinama pa niya ang boyfriend.

"Hon, o saan mo gusto na lang kumain? Tayo na lang ang gumala, tapos manood tayo ng sine," yaya sa kanya ni Roger.

"Hah? Ano... h'wag na lang. Umuwi na lang tayo," sagot ni Anne.

"Ummm, bakit naman? Huwag mong sabihing affected ka dun sa ginawa nung batang 'yun? Ha! Ha! Ha!"

Nag-init ang ulo ni Anne sa tinuring ng boyfriend. Gusto niyang sabihin dito na hindi basta-bastang bata si Dino para sa kanya. Pero nagpigil na lang ito.

"H-Hindi. Ano... masama lang talaga ang pakiramdam ko. Iuwi mo na lang ako... pwede?" pakiusap ni Anne.

"Sige. Akala ko lang kasi e, sineseryoso mo yung pagdaramdam nung bata. Ha! Ha! Ha! Imagine, sobrang pagka-crush sa iyo... akala hihintayin mo siya? Ha! Ha! Ha! Nakakatawa ano?"

"Hi! Hi! Hi! Oo nga," masaya ring sagot ni Anne pero sa totoo, kabaliktaran nito ang nararamdaman niya.

((((((((O))))))))

"**Allen Dino Locsin Manansala** is your full name... Hmmp! Even I didn't know that. Okay, I can understand that... pero, why use your middle name Locsin?"

"Noong kasing high school and later on in college, madalas akong sumasali sa mga art competition. Ang ginagamit kong pseudonym o pen name ay... Allen Locsin. You know naman na ang apelyidong 'Manansala', is associated with the renowned national artist Vicente Manansala. I didn't want people to think I'm using it to my advantage. To make the long story short, Allen Locsin ang ginamit ko. Well, it so happens na... the name Allen Locsin brought me my fair share of success and recognition, so it somehow stuck. Nang nagsimula akong magtrabaho at mag-freelance, ito na ang ginagamit ko... parang naging lucky charm ko na rin. Eventually, pati mga legal documents na pinipirmahan ko, ito na rin ang ginagamit ko."

"Ahhhh, so that explains it," pagtatapos ni Gregory. Okay, back to your story. Nasaan na ba tayo? Yes, yes... after malaman mong may boyfriend na si Anne... totally inisnob mo na siya?"

"Sort of. Hindi na ako lumalapit sa kanya or pinapansin siya. Tuwing pupunta siya sa bahay… nagkukulong na lang ako sa kwarto. Kapag tinatawag ako ni Ate Dang, gumagawa ako ng dahilan para hindi lumapit."

"Ha! Ha! Ha! Ganoon? Grabe pala magtampo si little boy Dino… epic! E, paano si Anne? Wala na ba siyang ginawa para magkabati kayo or something? Ganoon na lang… just like that?" tanong ni Gregory.

"Ummmm…well, nagri-reach out siya… madalas sinasabi ni Ate Dang na kinakamusta daw ako… hello daw… mag-aral daw akong mabuti -- yung mga ganon. Pero, alam mo… parang pina-patronize lang niya ako. And who can blame her? Hindi naman niya akalain na sineseryoso ko yung biro niya."

"Pero, what… nakipag-bati ka ba ulit sa kanya?"

Umiling si Dino, "Not officially. Umiiwas na kasi ako sa kanya. Though hindi maiwasan na magkita kami, tuwing pupunta siya sa amin, hanggang hi and hello na lang ginagawa kong bati. Kapag nagta-try siyang makipag-kwntuhan sa akin, dinededma ko siya tapos mag e-excuse akong may gagawin o pupuntahan. Later on… siguro nagsawa na rin siya sa kasusuyo sa akin… hindi na rin siya lumalapit sa akin. Anyway, paminsan-minsan, may ibinibigay sa akin si Ate Dang na kendi o chocolate… bigay daw ni Anne para sa akin."

"Wow, ang sweet naman. O, tinatanggap mo naman?"

"Hindi. Lagi kong sinasabi kay Ate Dang na ayoko… na sa kanya na lang yung mga bigay sa akin."

"Ha! Ha! Ha! Grabe pala magtampong-purupot si Bossing. Aba, sayang yung mga bigay sa iyo! Ano, ibinabalik ba ni Dang o siya na lang ang kumakain?"

"Actually... Ha! Ha! Ha! Hindi naman. Kasi ginagawa ni Ate Dang, inilalagay sa fridge yung mga kendi at chocolate. Kapag wala sila... kinukupit at kinakain ko!"

"Ahahaha! Ayun at nagmalinis ka pa. Okay ka rin palang magtampo... chocolate lang, tapos na ang labanan! He! He! He! Kaya lang... hindi ba naman nakakahalata si Dang?"

"Noong una, nagtatanong kung saan napunta yung mga kendi. E, si ako naman... dedma lang... deny to death. Sasabihin ko na... malay ko... pake ko ba... baka kinain ng daga o ipis. Titingnan na lang ako ni Ate Dang ng tipong nagsasabi na, 'haler, sinong niloko mo?' Ha! Ha! Ha! Later on, hindi na nagtatanong si Ate Dang... ni hindi na niya inuungkat ang tungkol doon. Buking naman na ako 'yung kumakain... at pamalinis effect lang ako. Parang naging open secret na lang sa amin dalawa 'yon."

"Okay, okay Mr. Malinis kuno... the important question now is... since sinabi ni Anne na wala kayong chance na maging kayo... what is your next step... Mr. Allen Dino Locsin Manansala?"

"Hmmmp! I really don't know, Greg... bahala na. Ang tagal kong hinintay ang araw na ito at ngayong dumating na... hindi ko rin alam ang gagawin ko. Whatever happens... gusto kong makasigurado na... matutuldukan na ang chapter sa buhay kong ito.

19

Mission Possible:
Win Back, Anne

"**M**iss San Juan, can we just call you Anne? Greg and I both agreed, it would be better if we call each other on a first name basis. Nakakailang kasi yung tuwing tatawagin ka namin ng Miss San Juan. Frankly speaking, I'm against it. Most of the employees here, nasa first name basis ang tawagan namin. Mas komportable ako kung Anne na lang ang itatawag namin sa iyo. Okay lang ba?"

"Oo nga," sang-ayon naman ni Gregory, "sa totoo lang... nabubulol na ako katatawag sa iyo ng Miss etche, etche"

Hi! Hi! Hi!" natawa si Anne, "Sige lang, Sir. Kung doon kayo komportable. Okay lang po sa akin. Pero, how about you? Parang hindi naman po appropriate na tawagin ko lang kayo sa pangalan n'yo dito sa office."

"Well, I can see your point. Siguro in the office, for the sake of clients and protocols, you have to address me properly...pero kung tayo-tayo lang, Allen na lang -- just like what Greg and the others are doing."

"Opo, Sir... Hi! Hi! Hi! I mean, Allen Sir -- ooops! Sori po, sori po! Hi! Hi! Hi! naninibago lang po."

"Ummm, one last question, medyo personal ito pero, just for clarification... are you single, engaged, married, separated or whatever?" pasimpleng tanong ni Allen, kahit kakabog-kabog ang dibdib nito sa kaba.

Maging si Gregory din ay kinakabahang hinihintay ang magiging sagot.

Tick, tock... tick, tock... tick, tock. Wari ay naririnig ni Allen ang oras. Ilang segundo pa lang ang nakakaraan pero feeling nito napakatagal ng oras ang lumipas.

"Whatever, sir," sagot ni Anne.

"Huh?

"Hah!"

Natawa si Anne, "Hi! Hi! Hi! Biro lang, Sir. Ummm, single pa po ako."

Kapwa nakahinga ng maluwag si Allen at si Gregeory.

Nagpatuloy si Anne, "I hope you would leave it at that."

Agad naintindihan ni Allen ang gustong ipahiwatig ni Anne. Napatingin siya kay Gregory na mukhang may balak pang mang-usisa.

"Ahhh, Anne... bakit..."

Agad pinutol ni Allen ang sasabihin ni Gregory, "Uhumm, uhumm... Ha! Ha! Ha! Since we're into this protocols... just one more thing, can we dismiss of the "po" thing also? I feel so old when you call me like that."

"Oo nga pala, kung tutuusin nga e, mas matanda pa nga ako sa inyo. Sige, Sir, hindi ko na po... Hi! Hi! Hi! Hindi na, Allen."

"That's more like it!" sang-ayon ni Allen. Tumalikod ito at humarap kay Gregory, tiningnan ng masama bago nagtanong, "MAY ITINATANONG KA BA, GREG?"

"Hah, a e... wala... wala!"

* * * * * * * * * *

Likas na masipag si Anne. Muling napatunayan ito ni Allen. Sa maikling sandaling panahon ay mas naayos nito ang proseso ng trabaho sa opisina. Metikulosa ito at detalyado magtrabaho.

"Bossing, hindi ka nagkamali sa pag-hire kay Anne, sabi ni Gregory, "sobrang efficient at maayos ito sa trabaho. Aba, grabe sa pagka-metikulosa. I have to admit even though we've moved quite fine nung wala pa siya, she has improved a lot for us. Halos one month pa lang siya dito, pero halos lahat ng proseso at pasikot-sikot dito sa office na-streamline na niya."

"Sabi ko na sa iyo, Greg... Anne is not just another pretty face. Malas lang talaga at hindi siya nakatapos ng college. I mean, look at her now... mas efficient and knowledgeable pa kaysa sa mga ibang degree holder."

"Yes, Boss... she's just what we needed to right our ship. Tamang-tama ang dating niya... we are moving forward as a company and we needed somebody to take care of the ship... and she's the one!"

"Tama ka doon, Greg. Now we can really concentrate on our work. Anne's the one to take care of everything, including dealing with our clients. Whew, that's a big load of our back."

"Question now, Bossing. Now that she's here... ano na ang plano mo, with regards to your affairs of the heart... with her? Deal or no deal ba?"

"Ewan ko, Greg... ngayong nagiging integral part siya ng company... lalong hindi ko malaman ang gagawin ko."

"Huh? Anong ibig mong sabihin, Allen?"

"Natatakot kasi ako na kapag nalaman niya ang intensyon ko sa kanya, baka umalis siya. And I'm afraid of that. Not because she has become an indispensable part of our company... but because... natatakot ako... natatakot akong mawala muli siya sa buhay ko. Hindi ko alam kung kakayanin ko pa ulit iyon..."

* * * * * * * * * *

"Huh? S-Sir... ano po ito? nagulat na nasabi ni Anne nang may inilagay na mga pagkain si Allen sa mesa niya.

"Lunch mo. Aba, almost two-thirty na ng hapon, hindi ka pa tumitigil sa pagta-trabaho d'yan."

"Oo nga, Anne," segunda ni Gregory mula sa table niya, "simula pa lang kaninang umaga, subsob ka na d'yan sa ginagawa mo."

"Sir, naman... hindi naman kailangan 'to. Tinatapos ko lang itong accounts sa Goodwill Corporation and other companies na may receivables tayo. Hi! Hi! Hi! Para makasingil na tayo. May mga payments kasi tayong dapat ma-settle at ayokong magalaw yung emergency funds natin. Kakain din naman ako pagkatapos."

"Kaya nga dinalhan kita ng food... para working lunch, diba?"

"Bossing," tawag ni Gregory, "ako... wala bang pagkain din?"

"Hmmp! Ikaw pa! Hindi pa nga lunch e naadun ka na agad sa canteen. Tingnan mo nga, may ketchup pa yang bibig mo," sagot ni Allen.

"Hah... meron ba?" hiyang-hiyang nasabi ni Gregory habang pinupunasan ang bibig. "Ahiii... meron nga... nakakahiya!"

"O, sige na, Anne... kumain ka na muna. That job can wait."

"Naku, baka mamihasa ako ng ganyan... sige kayo... hahanap-hanapin ko ito. Hi! Hi! Hi!"

"Okay lang... mas okay sa akin yun," sagot ni Allen.

Halatang nagulat si Anne sa sagot, "N-Nagbibiro lang ako, Sir. Sobra na 'yon."

"But I'm serious... gusto mo subuan pa kita?"

Saglit na hindi nakaimik si Anne, inaarok ang tunay na damdamin ng kaharap. Kunwari'y pabirong sumagot ito, "Sir... nagbibiro kayo, ano? Hi! Hi! Hi! Pinagti-tripan n'yo ba ako...?"

Hindi kumibo si Allen at sa halip ay umupo ito sa may tabi ng table ni Anne at kinuha ang kutsara sa pagkain. Nilagyan ito ng kanin at ulam at inumang sa bibig ni Anne.

Hiyang-hiya si Anne, "Sir naman... para naman akong baby n'yan. Sige na, Sir, promise ko... kakain agad ako pagkatapos ko nito."

Pero hindi umalis sa pagkakapwesto si Allen. Nanatiling hawak ang kutsara na puno ng kanin at ulam.

Napatingin sa kanya si Anne. Pero wala pa ring katinag-tinag si Allen habang nakangiti.

Maging si Gregory ay na-tulala at mistulang naging istatwa sa panonood sa kanila. Bagama't nagulat siya sa nangyari, nakahanda na itong alaskahin si Allen kung mapapahiya.

Nagpalit-palit ang tingin ni Anne kay Allen at Gregory. Nagtatalo ang isip kung ano ang gagawin. Naiilang sa ginawa ni Allen pero ayaw naman niya itong mapahiya. Nagdesisyon itong isinubo ang pagkain dahil ayaw nitong mapahiya si Allen.

"Uhhhh... inggit naman ako" nasabi ni Gregory. Mahina lang ang pagkakasabi niya pero narinig din ito ni Anne.

Namula ang mukha ni Anne, "Thank you, Sir. O-Okay na, Sir... kakain na ako," pagkasabi ay kinuha ni Anne ang pagkain at sinimulang kumain.

Nanatili pa rin si Allen sa pagkakaupo.

"Sir?"

Hindi pa rin kumikibo si Allen habang patuloy sa pagkakatitig kay Anne.

"Sir... Sir?"

Hinawakan ni Allen ang kamay ni Anne at nagwika, "Please take care of yourself, Anne. You've been through a lot... already. Naandito na ako... I'll take care of you now."

Pagkasabi noon ay tumayo na si Allen at tahimik na umalis.

Bagama't nahihiwagaan sa ikinilos ng amo, hindi rin maitanggi ni Anne na naantig ang puso niya sa ginawa ni Allen. Bigla nitong naalala ang salitang binitawan nito.

"You've been through a lot... already. Naandito na ako... I'll take care of you now."

"A-Ano kaya ang ibig n'yang sabihing... 'you've been through a lot... already?' Alam ba niya ang mga pinagdaanan ko?"

20

Dino Comes First

"**Frankly speaking, Allen... Anne has a point.** Bakit ka naman magtitiyaga sa kanya, e ang dami namang ebubut na may gusto sa iyo. Aba, e... kung ganda rin lang ang pag-uusapan, mas marami yung mas maganda kaysa kay Anne. Not to mention na, they are all so young and hot, hot, hot! Ha! Ha! Ha!" tukso ni Gregory.

Nangiti lang si Allen pero hindi kumibo.

"Uhumm and she may be right, Bro," patuloy ni Gregory.

"Huh! What do you mean?"

"Na nabubuhay ka lang sa ilusyon mo... the illusion of your childhood days. You're confusing your infatuation to a true love," pagpapatuloy ni Gregory. "Truth is, it was such a... l-o-n-g, long time ago. Akala mo totoong love yung nararamdaman mo, when infact... infatuation lang 'yun. Hindi ibig sabihin noon... lab mo talaga itong si Miss Anne -- that's just it! It's a simple admiration or siguro sabihin na nating adulation -- pero it's NOT LOVE. Time to wake up, Bro... that's just a fantasy created by your infantile mind. Yeah, yeah... I have to admit she's beautiful... but, Bro, look around you... ang daming girls na willing to hook up with you. No questions asked, no morals... no problems -- ahhhh, what more can you asked for? So forget it my friend... she herself said, it's not possible. Give up this fantasy of yours, forget about the past... live it up today."

"So, sa palagay mo, yung nararamdaman ko kay Anne ay dahil... it's a fantasy created by my illussion? Is that what you are telling me?"

"Exactly, Bro... natumbok mo!"

"I don't know, Greg. Siguro tama ka... nung una na-infatuate ako kay Anne dahil maganda siya. Pero later on, that all changed. The more I came to know her, dun ko mas nakita na she have everything that I'm looking for in a woman. Mabait, mapagmahal, maalahanin at lahat lahat na. And Bro, iba 'yung pagtingin na naramdaman ko galing kay Anne... and how she cared for me... kahit na sabihing pang as a little brother only. Kung may matatawag kang pure love, 'yun na 'yon... and she gave it to me unconditionally."

((((((((O))))))))

"Knock, knock!"

"Si Anne!" nasambit ni Dino. Kahit masama ang pakiramdam, nakilala agad niya ang boses nito.

"Knock, knock! Tao po! Dang... hello?!!!"

Ayaw harapin ni Dino ang dalaga. Galit-galit pa rin ang dating niya dito at ayaw niyang siya ang magbukas ng pinto. Nagkataon pang masama ang pakiramdam niya at nahihilo. Pero naalala niya na wala si Ate Dang at mag-isa lang siya sa bahay. Alumpihit ito, hindi malaman ang gagawin. Sa huli ay napilitan siyang pagbuksan ang dalaga.

"Uy, si Lab ko ang nagbukas sa akin... kamusta ka na?" masayang bati ni Anne.

Hindi ito sinagot ni Dino sa halip ay pormal na sumagot, "W-Wala si Ate Dang. Kasama ni Mommy."

"Ay, wala pa sila? Sabi ni Dang mga ganitong oras naandito na sila. Anong oras na ba?"

Kahit alam ni Dino ang oras ay nagkaila ito, "Ewan ko... hindi ko alam... hindi pa ako marunong tumingin ng oras."

Napatingin kay Dino si Anne at nangiti, "Owws, talaga? Sabi ni Dang, very bright ka daw. Three years old ka pa lang daw, marunong ka nang magbasa ng oras."

Hindi nakakibo si Dino. Tiningnan ni Anne ang wall clock, "Aba, mag se-seven o'clock na pala ng gabi... wala pa sila. Bakit kaya?"

"Hindi ko alam," sagot ni Dino, "kung gusto mong hintayin sila, bahala ka. Papasok na ako sa kwarto ko."

Padabog na umalis si Dino, pero hindi pa siya nakakalayo ay muli na naman siyang nahilo. Napahawak siya sa mesa para hindi bumagsak.

"Dino, Dino! Bakit, anong nangyari... masama ba ng pakiramdam mo?" nag-aalalang hiyaw ni Anne.

Pilit nilalabanan ni Dino ang nararamdaman dahil ayaw niyang tulungan siya ni Anne. Pero talagang masamang-masama na ang pakiramdam niya. Pakiramdam niya ay nag-aapoy ang katawan niya sa init.

Hindi niya namalayan na kalapit na nito si Anne.

"Dino, namumutla ka," wika nito sabay hinawakan si Dino, "Naku, ang init-init ng katawan mo... mataas ang lagnat mo. Bakit hindi mo sinasabi sa akin?"

Magsasalita pa sana si Dino pero umikot na ang lahat sa paligid niya at nawalan siya ng malay.

Mabuti na lang at nahawakan siya ni Anne at hindi siya bumagsak. Kinarga siya nito at inihiga sa sofa.

"Teka, masama ito," nasabi ni Anne. Kumuha ito ng garter sa bag niya at ginawan ng tourniquet ang braso ni Dino. Hindi nagtagal ay inispeksiyon nito ang braso. May nagsulputang maliliit at mapupulang tuldok sa braso.

"Tsk! Sabi ko na, mukhang dengue ito."

Kinuha ni Anne ang cellphone at tinawagan si Dang.

"Hello, Anne. Naku pasens'ya ka na," agad na sagot ni Dang, "grabe ang traffic dito sa SLEX. Baka gabihin kami ng..."

Pinutol ni Anne ang sasabihin ni Dang, "Naandito ako sa inyo, Dang. May sakit si Dino... ang taas-taas ng lagnat. Mukhang na-dengue siya."

"Ano??!!" ninenerb'yos na sagot ni Dang. Bumaling ito kay Mommy, "Naku, Mom, may lagnat daw si Dino, ang taas-taas daw... baka raw na-dengue!"

Mula sa kabilang linya ay nadidinig ni Anne ang pag-aalala ng mag-ina. Pilit nitong kinausap si Dang.

"DANG, DANG!!! Relax lang, easy lang kayo. H'wag kayong mag-panic at wala namang magandang idudulot 'yan... baka madisgrasya pa kayo. Ako na ang bahala dito. Dadalhin ko na agad sa hospital si Dino."

"Talaga, Anne, talaga? Naku, thank you, thank you. Please, sige Anne, pakidala si Dino sa hospital. Hahabol na lang kami doon. Please, Anne... parang-awa mo na," pagsusumamo ni Dang at ni Mommy.

"Huwag kayong mag-alala, Dang... hindi ko pababayaan si Dino. Dadalhin ko siya dito sa St.

Pancratius Hospital -- yung malapit sa inyo. Sige na, magkita na lang tayo doon. Babay!"

Hindi na hinintay ni Anne ang sagot ni Dang. Alam niyang delikado na ang lagay ni Dino at importanteng madala agad ito sa hospital. Pumasok ito sa kuwarto at kumuha ng ilang damit at gamit. Maya-maya pa ay papunta na siya sa sakayan kalong-kalong si Dino.

"TAXI! TAXI!"

* * * * * * * * * *

Inabutan nila Dang at Mommy si Anne na tulog sa lapit ng kama ni Dino. Hawak-hawak pa nito ang kamay ng bata. Bakas sa mukha nito ang pag-iyak.

"Anne, Anne!"

Nagising sa pagkakatulog si Anne, "Uhmmm, Dang... Mommy... uhmm, naand'yan na pala kayo. Sori, sori... naidlip pala ako."

"Naku, ikaw na nga ang nahirapan... nagso-sori ka pa. Kami nga ang dapat magpasalamat sa iyo at mag-sori," sagot ni Dang.

"K-Kamusta na ang anak ko?" tanong ni Mommy.

"Oo nga, Anne, kamusta na si Dino," dagdag ni Dang.

Nangiti ng bahagya si Anne, "Ligtas na siya. Mabuti daw at nadala agad siya sa ospital. Kung medyo nahuli-huli pa daw ay baka...," hindi na itinuloy ni Anne ang sasabihin.

Hindi napigilan ni Dang at Mommy ang maiyak. Mahigpit na niyakap nila si Anne.

"Thank you, Anne... thank you! Sobrang laki ng utang na loob namin sa iyo. Sinagip mo si Dino. Kung hindi dahil sa iyo..."

"Naku, wala po 'yon. Kayo talaga... sino pa ba ang magtutulungan.. e di syempre, tayo-tayo din," sagot ni Anne. "Saka, alam n'yo naman na lab na lab ko itong anak n'yo. Hi! Hi! Hi! Pwede ko ba naman siyang pabayaan... e di nawalan ako ng future-husband!" biro pa nito.

Natawa na din si Dang, "Naku, ikaw talaga Anne, hindi na nawala yang pagka-lukaret mo! Pero, thank you, thank you talaga ng sobra-sobra. Touched ako talaga sa ginawa mo kay bunsoy."

Sinilip ni Dang si Dino bago muling nagsalita, "Mabuti na lang at tulog si kapatid, kung hindi... baka mag-asa na naman 'yang maging kayo."

"Aba, e di, totohanin natin!" biro ni Anne.

Hindi napigilan ng tatlo ang magtawanan.

* * * * * * * * * *

Pinauwi na ni Dang si Mommy para makapagpahinga. Siya na lang at si Anne ang naiwan para magbantay kay Dino.

"Anne, sigurado ka bang okay lang sa inyo na dito ka matulog? Okay na ako, kaya ko nang bantayan si Dino ng mag-isa," wika ni Dang.

"Sus, ano ka ba, Dang... wala ito. Saka, ito na ng chance natin para makapag-tsikahan, diba? Medyo matagal na rin tayong hindi nakakapag-tsismisan. Hi! Hi! Hi!"

"Sabagay, tama ka d'un. Teka, teka... diba may date kayo ni Roger? Diba kaya ka nagpunta sa bahay e hihiramin mo yung blouse ko... saka yung panty ko?"

"Loka!"

"Hi! Hi! Hi! Joke lang. Pero seryoso... diba nga may date ka ngayon?"

"Meron nga. Kaya lang... kinansel ko... emergency, e... kailangang madala sa ospital si Dino."

"Naku... paano 'yan? Nakakahiya naman kay Roger."

"Tinawagan ko siya sa cellphone habang papunta kami dito. Sabi ko nga, cancel muna yung date namin dahil dadalhin ko si Dino sa hospital."

"D-Diba... one year anniversary n'yo ni Roger ngayon?"

"Oo. Sabi nga niya, kung okay na raw si Dino, tuloy pa din daw namin yung date namin. Kahit eleven o twelve o'clock daw ng gabi... pwede pa rin daw naming ituloy."

"G-Ganon ba? B-Bakit hindi ka tumuloy? I mean... ten oclock pa lang ng gabi naandito na kami... pwede pa kayong tumuloy kanina."

"Gusto ko sana, Dang. Pero... pero hindi ko matiis iwanan si Dino kahit na ng sinabi pa ng doktor na okay na siya. Gusto ko gising na siya bago ako umalis."

"H-Hindi kaya magalit si Roger...o magtampo"

"Hindi naman siguro. Pero... b-bahala siya. Dapat maintindihan n'ya na importanteng ligtas si Dino. Pwede pa naman kaming mag-date ng ibang araw. 'Yung kalagayan ni Dino... mas importante 'yun.

((((((((O))))))))

21

Promise, Cross My Heart

" **O**kay, I get it. Sobrang marami na talaga kayong history ni Anne at hindi ako nagtataka kung bakit mahal mo pa rin siya after all these years. I mean, kahit ako maiin-love sa kanya. Imagine, anib nila ng boyfriend niya and she chooses you over him. And even though you are out of danger already, she still stayed to make sure you are alright. Wow, kahit anong galit o sama ng loob ko sa isang tao... kapag ganoon naman ang pagmamalasakit sa akin... malulusaw lahat ng galit ko."

"I've never been angry with Anne. Nagtampo, maybe. Pero, let's be realistic... at that stage, sino ba namang babae ang magseseryoso sa isang eight-year old little boy na may gatas pa sa bibig? Anyway, kunwari s'yempre all is well na sa akin. That it really was just... a silly, silly crush. I pretended I'm over it. But I'm boiling deep inside. So, I made this solemn promise to myself. I vowed that right out of high school, liligawan ko si Anne... I don't care kung may boyfriend siya, ikakasal na or whatever. it doesn't matter... kahit anong mangyari I'll pursue her. *(Sigh!)* Kaya lang... "

"What happened?" tanong ni Gregory

"Unfortunately..."

"Unfortunately what?"

"Anne's father died."

((((((((O))))))))

Matagal ng hindi pumupunta sa bahay nila Dino si Anne. Kahit curious si Dino, hindi naman niya matanong si Ate Dang tungkol dito. Ayaw nitong ipahalata na worried siya. Inisip na lang niya na ayaw nang pumunta ng dalaga sa kanila o kaya ay dahil may boyfriend na nga ito. Sinarili na lang niya ang sama ng loob.

Hanggang sa dumating ang graduation day ni Dino.

Umaasa ito na kahit may boyfriend na si Anne ay maaalala nitong pumunta sa graduation niya. Kahit pa kasama nito ang boyfriend ay okay lang kay Dino makita lang niya si Anne sa araw na iyon.

Habang nagpo-programa na ay panay ang sulyap ni Dino kung naandoon si Anne. Pero hindi niya ito nakikita. Sobrang lungkot nito. Asang-asa pa naman siya na hindi siya matitiis ng dalaga.

"B-Baka sa bahay na lang siya pumunta," pilit pinalalakas ni Dino ang loob, "matakaw 'yun. Hindi n'un palalampasin ang ganito."

Puno ng pag-asa ito hanggang sa dumating sa kanila. Pero, sobrang kabiguan na naman ang naramdaman niya dahil wala si Anne.

Habang kumakain sila ay hindi na maitago ni Dino ang kalungkutan. Napansin naman ito ni Dang.

"Kapatid, bakit yata wala kang ganang kumain... saka bakit parang malungkot ka? Diba dapat masaya ka dahil graduation mo ngayon?"

"Oo nga, anak. Kanina pa namin napapansin na parang matamlay ka yata," tanong ni Mommy.

"Bakit Dino," wika naman ni Daddy, "hindi mo ba gusto yung regalo namin sa iyo? Kung gusto mo dadagdagan pa namin yun. Ha! Ha! Ha!"

"Hah? Hindi po, Mom, Dad... gusto ko po yung regalo n'yo sa akin. Okay na po 'yun. Si Ate Dang talaga, kung anu-anong napapansin. Napagod lang ako doon sa mga seremonyas... ang haba-haba ng mga speech nung mga bisita," pagkakaila nito.

"Hi! Hi! Hi! Oo nga... sobrang hahaba nung mga speech nung mga bisita, nakatulugan ko na nga yung iba," sang-ayon ni Dang.

Tumawa din sina Mommy at Daddy.

"At alam mo ba... yung isang speaker..."

At nagpatuloy ang masayang kwentuhan ng pamilya.

Kunwari ay nakikisali sa kwentuhan si Dino. Patawa-tawa pa ito para hindi mahalata ang tunay na nararamdaman.

* * * * * * * * * *

Hindi nagtagal, nag-excuse si Dino para manood ng TV. Dala-dala nito ang cake at ice cream sa salas para manood ng paborito niyang palabas na animae. Nagpatuloy naman sa kwentuhan sina Dang, Mommy at Daddy.

Maya-maya ay napadako ang kwentuhan kay Dang.

"Oo nga pala, Dang... bakit hindi ko na yata nakikitang pumupunta dito yung kaibigan mong babae? Sino nga ba 'yon... classmate mo ba 'yun?"

tanong ni Daddy. "Diba siya 'yung nagligtas kay Dino noong na-dengue ito?"

"*Si Anne 'yung sinasabi mo, Hon. Tama ka, classmate ni Dang 'yun saka bestfriend,*" sagot ni Mommy, "*Naku, sobrang laki ng pasasalamat namin dun kay Anne. Kung hindi sa kanya baka kung ano na ang nangyari kay Dino. Oo nga pala, Dang... bakit hindi na pumupunta dito si Anne? Dati halos linggo-linggo ay naandito 'yon. Hindi mo ba inimbitahan ngayong graduation ni Dino. Aba, dapat man lang naandito siya. Nagkagalit ba kayo?*"

Palihim munang sinulyapan ni Dang si Dino. Nakita niyang nakatutok ito sa panonood ng TV.

"*Tumigil na nang pag-aaral si Anne. Namatay kasi yung father niya. Yun kasi ang breadwinner nila kaya, ayun napilitang tumigil ng pag-aaral.*"

"*Ganoon ba,*" sabi ni Mommy, "*kawawa naman. Kabait na bata pa naman noon.*"

"*Oo nga, Mom. Awang-awa nga ako sa kanya. Halos hindi matigil sa pag-iyak nung burol at libing ng Tatay niya. Nung nagpaalam nga sa amin na... na titigil siya sa pag-aaral... mugto na ang mga mata sa kaiiyak. Sayang, napakabait at napakatalino pa naman niya. Miss ko na nga siya, e...*"

"*E, bakit ni hindi mo pinapupunta dito para naman malibang-libang... lalo na ngayong graduation ni Dino?*"

"*WALA NA sila ANNE. M-Matagal na silang lumipat ng bahay. Hindi ko alam kung saan... kasi hindi na siya nagpaalam...*"

BLAG! KRAS! TINGGG!

Hindi natapos ni Dang ang sasabihin dahil nagulantang sila sa tunog ng mga nabagsak na pinggan at kutsara. Sabay sabay silang napatingin sa direksyon ni Dino.

Nakita nilang umiiyak ito. Naririnig pala nito ang lahat ng pinag-uusapan nila. Maya-maya pa ay tumakbo itong humahagulgol papasok sa kwarto nila.

* * * * * * * * * *

Magtatakip-silim na ay nakatayo pa rin si Dino sa harapan ng apartment na dating inuupahan nina Anne. Pagkagaling sa school ay dito siya dumiretso. Gusto niyang patunayan mismo sa sarili na wala na nga si Anne. Ayaw niyang tanggapin na umalis na ito at hindi na niya muling makikita.

Nag-aasa pa rin siya na hindi totoo ang sinabi ni Dang at naandito pa rin ang babaing minamahal niya. Kumatok pa siya para mapatunayan.

"Oh, iho... anong kailangan mo? Sino ka ba?" tanong sa kanya ng nagbukas ng pinto.

"S-Sori po, sori po... nagkamali lang po ako ng bahay. Sige po... aalis na po ako."

Wala na talaga si Anne. Halos magdugo ang puso ni Dino sa paghihinagpis.

"(Sob!) Pangako ko, Anne... hahanapin kita... hahanapin kita kahit nasaan ka pa. Kapag dumating ang araw na 'yon, hindi ka na iiyak at hindi ka na mawawala sa akin."

((((((((O))))))))

22

Wow, Mali!

Papunta na si Allen sa office nang may nadaanan siyang flower shop. Biglang may pumasok na ideya sa kanya.

"Tama! What better way to make a girl fall in love with you... than with flowers. Mmmmm... teka, ano naman ang magiging excuse ko kung bakit bibigyan ko ng flowers si Anne? Mmmmm... isip, isip... ahhhhh... yes, yes, Yes!!! Sasabihin ko sa kanya, it's our way of welcoming her to the company. Ummm, kung sabihin n'yang it's more than three months na siyang nagwo-work sa office... sasabihin ko... it's better late than never. He! He! He! Ayos, ang galing ko talaga!"

Dali-daling pumasok si Allen sa flower shop. Paglabas nito ay may dala nang isang bungkos na yellow roses.

"He! He! If I remember right, ito yung favorite flower ni Anne."

Pagdating nito sa office ay sinalubong siya ni Gregory. Nahulaan nito kung para kanino ang mga bulaklak at naisipang tuksuhin ang kaibigan.

"Bossing, ang ganda naman ng mga flowers mo. Pero sorry, I hate roses," pasakalye nito.

"Huh?" nagulat si Allen at hindi agad nakuha ang tinutumbok ng kasama.

"At sori... hindi kita type. Ha! Ha! Ha!" patuloy ni Gregory.

Nakuha ni Allen ang patutsada ng kaibigan.

"Sheeesh! Nungka namang bigyan kita ng bulaklak... ano ako, hilo?"

Patay-malisya si Gregory, tuloy pa rin sa pangtutukso, " Mmmm, wait, let me guess. Ahhhh! Anniversary ng kumpanya natin ngayon, ano?"

"Heh... anibersary ka d'yan! Tumigil ka nga.. sagot ni Allen sabay bulong, *"alam mo naman na... para kay Anne ito."*

Kunwari ay nagulat si Gregory, "Kay Anne... para kay Anne? Si Anne na newbie lang... may isang bouquet of roses agad... samantalang ako, inaagiw na dito... ni sinkong lolipop walang ibinibigay sa akin? How cruel is this world!"

"Haaiiiss! Tumigil ka nga, Greg! Umbagin pa kita d'yan, makita mo!"

"Ha! Ha! Ha! Easy, easy lang. Ikaw naman, Bossing... hindi ka na mabiro. Joke lang. Alam ko naman na para kay Anne yang mga bulaklak na 'yan."

Naka-relax ng konti si Allen, "Hmmmmp! Ikaw talaga. Nakita mo nang ninenerbiyos ako...," sagot nito, sabay lingon sa paligid, "Teka... naand'yan na ba siya?"

"Yes, Boss, as usual early in the morning. Right at the bat, diretso agad ng trabaho. Would you believe, yung mga backlog natin sa reports these couple of months, naayos na niya agad samantalang last Monday lang niya hinawakan. Super, wala akong masabi. Right now inaayos niya 'yung budget at collectibles natin."

"Ganon ba. Nasaan siya ngayon?"

"Naandoon sa stockroom. May mga missing data kasi doon sa input sa computer. Sabi ko yung mga hard copies, doon natin inilalagay."

"Tamang-tama, I can put these roses on her desk bago siya dumating."

"Haarruummp! Este. Bossing... about that roses... birthday ba ni Anne?" patuloy na panunukso ni Gregory.

"H-Hindi. Ah, ah... ano... pang-welcome natin... as you said... new employee siya, diba?" sagot ni Allen sabay dumiretso nang pasok sa kwarto.

Naiwan si Gregory na ngingiti-ngiting naiiling, "Huh! almost three months na dito... new employee pa rin?"

* * * * * * * * *

"Mmmmm... may mga kulang pa ring mga datas dito," sabi ni Anne sa sarili. Paano kaya ito... hindi ko ma-reconcile yung mga records. Ahh, alam ko na! Siguradong alam ni Allen ang tungkol dito. Naand'yan na kaya siya?"

Tatawag sana ito sa intercom, "Mmmm... mas okay kung pupuntahan ko na lang siya. Mas maiintindihan niya yung kailangan ko."

Papunta na siya doon nang makasalubong nito si Gregory.

"Greg, naand'yan na ba si Boss? Mayroon kasi mga missing data doon sa hard copies natin sa stockroom. Most likely, alam niya ang tungkol doon."

"Si Boss?" tanong ni Gregory. Nangiti ito at nagliwanag ang mukha, "Oo, Oo... naand'yan na siya.

"Nice, tamang-tama. Puntahan ko lang siya," sagot ni Anne.

"Wow! Ang ganda namang timing nito," natutuwang naisip ni Gregory, "perfect, perfect!!!"

Tinawag niya si Anne, "Anne, Anne... YOU'RE IN FOR A BIG SURPRISE!!!"

"Huh?" takang nasabi Anne, "ano kaya yung pinagsasasabi ni Greg? Big surprise daw... ano kaya 'yon?"

Excited na tinawagan ni Gregory si Allen sa cellphone.

* * * * * * * * * *

Pagkasagot kay Gregory, lalong ninerbiyos si Allen. Kandapihit sa kwarto at hindi malaman kung saan ilalagay ang mga bulaklak.

"Ahiiii! Saan ko ba ilalagay itong mga roses? Wala nga palang flower base sa table ni Anne. Magustuhan kaya niya ito?" litong nasabi nito habang hawak-hawak pa rin ang mga bulaklak.

"Ibibigay ko na lang ba sa kanya ng harapan o ilalagay ko sa silya n'ya para dramatic? Ano kaya ang magiging reaks'yon niya? Hiiiii! Well, whatever happens, there's no more turning back. Grabeeee... sobrang excited ako."

Nagkakandapihit si Allen sa kinatatayuan ng biglang bumukas ang pinto.

"Nakup, si Anne... well, this is it... the moment of truth... no guts, no glory, " naisip nito. Wala na itong magawa kung hindi harapin ang dalaga.

"Uhummmm... flowers for you, An..."

"WOW, FLOWERS.... ANG SWEET NAMAN TALAGA NG LOVE KO!!!"

Laking gulat ni Allen ng makilala ang kaharap. Hindi ito si Anne kung hindi ang girlfriend niyang si MILLIE!

* * * * * * * * * *

"WOW! F-Flowers for me? Grabe a, sobrang sorpresa sa akin ito, Allen," excited na nasabi ni Millie sabay kinuha ang bulaklak. Dismayadong-dismayado si Allen.

"How did you know I was coming? T-This is a suprise visit. Sa bahay lang namin ang nakakaalam," nasabi nito. Nang hindi agad nakasagot si Allen ay biglang nagduda ito.

"Ahemm, wait a minute... are the flowers... r-e-a-l-l-y for me? Para sa akin ba talaga ito or is there some hanky-panky going on around?" matalas na tanong nito.

"Hah? Wa-Wa-Wala! Ano naman 'yang pinagsasasabi mo?!!" paiwas na sagot ni Allen habang ninenerbiyos nang todo. *"Naku, papaano ba ito? Help! Help!"*

Sa huli ay nakaisip ito ng dahilan, "A-Actually, I was planning on surprising you tonight... kaya bumili ako ng flowers. But as it turns out... naunahan mo ako."

Nagtitili sa tuwa si Millie sabay tumakbo papalapit at pagkatapos ay niyakap ng mahigpit si Allen. Dala ng momentum ng pagtakbo ay nawalan ng balance si Allen. Mabuti na lang at malapit ito sa sofa. Napa-upo at napahiga sila pagbagsak dito. Sinamantala naman ito ng dalaga para paghahalikan siya.

"Take it easy, Millie, stop it... stop it!"

Nasa ganito silang tagpo nang datnan sila ni Anne.

* * * * * * * * * *

SHOCK si Anne ng datnan niya ang dalawa na animoy naglalampungan sa sofa. Hindi nito malaman ang gagawin. Urong-sulong ito pero sa huli ay napagdesisyunan na lumabas na lang ulit.

"Wait, Anne... it's not what you think... waiiitt!"

Kahit narinig ni Anne ang paghiyaw ni Allen ay hindi niya pinansin ito.

23
Challenge Accepted

Patuloy pa ring tinatawag ni Allen si Anne kahit nakalabas na ito ng kwarto. Hahabulin sana niya ito pero parang ahas na nakapulupot sa kanya si Millie.

"Bayaan mo na s'yang umalis, Allen. Hi! Hi! Hi! Siguro nainggit... baka umuwi na yun sa jowa niya at gumaya sa atin," tukso ni Millie.

Hindi nagustuhan ni Allen ang tinuran ng girlfriend, "H'wag mong itulad ang lahat ng babae sa iyo, Millie. Hindi ganoon si Anne."

"Wow, touchy, touchy... Mmmm bakit yata masyado kang defensive dun sa employee mo? Mukhang bago lang 'yon, diba? Bakit yata concerned ka na agad sa kanya?"

Umiling-iling si Allen, "Stop it, Millie. You're barking at the wrong tree."

"Gosssh, you're so testy today. Is it because of her? Hey, bumababa na yata ang standards mo, Allen. Now you're going after older women. Bakit sawa ka na ba sa mga young hotties na katulad ko?"

"I SAID STOP IT!"

"Oh my gosh... what's happening to you, Allen? I'm your girlfriend... baka nalilimutan mo? Is that your way of treating me after we've not seen each other for such a long time? Nag-abroad lang ako... and here you are... acting like a pompous !@#*#@!!. Hindi ko gusto ito, Allen. I don't like this one bit."

Huminga ng malalim si Allen bago sumagot, "Well, kung hindi mo gusto itong nangyayari... then you are free to get away from me."

"W-What? Anong ibig mong sabihin, Allen... nakikipag-break ka ba sa akin? You're joking, aren't you?"

"I wanted to give our relationship a try... but after this... I don't think it will work out. Yes, Millie... I'm calling it quits."

"No, no, no, Allen... let's talk this over. Pag-usapan natin. H'wag ka naman ganyan. This is just a silly quarrel... h'wag mong palakihin pa. I'm sorry, I'm sorry if I made you angry."

"No, Millie... it's all over between us and I mean it. I've had enough of your silly antics and childish attitude," madiing sagot ni Allen sabay alis. "Goodbye," pahabol pa nito bago lumabas ng pinto.

"Go to hell you..." mula sa loob ng kwarto ay dinig na dinig pa ni Allen ang mga masasamang salita at murang pinakawalan ni Millie para sa kanya.

* * * * * * * * * *

Bumalik sa loob ng stockroom si Anne. Pilit ibinabaling ang atensiyon sa trabaho pero hindi nito maiwasang magulo ang isip tuwing pumapasok sa isip niya ang nakitang paghahalikan ni Allen at ng hindi pa niya kilalang babae. Magkahalong galit at lungkot ang nararamdaman nito.

"Unngghh! 'Yun ba ang sinasabi ni Greg na big surprise sa akin? P-Palagay ba nila... matutuwa akong makakita ng ganoon? Porke ba... matanda na ako,

feeling nila... okay lang na pakitaan ako ng ganoon? How can they stoop that low... I feel so degraded... pakiramdam ko ay sobrang baba ng tingin nila sa akin. A-Akala ko pa naman... nirerespeto nila ako..."

Higit pa sa nararamdamang pagkababa sa sarili, ang mas lalong nakapagpalungkot kay Anne ay ang naramdaman niyang kirot sa puso ng makita ang tagpong iyon.

* * * * * * * * * *

Niyaya ni Allen si Anne kumain sa labas. Mga dalawang linggo na rin ang nakakaraan mula ng insidente kay Millie. Pinili muna ni Allen na magpalipas ng panahon bago magpaliwanag kay Anne. Wala namang binanggit ang dalaga tungkol doon at parang walang nangyari. Napansin lang ni Allen na umiiwas na ito sa kanya. Kapag sila lang dalawa ang nasa kwarto ay lumalabas ito. Hindi na rin ito nakikipag-kwentuhan o nakikipag-biruan man lang sa kanya o maging kay Gregory man. Tuwing tanghali o break time ay bigla na lang itong nawawala. Dito niya naisipan na yayain itong kumain sa labas. Business lunch kunwari at may pag-uusapan sila tungkol sa opisina. Ito ang naisip niyang paraan para makapag-explain tungkol sa nadatnan ng dalaga na 'paglalampungan' nila ni Millie. Bagama't atubili si Anne, wala itong magawa kung hindi sumama.

Tahimik na kumakain ang dalawa. Manaka-nakay sinusulyapan ni Allen ang kaharap pero ni hindi ito tumitingin sa kanya. Tuwing kakausapin naman niya ito ay puro 'yes' at 'no' lang ang sagot o kung hindi naman ay panay one-liner lang.

Sa huli ay hindi na nakatiis si Allen at hindi na napigilan ang magsalita.

"Ahhh... with regards dun sa nakita mo... ummm couple of weeks...?"

Agad naman pinutol ni Anne ang sasabihin ni Allen, "Uhumm, don't worry about it, Sir. It doesn't concern me and I'm sorry for barging in... hindi ko kasi alam. Anyway, it's really none of my business," pormal na pormal na sagot nito.

"No, no, let me explain. It's not what you think..."

"What I think doesn't matter, Sir... that's your own personal affair. I don't think it's proper for me to meddle or voice my opinion with regards to it."

Hinawakan ni Allen si Anne sa mga kamay.

"Please, Anne... please let me explain."

"Why, Sir? Why do you have to explain to me?"

"Because I want to. Ayokong sumasama ang loob mo o nagagalit ka sa akin."

"Hindi naman ako nagagalit o sumasama ang loob... it's really none of my business," depensa ni Anne.

"Anne, mahalaga sa akin ang nararamdaman mo. Even if you say it doesn't concern you, I still believe I owe you an explanation."

Natigilan si Anne. Hindi niya inasahan ang narinig. Pero, hindi rin niya maikubli ang kasiyahang nadama.

Nagsimulang magpaliwanag si Allen, "Yes, Millie is my girlfriend. Hindi ko alam na pupunta siya that day. T-The flowers were... actually for you..."

"For me, Sir?"

"Yes. Sort of a welcoming thing or something. Unfortunately... Millie came. Masyadong selosa yun. Kung anu-ano ang iisipin n'un kapag nalaman n'ya na para sa iyo 'yung flowers. So, to spare you of her wrath, sinabi ko sa kanya... the flowers were for her. Ayun... tuwang-tuwa si loka at dinamba ako. Good thing malapit kami sa sofa or else baka bali-bali na ang buto ko."

Napangiti ng konti si Anne.

"Ha! Ha! Ha! Yes, it's really funny, diba? Pero that's the long and short of it. I'm not doing any... hanky-panky in the office. Am I clear to you now?"

"Actually, Sir... as I have said before, hindi naman n'yo kailangang magpaliwanag sa akin... kahit pa sabihing... may ginagawa kayo. Hands off ako sa private life n'yo. Nagulat lang kasi ako and parang nag-iintrude ako nung pumasok ako. 'Yun lang yon, Sir... it really doesn't matter."

But it matters to me."

"B-Bakit Sir?"

"Kasi ako yung batang nagmamahal sa iyo noon pa," ito sana ang mga gustong banggitin ni Allen pero alam niyang hindi pa napapanahon para malaman ito ni Anne.

Iba na lang ang tinuran niya, "K-Kasi ayokong isipin mo na playboy ako... o nanggagamit lang or at worse, hindi nagrerespeto sa babaing katulad mo..."

"Empleyado n'yo lang ako, Sir. Wala ako sa posisiyon para i-judge kayo."

"It matters to me, Anne."

"Pero... bakit, Sir? I'm just your employee..."

"I know, I know, but it's more than that."

"What else? Wala na akong maisip na dahilan para..."

Tuluyan ng hindi napigilan ni Allen ang sarili, "Because I think... I'M FALLING IN LOVE WITH YOU."

24
Masakit Na Nakaraan

Matapos ang nakakailang na sandali, pigil ang emosyong nagsalita si Anne, "Sir, kung nagbibiro kayo... hindi ko gusto ito at nao-offend ako."

"What? I'm not joking, Anne. Seryoso ako."

"Hmmp! Talaga lang, Sir... talaga lang?" pakutyang sagot ni Anne, "parang gusto kong matawa... kung hindi lang ako ang pinaglalaruan n'yo. Me... of all people? Why, I ask you? To be honest, I really don't see any reason kung bakit maiin-love kayo sa akin."

"B-Bakit naman?"

"Sir, please spare me your lies pati na 'yung mga pambobola n'yo. I can understand kung bakit maraming babaeng nagkakandarapa sa inyo... with your charm and money... sino nga ba naman ang hindi maiinlove sa inyo? But please... count me out. Seriously... curious nga ako kung ano ang nakita n'yo sa akin para ma-perk ang interes n'yo? Dahil ba matanda na ako at gusto n'yo ng bagong putahe? Hmmp! To think, diba you're still committed... diba girlfriend n'yo si Millie?"

Hindi na nakuhang makasagot ni Allen dahil nagpatuloy si Anne sa pagsasalita.

"Do you know what I hate most, Sir?"

"A-Ano 'yon?"

"Yung mga two-timer. Yung may girlfriend na tapos nanliligaw pa ng iba."

((((((((O))))))))

"Ate Dang... uhumm... w-wala ka bang balita kay Anne?" minsan naitanong ni Allen sa kapatid. Kasalukuyang nasa college na si Allen at kumukuha ng Fine Arts sa UST.

"Huh? Bakit mo naman naitanong, kapatid? Parang panahon pa ng kopong-kopo nang huli nating napag-usapan si Anne," sagot ni Dang.

"Ha, ah e... wala lang. M-May nakasalubong lang kasi ako sa school na mga accounting yata ang kurso kasi mga nakaputi... so naalala ko lang kayo ng mga classmates mo... saka si Anne."

May pagdududang tiningnan ni Dang ang kapatid saka nagsalita," Ummm... talaga? Yun lang talaga?"

"O-OO naman. Curious lang ako. W-Wala namang masama doon, diba?"

"Sabagay, tama ka... curious ka lang naman, diba?" may halong panunukssong banat ni Dang. "Actually, meron akong balita tungkol kay Anne."

"Owwws! Baka naman, kwentong kutsero lang 'yan? At paano ka naman magkakaroon ng balita, e ni hindi mo na nga siya nakikita," dedma kunwaring sagot Dino.

"Ummm... ako, hindi... pero yung mga kaibigan ko't mga dating classmates... meron at chini-chika sa akin!"

Pigil ang hininga ni Dino habang hinihintay ang ikukwento ng kapatid pero hindi na ito nagsalita. Napatingin ito sa kapatid. Nakita niyang nakangiti ito at pinagmamasdan siya.

"Hi! Hi! Hi! Kunwari ka pang hindi interesado e para kang tuod sa kahihintay ng sasabihin ko," tukso nito.

"Ate naman…"

Ngingiti-ngiti si Dang pero hindi na itinuloy ang pang-iintriga. Maya-maya ay nagkwento na ito.

"Nung umalis sina Anne, napilitan itong mag-trabaho. S'ya na kasi ang lumabas na bread winner dahil matanda na rin ang nanay n'ya… naging sakitin pa ito ng namatay ang Daddy n'ya. Ayun, dahil nga hindi college graduate, palipat-lipat ng trabaho. Kung napipirmi man ay maliit lang ang sahod. Tsk! Sayang talaga si Anne. Kasi s'ya yung isa sa mga matalino sa klase namin."

"Ganon? Kawawa naman pa sila. Pero… bakit hindi man lang siya nagpaalam sa atin… k-kahit sa iyo, nung umalis sila?" may paghihinampong tanong ni Dino.

"Ayaw kasi niyang madamay pa tayo sa problema nila," sagot ni Ate Dang.

"Huh… bakit naman? Papaano naman tayo madadamay?"

"Nung namatay kasi yung Dad ni Anne… nagkabaon-baon sila sa utang. Kaya nung umalis sila, naisip ni Anne na mas mabuti pang hindi natin alam kung nasaan sila… para kung may naniningil ng utang at hinanap sila sa atin… hindi natin talaga alam kung nasaan sila. Ayaw kasi ni Anne na magsisinungaling tayo dahil sa kanila."

Nagliwanag ang lahat kay Dino, "K-Kaya pala bigla na lang silang nawala at hindi nagpaalam. Ayaw lang pala nilang madamay tayo. Kawawa naman pala sila."

"Mismo! Pero kahit papaano naman ay nakaraos sina Anne at nabayaran yung mga utang nila. Knowing Anne… fighter 'yun at hindi basta-basta sumusuko."

"Aba, talaga! pagmamalaking pagsang-ayon ni Dino."

"Owwws, at paano mo naman nasabi 'yun? Nakasama mo ba s'ya araw-araw katulad ko?" panunukso ulit ni Ate Dang.

Pero hindi pinansin ni Dino ito at buong pagmamalaking sumagot, "Syempre, Ate. Kahit paminsan-minsan ko lang nakakasama si Anne... alam kong fighter siya. Lagi nga niya akong sinasabihan... try and try until you succeed. Sabi pa niya, h'wag na hwag daw akong patatalo sa mga hamon ng buhay sa akin."

Nangiti si Dang, "Wow! Okay si bunsoy... grabe ang pagka-loyal mo kay Anne. Presidente ka ba ng fans club n'ya?"

Nahihiyang napatungo si Dino pero hindi umangal. Binago nito ang tema ng usapan, "P-Pero... bakit hindi man lang siya nagpakita na sa atin. Kahit dumalaw muna kahit minsan?"

"Minsan daw ay naglakas loob itong dumalaw sana sa atin. Kaya lang nung araw na pumunta siya... ang lakas-lakas daw ng ulan. E, wala daw itong dalang payong at nabasa ng husto. Nahiya na raw tumuloy. Nakuntento na lang na silipin tayo dun sa tindahan sa tapat natin... tapos nung tumigil ang ulan, umalis na rin."

"A-Ano kamo, Ate Dang... sa may tindahan s'ya tumigil?"

"Oo. Bakit?"

Nanlumo si Dino. Naalala niya ang araw na iyon. Malakas ang ulan at nasa may bintana siya habang pinanonood ang pagpatak ng ulan at napagtuunan niya ng pansin ang babaing nakasilong sa tindahan. Parang *luksong dugo, si Anne agad ang naisip nito. Dahil malakas ang ulan at natatabingan ng bubong ang babae, hindi masyadong makita ni Dino ang itsura nito. Pero malakas ang kutob niyang si Anne ito. Pupuntahan na sana niya ito nang pinanghinaan siya ng loob. Nagdalawang-isip na baka nagkakamali lang siya. Nagkataon pang tinawag siya ni Mommy dahil may ipagagawa kaya nalimutan na niyang tuluyan ang tungkol dito.*

Ngayon nga ay sising-sisi si Dino at naisip, "(Sob!) Si Anne pala talaga 'yon. Ang tanga-tanga ko... bakit nag-alangan pa ako noon. Sayang, sayang!"

"Ehemmm! Pero, alam mo ba, kapatid... may mas importante akong chismis na nasagap tungkol kay Anne."

"Tsimis? Tsismis lang? Ayoko nang ganyan."

"Actually... totoo ito. Hot issue kasi... kaya maraming nakaalam."

"A-Ano yun?" hindi pa man ay ninenerbiyos na si Dino nang magtanong.

"Gusto mo pa bang malaman pa? Hindi good news, e. P'wedeng hindi mo na malaman."

Lalong kinabahan si Dino pero ikinagalit niya ito at nagpumilit, "Hmmp! Sige na, Ate Dang. Big boy na ako. Whatever it is, I know I can take it."

"ENGAGED TO BE MARRIED NA SI ANNE. Actually, huli na itong balita... kasi... last week pa yung wedding day," pagsisiwalat ni Dang.

Napapikit si Dino. Pakiramdam niya ay dumilim ang buong paligid. Iisa lang ang ibig sabihin ng ibinunyag ni Dang.

MAY ASAWA NA SI ANNE.

25

A Second Chance

MAY ASAWA NA SI ANNE? Hindi makapaniwala si Dino. Kaytagal siyang nagtitiis at umaasa na muli silang magkikita ni Anne. Kasabay nito ang pangarap na sila pa rin ang magkakatuluyan pagdating ng panahon. Pero ngayon... dito na ba magtatapos ang lahat?

Animoy nabingi ito at umikot ang paligid sa paningin nito. Napahawak siya sa pader upang maiwasang bumagsak.

"Kapatid... okay ka lang?" tanong ni Dang.

"O-Oo... Oo," sagot ni Dino pero kabaliktaran iyon sa tunay n'yang nararamdaman. Hindi na maikubli ni Dino ang panlulumo. Daig pa niya ang pinagsakluban ng langit at lupa sa nararamdamang kalungkutan.

"God, bakit... bakit?" puno ng hinagpis na nasabi nito sa sarili.

Kahit grabe ang nararamdamang sakit, pinilit nitong magtanong," Ah, ah... ganoon ba? Sino naman ang magiging asawa niya... yung dati ba niyang boyfriend?"

"Hindi. 'Yung dati n'yang boyfriend... mabilis pa daw sa alas-kwatrong nawala nung malaman na mahirap pa sa daga sina Anne. Yung current boyfriend daw, e... manager dun sa dating pinagta-trabahuhan ni Anne."

"Ma-Mayaman ba?"

"Hmmp! 'Yun ang kwento. Panay nga daw ang regalo nun kay Anne. Naku, if I know Anne... hindi nakukuha sa rega-regalo 'yan. Kaya lang... magaling daw mang-bola yung guy. It turns out... nalaman nilang playboy pala 'yon. Player pala at kabi-kabila ang girlfriend. **Two timer** ika nga. Ang masaklap, at that time, walang kaalam-alam yung bestfriend ko tungkol doon."

"A-Anong nangyari?"

"Well, since magaling sa boladas yung guy... napasagot nito si Anne. Siguro, dahil na rin sa hirap ng buhay kaya medyo nadala na rin ito sa pambobola. Kung ako man ang lumagay sa lugar niya, hindi ko na rin siya masisisi."

"(Sob!) God, bakit? Bakit naman ganoon?" lumung-lumong nasabi ni Dino sa sarili. "God... alam mo naman na mahal na mahal ko si Anne. S'ya ang lahat para sa akin. Bakit pinabayaan mo siya? Nakiusap naman ako sa iyo, diba? Anne, deserve something better. Naandito naman ako, bakit hindi mo na lang ibinigay si Anne sa akin? (Sniff!)"

"Kapatid... okay ka lang ba talaga?" muling tanong ni Dang.

"(Sob!) Oo sabi, e... napuwing lang ako," sagot ni Dino at akmang aalis na.

"Teka, teka, Bunsoy. Hi! Hi! Hi! Marami pa akong kwento. Masyado ka namang nagmamadali, e," tukso ni Dang.

Ayaw nang makipag-usap ni Allen. Nais na nitong tapusin ang kanilang pag-uusap. Gusto na niyang makapag-isa at sarilinin ang pagdurusa.

"Hindi na ako interesado, Ate. Sa ibang araw na lang..."

"Assuuss, ang daya-daya mo naman. Porke naikwento ko na yung gusto mo... iiwan mo na lang ako ng basta-basta. Hindi yata fair 'yun."

Para mapagbigyan na lang ang kapatid ay nagtanong si Dino, "(Sniff!) O, sige na... (sob!) ano pa yung kwento mo?"

"Hi! Hi! Hi! Tungkol pa rin ito kay Anne. Sabi ko nga, engaged na s'yang magpakasal, diba? P-E-R-O... pero, pero, pero... Hi! Hi! Hi! Ang alam ko rin... **HINDI NATULOY ANG KASAL NILA!"**

* * * * * * * * * *

Pagkarinig ni Dino sa sinabi ng kapatid ay parang magic na biglang gumanda ang pakiramdam niya. Hindi ito makatingin kay Dang dahil ayaw magpahalatang excited, pero pigil hininga pa rin habang naghihintay sa kwento ni Ate Dang. Pero hindi na muli itong nagsalita.

Napatingin si Dino kay Ate Dang. Noon lang niya napansin na muli na naman itong nakatingin sa kanya at may kahalong panunukso ang ngiti.

"UMMM INTERESADO KA PA BA SA KWENTO KO? BAKA HINDI NA... TITIGIL NA AKO."

"Hah? I-Ituloy mo, Ate... ituloy mo yung kwento."

"Hmmp! Ayoko na.... mukha naman na hindi ka na interesado, e... sayang lang ang laway ko."

"H-Hindi, a... interesado ako... interesado... haaaiiissss! Ate naman..!"

"Hi! Hi! Hi! Ang sarap mong pag-tripan, kapatid. Masyado kang O-B-V-I-O-U-S!"

"Hindi naman a," depensa ni Dino, "mmmm... bitin lang kasi yung kwento mo."

"Weh... talaga lang ha? E, BAKIT BIGLA YATANG SUMAYA ANG MUKHA MO?" hirit ni Dang.

"Ha... ano... ako sumaya? H-Hindi naman, a," pilit na pagkakaila ni Dino.

"Assuuusss... kunwari ka pa. Tumigil ka nga d'yan. Nung sinabi kong ikakasal na si Anne, daig mo pa ang namatayan sa itsura ng mukha mo. Naku, h'wag mo na nga akong paglolokohin, bunsoy. Alam ko naman na hanggang ngayon e... hindi ka pa nakaka-get over kay Anne. At hanggang ngayon... s'ya pa rin ang hindi mamatay-matay na PERS LAB d'yan sa puso mo. Diba?"

Sukol na si Dino at hindi na nagkaila pa, "Pa-Paano mo nalaman?"

"Suss, paanong hindi ko malalaman? E, hanggang ngayon nakatago at iniingatan mo pa yung picture na magkasama kayo ni Anne. Akala mo ba hindi ko nakikita na halos gabi-gabi e tinitingnan mo 'yun. Kulang na nga lang eh tirikan mo ng kandila sa kasasamba mo!"

"Ate naman..."

"May patago-tago ka pa nung picture sa mga damit mo... e sino ba ang taga-ayos ng mga damit mo... diba ako? Hi! Hi! Hi!... huling-huli kita. O, s'ya, o, s'ya... ikukuwento ko na sa iyo ang nangyari. Alam ko naman na curious ka... at concerned kung ano talaga ang nangyari kay Anne, diba?"

Ngumiti na lang si Dino at napatango.

"Anne caught the guy... cheating on her. Akalain mo... yung ganda at bait ni Anne... nakuha pa ring mang-two-timer nung lalaki? Grabe no? Ano nga ba yung kasabihang... a leopard doesn't change its spots -- parang ganoon nga yung boyfriend ni Anne. Naka-engraved na yung pagka-babaero."

Hindi maiwasan ni Dino na malungkot para kay Anne, "So, timely yung pagkakahuli ni Anne... nakipag-break siya and called off the wedding?" pagkumpirma niya.

"Syempre naman, ano? Hmmp! Kung ako nga si Anne, baka ibinitin ko pa nang patiwarik yung guy at pinagapangan ng pulang langgam hanggang matigok. Pero... not Anne... she's too nice kaya nga lagi siyang tine-take advantage nang iba. Just the same, napakasakit kay Anne yung nangyari, kasama na rin yung kahihiyang idinulot noon... pero, mabuti na rin 'yon. At least hindi natali si Anne sa isang walang kakwenta-kwentang tao."

"Tama ka doon, Ate. P-Pero... kamusta si Anne. Anong nangyari pagkatapos noon? Naka-move on ba s'ya?"

"Hmmp... haler!!! Kahit naman sinong girl na malalamang nag-tsi-cheat sa kanya ang boyfriend... na engaged to be married pa... made-devastate. Anne is no exception. Balita ko nga, weeks na hindi ito lumabas ng bahay nila. Pero, later on... siguro napag-isip-isip din ni Anne na blessing-in-disguise 'yung nangyari sa kanya... kaya naka-recover naman din daw ito. At saka, half-hearted naman din daw ang gagawing pagpapakasal ni Anne kasi...."

"Anong ibig mong sabihin, Ate?"

"*Easy ka lang kapatid... paparating na nga ako doon. Masyado ka namang excited.*"

"*Sori, sori, Ate... sige na ituloy mo na yung kwento.*"

"*Well, apparently... hindi pala talaga gusto ni Anne... to get married. Pinilit lang siya nung guy... who's been pestering her... acording to the grapevine... Hi! Hi! Hi!... parang showbiz ano? Ang suspetsa ng marami, nagmamadali lang yung guy in the hope na maii-kama niya si Anne.*"

"*Hah... ano? Hindi ko maintindihan...,*" tanong ni Dino.

"*Sus, itong si bunso, kunwari pa hindi alam yung ganoon,*" sagot ni Dang. "*If I know, nagiging pabling ka na daw sa school n'yo. Bad yan, ha. Tandaan mo, may kapatid kang babae at... kasalanan yan,*" paalala ni Dang.

"*Ate, hindi rin naman ako kunporme sa ganoon. Kung talagang mahal ko yung babae at s'ya yung makakatuluyan ko, bakit pa? At kung hindi naman kami magkakatuluyan, lalong hindi dapat... dahil unfair dun sa babae. Huwag kang mag-alala, Ate Dang... kung marami man akong nagiging girlfriend ngayon... never kung gagawin yung bawal at hindi dapat. Promise ko sa iyo, yun,*" sagot ni Dino."

"*Maganda 'yan, kapatid at proud ako sa iyo. Alam ko naman na hindi mo gagawin yon dahil pinalaki tayo ni Mommy at Daddy sa tamang asal at may pagmamahal sa Diyos. Pero, back to the subject. Knowing Anne, hindi aprub doon ang pre-marital sex. Nag-propose nang kasal yung guy... in the hope na... papayag na si Anne makipag... you know what... sa kanya since they are going to get married anyway.*

Talagang hot na hot na ito kay Anne. Pero, kwidaw, sorry na lang siya, hindi pa rin pumayag si Anne. Kaya, ayun... siguro naimbyerna, na-frustrate or talagang manyakis yung tao... naghanap ng iba... and Anne caught him. Anyway, end of the story," pagtatapos ni Dang pero may idinagdag pa ito.

"Saka, sa totoo lang daw, meron daw talagang itinuturing na special someone si Anne. It seems, para yatang imposibleng makita muli niya yung guy or much more... magkatuluyan sila... kaya, napilitan na lang itong mag-entertain ng suitors."

"Sino daw?"

"Hindi ko nga alam kung sino... pero yung sabi ni Anne... hinding-hindi daw niya malilimutan 'yung guy, despite all the years that passed... at kahit na imposible daw silang magkatuluyan. Very special daw ito sa puso niya. Nakakakilig, ano? Itong guy daw ay connected in Anne's past. Haaay... sino kaya 'yon... misteryoso masyado, ano? Ewan ko nga ba... pati nga ako nagtataka kung sino 'yun. Kahit anong gawin ko, wala naman akong maisip na friend or suitor na naging espesyal kay Anne nung classmate pa kami... not unless, hindi pa ako kilala ni Anne nung na-meet niya yung guy. Baka naman... ilusyon lang ni Anne 'yun? Ikaw, bunso... kilala mo ba siya?"

((((((((O))))))))

26
Kahapon, Bukas, Ngayon

Muling nagbalik sa kasalukuyan si Allen. Galit na galit si Anne, "Sir, are you for real? Kahit ba may girlfriend ka na... ang lakas pa rin ng loob mo para sabihing... you're falling in love with me? Hindi ka man lang ba nahiya o nakonsens'ya ng sabihin mo 'yon? What do you take me for... a patsy... someone who's got no morals and willing to go all the way because you are my Boss? You think I'm that easy just because, matanda na ako... dahil empleyado n'yo ako? Ganoon ba kababa ang pagtingin n'yo sa akin?"

"No, no, Anne... you've got it all wrong... nagkakamali ka sa iniisip mo."

"Kung gusto n'yo akong mapabilang sa listahan ng mga conquest n'yo... I'm sorry, Sir, pero... I did not sign up for that."

"But, but..."

"I really need this job pero hindi sa ganoong paraan. I'm sorry, Sir... sana kahit papaano I've been of help. But as of now, I'm resigning. Thank you for giving me the opportunity to work with you. Goodbye..."

Pagkasabi ay tuluyan ng tumayo si Anne at umalis.

"O, anak, bakit yata parang matamlay ka?" tanong ni Mommy kay Anne. "May dinaramdam ka ba?"

"Huh, Mom? W-Wala... may iniisip lang po ako."

"Mmmm... akala ko may lakad kayo ni Roger ngayon? Bakit hanggang ngayon e naandito ka pa?"

"Kinansel ko, Mom... medyo tinatamad kasi akong lumakad," paliwanag ni Anne.

"Ah, ganon ba. Hindi ba naman ito nagalit?"

"Medyo nagtampo ng konti. Naku, bayaan n'yo nga 'yon. Lilipas din ang tampo noon."

"Ummm... hindi sa nakikialam ako, anak... pero, napapansin ko na parang hindi ka yata seryoso sa relasyon n'yo ni Roger."

"Anong ibig n'yong sabihin, Mommy?"

"Mahal mo ba talaga si Roger, anak?"

Hindi agad nakaimik si Anne. Nang sumagot ay parang nag-aalanganin, "Ewan ko, Mommy. Mabait naman si Roger saka maalalahanin... pero parang... ewan ko, Mommy... hindi ko rin alam. Kahit ako nalilito kung bakit parang hindi ko siya kayang mahalin ng lubusan."

"Meron bang ibang lalaki para sa iyo?"

"W-Wala, Mommy? Naku, faithful po ako kay Roger. Bakit ninyo naitanong?"

"Kasi, kapag hindi mo maibigay ang puso mo sa isang lalaki... ibig sabihin noon may minamahal kang iba."

"Pero... wala talaga, Mom, honest."

"Wala talaga? Isipin mong mabuti, anak."

Nailing si Anne, "Honest, Mommy... swear to God... wala."

"Baka hindi mo lang alam, Anne. Hindi mo alam na mayroon ibang nagmamay-ari ng puso mo. Naand'yan lang siya sa tabi-tabi... nakikita mo... nakakasusap... at nakakasama."

"Cryptic naman yun, Mommy. P-Paano naman nangyari yung ganon? Imposible naman yata yung na-meet ko na siya pero hindi ko nare-realize... na mahal ko siya?"

Nilapitan at hinaplos-haplos ni Mommy si Anne sabay nag-kwento, "Noong una kong na-meet ang Daddy mo... second year high school pa lang ako, samantalang s'ya ay nasa college na. Sinamahan ko lang si Tita Bianca mo kasi ayaw payagan ni Daddy na umatend ng party na walang kasama. In short, chaperone lang ako. Naandun lang ako, bising-bisi sa kakakain nang nakabanggaan ko ang Daddy mo."

"Really, Mom? Anong nangyari... niligawan ka ba agad ni Dad?"

"Hindi! Nag-sorry lang kami sa isa't isa. Pero, ang hindi ko maintindihan noon... noong nakita ko ang Dad mo, iba agad ang naramdaman ko sa kanya. Kahit bata pa ako... iba, e... espesyal ang dating niya sa akin. Yung bang... tumibok-tibok agad ang puso ko sa kanya. Sabi ni Dad, ganoon din daw siya sa akin. Tumibok-tibok din daw ang puso niya nang nakita ako. Biruin mo yun pareho agad kami ng naramdaman."

"Hi! Hi! Hi! Talaga, Mommy? E, ano... paano ka niligawan ni Dad?"

"Hindi agad-agad, anak. Kahit sabihin mo pa na pareho kami ng nararamdaman... hindi naman namin alam 'yon. Syempre naandun pa rin yung doubt kung totoo yung naramdaman namin. Idagdag mo pa yung college na s'ya samantalang ako e, high school pa lang."

"So, paano na?" pag-usisa ni Anne.

"Wala. Pagkatapos noong araw na iyon ay hindi na kami nagkita pa ng Daddy mo. Pero... ewan ko ba... parang nawalan na ako ng interes sa ibang lalaki. Hindi ko man aminin, ikinukumpara ko ang lahat sa Daddy mo... hanggang... mag-meet ulit kami ng Dad mo."

"Hanggang mag-meet ulit kayo? Kailan yun?"

"Ummm... ang tandang-tanda ko... nag-meet ulit kami ni Dad mo sa isang binyagan ng isang kaibigan ko. Ninong siya at ako naman ay ninang... magkatuwang pa kami. Almost three to four years na ang lumipas noon... pero, naandoon pa rin yung special na naramdaman ko sa Daddy mo. At siya rin daw ay ganoon din daw. So, kay haba-haba man daw ng prusisyon... kami ni Dad mo ang nagkatuluyan."

"(Gosh!) Nakakakilig, Mommy, parang fairy tale!"

"Oo nga, anak, ano? Hi! Hi! Hi! Pero, mabalik tayo sa iyo... tulad na rin ng sinabi ko kanina... kaya nag-aalangan ka sa nararamdaman mo para kay Roger... e, dahil may iba nang nagmamay-ari ng puso mo. Naiintindihan mo ba ang sinasabi ko?"

"Opo. (Sigh!) P-Palagay mo kaya, Mom... ganoon nga kaya ang dahilan kung bakit ako nagkakaganito?"

"Oo, anak."

"Pero, Mom... paano ko malalaman na... siya nga yung taong mahal ko? May signs ba? Kaibigan ko ba siya, schoolmate, classmate, propesor..."

"Hmmmm... ikaw lang ang makakaalam n'yan, anak. Pwedeng wala sa mga binanggit mo ang lalaking 'yon. Pwedeng wala sa school n'yo o hindi mo pa kilala. Pwede ring mas matanda sa iyo o mas bata."

"Bata... si Dino? Hah! Hindi... hindi pwedeng mangyari ito," pagtanggi ni Anne sa iniisip. "Natutuwa lang ako sa kanya. S-Sobrang laki ng pagitan ng edad namin..."

"Ang tanging makapagsasabi n'yan ay ang puso mo," pagpapatuloy ni Mommy. "Kapag dumating ang taong iyon... titibok at titibok ang puso mo. Maniwala ka sa akin, anak..."

Ayaw man aminin ni Anne, may kakaiba siyang nararamdaman sa puso kapag kasama si Dino.

((((((((O))))))))

Pinipilit ni Anne na huwag maluha habang naghihintay ng bus. Dejected at disappointed siya. At the very least, akala niya ay pipigilan siya ni Allen. Pero hindi nangyari ito. Higit pa doon, ang pakiramdam niyang paglalaro ni Allen sa damdamin niya ang lalong ikinalulungkot ni Anne. Ang buong pag-aakala niya ay may respeto ito sa kanya. Ayaw man niyang aminin, may kakaiba na siyang nararamdaman para sa binata.

"(Sob!) Ano ba 'yan... kung kailan ka nagmamadali saka walang dumadaan na bus. (Sniff!) Paano na ito? Wala na naman akong trabaho... kung kailan pa naman medyo okay-okay na kami ni Mommy at saka... (Sigh!) Kung bakit naman kasi pati ako ay gustong paglaruan at ibilang..."

Hindi na natapos ni Anne ang iniisip dahil may dumadating ng bus. Agad niya itong pinara.

"PAALAM NA... ALLEN."

27
Wrong Timing

Hindi inasahan ni Allen na magagawa niyang sabihin kay Anne ang tunay na saloobin niya. Dahil dito, hindi siya nakahanda sa naging reaksyon nito.

Matapos siyang iwan ni Anne ay saka pa lang ito nahimasmasan.

"Gosh, how stupid! I forgot about her painful past... and here I am like a two-timing Casanova proposing to her. Alam n'yang may girlfriend ako and still I'm making a play on her. Hindi n'ya alam na break na kami ni Millie... and she's thinking I'm doing the same thing her Ex did to her. Ahhhh... ang tanga ko... ang tanga, tanga ko!"

Makatapos magbayad ni Allen ay agad itong humabol kay Anne.

* * * * * * * * *

"ANNE, WAIT!!!"

Gulat na napalingon si Anne. Nakita niyang tumatakbong papalapit sa kanya si Allen.

"Anne, wait... let me explain... please," pakiusap ni Allen nang abutan niya si Anne. Malumanay na pinigilan niya ito sa mga balikat para hindi makasakay.

Hindi nakapagsalita si Anne. Hindi na niya inaasahan na susundan pa siya ni Allen. Nanatiling bukas ang pinto ng bus habang naghihintay.

"Ma'am, Sir, sasakay ba kayo o hindi?" naiiritang tanong ng driver.

Si Allen na ang sumagot, "Chief, sori, sori... ah, ano... hindi kami sasakay. Go na kayo."

Galit na isinara ng driver ang pinto ng bus saka umarangkada ng andar, "Hmmp! Katirikan nang araw at saka pa nagliligawan!"

Naiwan si Anne na nalilito pa rin sa mga nangyayari.

Nakakita si Allen ng isang coffee shop at doon niyaya si Anne upang lubos na makapagpaliwanag. Hindi nagawang tumanggi ng dalaga dahil na rin sa matinding pakiusap ni Allen.

Pagpasok sa coffee shop ay may sumalubong sa kanilang waitress.

"Good afternoon, Sir... Ma'am... I'm Summer. Welcome to our coffee shop. Can I escort you to your seats?"

"Ah... good afternoon. Yes, saan ba kami pwedeng makaupo. Ummm we want some privacy," sagot ni Allen. May nakita itong pwesto at itinuro sa waitress. "Doon sa table 20... pwede ba kami doon?"

Tiningnan ng waitress ang pwestong itinuturo bago nagwika, "Ayy, sir, doon na lang po kayo sa kabilang table umupo. Naku, maduming-madumi po doon... kailangan linisin ko pa!"

"Hah... madumi? Hindi naman, a... wala naman akong nakikita."

"Hi! Hi! Hi! Naku, madumi pa don, Sir... lilinisin ko pa," paliwanag ni Summer.

"Haaaiiis! Naku... may tililing pa yata itong waitress," nasabi ni Allen sa sarili.

"Doon na lang po kayo sa banda doon," wika ni Summer at itinuro ang isang puwesto, "Okay po doon at may privacy din tulad ng gusto n'yo.

Tiningnan ni Allen ang itinuturo ng waitress, "Ummm... okay, it looks fine naman. Sige, we'll sit there. Can you bring us some muffins and coffee. One for each of us."

"Yes, sir. Please wait for a moment while I get your order."

Nang makaupo ay agad nagpaliwanag si Allen.

"I'm very, very sorry, Anne, kung nagbigay ako sa iyo ng maling impresyon."

Nanatiling walang imik si Anne habang nakatingin kay Allen.

"I just want to make it clear. I'm not two timing anybody nor am I cheating. As of two weeks ago, I've broken up with Millie.

May nakitang reaksyon si Allen sa mata ni Anne pero saglit lang ito.

"Yes, I know... it's only been two weeks. But whether you believe it or not, I've been meaning to break up with her for such a long time already... kaya lang... it so happen na nag-abroad siya. Still, I offer no excuse. Also, it's not on a whim na gusto kong makipag-break sa kanya. I have valid reasons which I won't mention anymore. But the fact remains na, hindi ako committed... wala akong girlfriend... nung sinabi ko na... mahal kita."

"Ganyan lang ba kadali sa iyo ang makipag-relasyon at makipag-break? Ang tingin ko...para bang laro-laro lang sa iyo ang lahat? Hindi mo man lang ba naiisip that you're hurting someone?"

Itinaas ni Allen ang mga kamay na parang sumusuko, "I know, I know... guilty ako for playing around and I'm really sorry for it. But for what it's worth, iginalang ko ang lahat ng babaing naging parte ng buhay ko. I did not take advantage of them and more importantly... I never fooled around with somebody else when I am in a relationship. HINDI AKO TWO-TIMER."

"And you're making that as an excuse?"

"No, no... I offer no excuses. Inaamin ko, I've been playing the field... and hurting people along the way. All I cared was myself. Pero may dahilan din ako kung bakit ako nagkaganito. I lost one person in my life that matters to me... so much. It pained me deeply... sinisi ko ang mundo sa nangyari and naging insensitive ako sa feelings ng ibang tao. Pero, whatever my reasons are... tama ka... hindi ko dapat ginawang dahilan 'yon.

Nahinto si Allen ng dumating ang order nila.

"One freshly baked muffin and freshly brewed coffee for each," wika ng waitress habang inaayos ang pagkain.

Naantig naman ang puso ni Anne sa mga tinuran ni Allen.

"Totoo kaya yung mga sinabi niya... mali ba ako sa paghusga sa kanya? M-Mayroong din kaya siyang minahal na nawala rin... katulad ko?" tanong nito sa sarili. "Dapat ba akong maniwala sa kanya?"

Namalikmata si Anne ng magsalita ang waitress.

"Anything else, Sir?"

"No, thanks... that will be all," sagot ni Allen. Sinundan nito ng tingin ang waitress habang papalayo ito at nakita niyang may sinalubong itong customer at inalalayan papunta sa table 20. Napailing si Allen at naisip, *"(Sigh!)* Kaya naman pala inirereserba yung pwesto, pogi yung customer."

Narinig pa niya nang banggitin ang pangalan ng lalaki, "Winter yung pangalan nung lalaki... tapos yung waitress... Summer. Okay... match na match," nasabi nito sa sarili.

Muli nitong hinarap si Anne, "I'm really sorry, Anne. To be honest, hindi ko akalain na masasabi ko 'yung feelings ko sa iyo at that moment -- it just came out. Ako mismo, nagulat nung nasabi ko yun. I know it's not the right time pero... naand'yan na... what's done is done and all I can do is make things right. Kung feeling mo, this is something out of the blue... sinisiguro ko sa iyo... noon ko pa gustong sabihin ito sa iyo... that I really have fallen in love with you. My intention is pure. Sana maniwala ka sa akin."

Sa wakas ay nagsalita na si Anne, "Hindi ko alam, Sir... Allen. Nalilito ako talaga. I really can't see you having an interest in me... much more, falling in love. Hindi ko ma-reconcile ang sinasabi n'yo sa totoo o hindi. It's so surreal... magulong-magulo ang isip ko. I still think this is one big joke."

"No, Anne... hindi ito biro-biro lang... seryoso ako. I've never been as serious as this in my whole life."

Tumingin lang si Anne. Bagama't nawala na ang poot sa mukha nito, napalitan naman ito ng pag-aalinlangan. Na-realize ni Allen na punung-puno ito ng takot sa direksyong tinatahak ng buhay. Nawala ang kompiyansa nitong magdesisyon kung ano ang nararapat o hindi. Hindi sapat ang mga salita at pangako niya. Kinakailangang ipakita niya at patunayan na totoo lahat ang mga ito.

"Oh, God! Anne's gone through the worst and she's petrified in what's happening to her," malungkot nitong naisip.

Biglang tumayo si Anne at akmang aalis pero mabilis na hinawakan ni Allen ang mga kamay nito at pinigilan.

"Please, Anne... please pakinggan mo lang ako," pagsusumamo nito.

Matapos ang ilang minuto nang nakakailang na sandali ay muling umupo si Anne.

"Okay, okay... naiintindihan ko ang feelings mo at hindi ko minamadali ang desisyon mo."

Huminga muna ng malalim si Allen bago nagpatuloy, "You still don't know the real me... and from what you've heard and seen... I'm a player at hindi kita masisi kung ganyan ang tingin mo sa akin. But please, bigyan mo ako ng chance. Bigyan mo ako ng chance para patunayan sa iyo na totoo lahat ang sinasabi ko and I'm willing to start all over again just to prove myself."

"P-Papaano? Ganoon lang ba kadali sa iyo ito?" tanong ni Anne.

"No, it's not. Alam kong mahirap ito... for both of us... pero this is the only way I know to make you stay. Let's go back to square one. Let's pretend that this never happened -- let's forget all about this. Wala akong babanggitin tungkol sa feelings ko and let us just go back to being friends and officemates."

"Ewan ko... ewan ko... pero parang hindi ganoon kadaling kalimutan 'yon. Hindi ko alam kung kaya ko ang sinasabi mo."

"Then let's try. Please, Anne... just this one chance. Just give me this one last chance."

"At pagkatapos... papaano? May mababago ba ito?"

"Hindi ko alam... bahala na kung wala. At least... at the very least, naandito ka pa rin... 'yun ang pinaka-importante sa akin. Gagawin ko ang lahat para mapanatili ka lang ..."

"Hah? Gagawin mo ang lahat basta... naandito lang ako?"

"Oo, Anne... that's more than enough for me. Tama na sa akin ang nakikita kita araw-araw... ang nakakasama..."

"K-Kahit na sabihin ko sa iyong... walang garantiyang magbabago ang isip ko? Na pwedeng bukas o sa makalawa ay umalis din ako?"

"Oo, Anne. Bawa't araw na naandito ka at kasama kita... nagpapasalamat na ako. If ever dumating 'yung time na nag-decide kang umalis... then I will treasure each and everyday na nakasama kita. Hindi na ako hihiling pa ng iba."

"Hindi ba unfair 'yon?"

"No, Anne... that's my LOVE for you."

Nabagbag ang damdamin ni Anne sa sinseridad ni Allen. Tuluyan ng gumuho ang natitira pa nitong pag-aalinlingan, *"(Sniff!)* Pero, bakit, Allen... bakit ako pa? Nalilito ako."

"H'wag mo nang tanungin kung bakit, Anne. Please just stay."

Hindi sumagot si Anne.

"Please, Anne... just this one last chance. You have nothing to lose. Ikaw na rin ang nagsabi that you needed this job. So... stay. Kung sa palagay mo... I'm a liar or I'm just fooling around... o kaya may nakita kang ibang trabahong mapapasukan... then you are free to go. I won't stop you. But for the moment... please stay. That's all I asked for."

Matagal pa ring hindi kumibo si Anne habang pigil hiningang naghihintay si Allen.

Wari'y tumigil ang takbo ng oras para sa dalawa.

Sa wakas ay nagsalita si Anne, "W-Walang mababago... t-tulad pa rin ng dati?"

"Wala, Anne... wala. PROMISE."

Maya-maya ay kinuha ni Anne ang muffin at coffee. Inayos sa kanilang dalawa, pagkatapos ay bahagyang ngumiti bago nagwika, "Gutom na ako. Let's eat na, Allen... lumalamig na ang pagkain."

Parang nabunutan ng tinik si Allen at nangilid ang luha sa mga mata.

"(Sob!) Thank you, Anne... thank you."

* * * * * * * * * *

Nang nakauwi na si Anne, muli niyang naalala ang mga salitang binanggit ni Allen.

"I lost one person in my life that matters to me... so much."

Hindi maintindihan ni Anne pero labis na naantig ang puso niya nang marinig ang mga katagang ito.

28

All Is Well...Kaya?

Super-excited si Gregory habang hinihintay ang pagbalik nina Allen at Anne. Akala mo hilong-talilong itong paikot-ikot sa loob ng office nila. Kulang na lang na mapudpod ang sapatos nito kalalakad. Tipong nahulaan nito ang talagang dahilan ni Allen kung bakit niyayang kumain si Anne sa labas.

"Hmmp! Business lunch daw? Lokohin n'yo ang lelong n'yong panot! If I know... malamang ito na nga ang moment of truth... the confrontation of the century. According to Bossing, nakipag-break na siya kay Millie at... nakapagtapat na siya kay Anne. If that is the case... then I think, kaya niya ito niyaya ay para malaman na ang sagot. Si Boss pa... no way na maghihintay ito ng matagal."

Hindi mapakali at ilang beses nitong tinitingnan ang relos n'ya habang naghihintay.

"He! He! He! I'm sure... siguradong-siguradong 100%... nahulog na sa charm ni Boss si Anne at ibinigay na ang kanyang matamis na 'OO!' Ahem... sino ba naman ang makaka-resist ng sex appeal ni Allen. Ahiii... kakilig naman. When that happens, I'm very sure super-duper sweet na sweet yung dalawa pagbalik dito. Baka magkayakap pa at tukaan ng tukaan at walang pakialam sa mga nakakakita. No doubt, no doubt about it."

Tuwang-tuwa ito at hindi nito mapigilan ang mangiti. Nang magtagal ay napalitan naman ito ng pagkabahala.

"Pero, pero, pero... if the unthinkable happens na binasted si Boss -- which is next to impossible... I'm very sure, pagdating ni Anne dito, siguradong tsugi na s'ya... banished from the face of the earth. Either fired, resigned, terminated, booted out, whatever... but definitely out, out, out and I don't want to see your face anymore na linya. He! He! He! Nobody but nobody messes with the Boss!"

Krriinngg! Krriing!

Biglang tumunog ang intercom. Mabilis namang sinagot ito ni Gregory. Tulad ng bilin niya, tumawag ang guardia at ipinaalam na dumating na sina Allen.

Dali-daling umupo ito sa mesa niya at kunwari ay bising-bisi sa pagtatrabaho. Pero pigil hiningang hinihintay nito ang pagpasok ng dalawa.

"Malamang nagki-kissing-kissing yung mga 'yon pagpasok dito or if not... isnaban to the max. Ha! Ha! Ha!"

Pero laking pagtataka nito nang dumating ang dalawa na taliwas sa inaasahan niya ang ikinikilos.

"Hi, Greg! Kamusta na dito sa office," masiglang bati ni Anne pagbungad, "May calls o appointments ba akong na miss?"

"W-Wala... wala naman."

Si Allen naman ay diretso sa table niya bago nagtanong, "Greg, okay na ba yung mga materials for the Shoe-Blast Company? Don't forget, sa makalawa na ang presentation natin doon."

Sa kalituhan ni Gregory, hindi nito agad nakuhang sumagot.

Napansin naman ito ni Anne, "Huy, Greg. Hi! Hi! Hi!" Ano nang nangyari sa iyo at parang namatanda ka yata?"

"Hah? Ako?" sagot ng nalilitong Gregory.

Sinundan na rin ito ng biro ni Allen, "Yes, Greg, it's you... you're acting weird? Hindi ka ba nakakain ng lunch or something? Ha! Ha! Ha!"

"Ha-hah? Hindi, hindi... I mean... Oo, Oo... kumain naman ako. A, e... kayo... kumain ba... talaga kayo? O-Okay naman...?"

"Oo naman... why shouldn't we? We just ate together diba, diba? Business lunch."

"A, e... bakit hindi kayo sweet," ito ang gustong sabihin ni Gregory pero hindi masabi. Sa halip ay iba ang binanggit, "You're not... ano... but you're still talking... to each other... wa-walang problema?"

"Problema?" gulat na tanong ni Allen. "What's happening to you, Greg... tungkol sa finances ng office lang ang pinag-usapan namin ni Anne. Hardly enough para magkaroon ng problema, diba?"

"Oo nga, Greg. Solid naman yung mga finances ng company, so don't worry... hindi mababawasan ang salary natin. Hi! Hi! Hi!" biro ni Anne.

"(Gulp!) Oo naman... Oo naman," hindi malaman ni Gregory ang sasabihin. "Pero... I mean, hindi kayo kwan... that means a-ano kayo... but you're still here, Anne? Hindi ba dapat...?

"Bakit naman hindi magiging naandito si Anne, e... she's working here. Why shouldn't she be here? Is there something you know that we don't?"

"Hah? Wala, wala... ano kasi... ano, akala ko.. ahhh, never mind, never mind... nananaginip lang siguro ako. Sige, sige... pupunta lang muna ako sa CR..."

Mabilis na umalis si Gregory at iniwan ang dalawang takang-taka sa kanya.

"Haaay, naku... bakit ganon... parang walang nangyari? Hindi sila sweet... hindi din naman sila war? Anyare? Business lunch lang ba talaga 'yun?" kakamot-kamot ng ulong nasabi ni Greg habang naglalakad.

* * * * * * * * * *

Kinabukasan, late dumating ng opisina si Allen dahil may dinaanan pa itong convention ng mga graphic designers. Past lunch na halos nang siya ay dumating. Pagpasok niya ng kwarto ay nadatnan niyang naandoon pa si Anne at subsob sa trabaho. Bibing-bisi ito kaya hindi siya napansin. Si Gregory naman ay hindi niya nakita sa table nito.

Lumapit siya kay Anne, "Tut! Tut! Tut! Hello, earth to Anne... earth to Anne... come in please."

"I-Ikaw pala yan, Allen. Nagulat naman ako sa iyo."

"He! He! Masyado ka kasing subsob d'yan sa ginagawa mo, hindi mo ako napansin. Ano ba yang pinagkaka-abalahan mo?"

"Ummm, bina-balance ko lang yung mga expenditures natin. Medyo marami kasi this week."

"Ahh, ganon ba? Sige, I'll leave you to it. Hey, wait... Kumain ka na ba?"

"Huh! Nope, hindi pa ako kumakain... hindi ko kasi napansin ang oras. Almost one o'clock na pala. B-Bakit?"

"Tara na, let's eat. Hindi pa rin ako kumakain and I hate eating alone."

Hindi nakasagot si Anne. Halatang nag-aalanganin.

"C'mon," pilit ni Allen, "hindi maganda ang nalilipasan ng gutom. The job can wait. Mam'ya n'yan bigla ka na lang mahilo at bumagsak d'yan. "

Tumigil sa ginagawa si Anne pero nanatili itong nakayuko. Nag-aalinlangan kung sasama o hindi.

"Anne, paano naman ako ako makaka-pogi points sa iyo... kung hindi mo naman ako bibigyan ng chance?"

Napatingin si Anne kay Allen. Nakita niyang nagpapa-cute ito habang nagsusumamo. Hindi nito mapigilan ang matawa.

"If I remember correctly... ang deal natin is... back to square one tayo... hindi negative or minus 100?" pagpapatuloy ni Allen, "So, dapat bibigyan mo ako ng chance para ma-prove ko ang sarili ko. Fair and square, diba? Saka, promise ko naman... ako ang magbabayad ng lunch natin. He! He! He!"

Kung may pag-aalinlangan man si Anne ay tuluyan na itong nawalis, "Hi! Hi! Hi! Ganon ba? 'Yun talaga ang inaalala ko, e... baka kasi ako ang pagbayarin mo."

"Ha! Ha! Ikaw pa, e alam ko namang potkuri ka. O, di tara na! Basta yung softdrinks sagot mo, ha?"

"Aba, hindi... sabi mo blowout mo, so dapat lahat ng gastos... sa iyo lahat."

"Ganon? E, di... h'wag na tayong mag-softdrinks... tubig na lang."

"Hi! Hi! Hi! Naku, ako raw yung kuripot... samantalang siya softdrinks lang ipinagkakait pa. Naturingang Boss kung mag-libre naman..."

"Malakas ka namang kumain kaya..."

"Haler, a canteen na nga lang tayo..."

Nagpatuloy ang biruan at kantyawan ng dalawa habang papunta sa canteen.

Nakahinga ng maluwag si Allen, *"Thank you, Lord... back to normal na muli kami ni Anne."*

Si Anne naman ay lubos na natuwa rin, *"God, salamat ha... ginawan Mo ng paraan para maayos ang sitwasyon namin ni Allen. Kung anuman po ang kalalabasan nitong bagong yungto sa buhay ko... bahala na po Kayo. Alam ko naman na hindi Ninyo ako pababayaan."*

29
Mahal Din Kita, Hindi Ko Lang Alam

Napapansin ni Mommy na palaging malayo ang iniisip ni Anne pagkagaling nito sa trabaho.

Makatapos nilang maghapunan, hindi na nakatiis si Mommy na magtanong, "Anne, may problema ka ba sa trabaho? Napapansin ko kasing madalas kang tahimik tuwing dumadating ka. Hindi ka naman dating ganyan, diba?"

"Problema? Naku, wala Mommy. Pagod lang po ako. Marami kasing trabaho sa opisina."

"Anak, kilalang-kilala kita. Alam na alam ko kapag may problema ka o dinadamdam. Sige na, sabihin mo na at baka may maitulong ako. Kung hindi man e, mabuti din 'yung naiilabas mo ang problema mo. Mahirap yung itinatago mo ito baka makasama pa sa iyo."

Kasalukuyan silang nakaupo sa sofa at nanonood ng TV. Tumabi si Anne sa ina at naglalambing na humilig.

"Mayroon po kasing nanliligaw sa akin sa office," pagtatapat nito.

"Nanliligaw! Aba, e anong masama doon... dalaga ka naman? Kung okay naman yung lalaki... e di walang problema."

"Sana, ganoon lang ka-simple 'yon, Mom."

"Bakit mo naman nasabi yon, anak? Mmm... may-asawa ba itong nanliligaw sa iyo?"

"Naku, wala po, wala po. Mommy naman, parang hindi mo ako kilala... alam mo naman na hindi ako papatol sa may-asawang tao. Bukod sa kasalanan ito sa Diyos... wala po akong balak na manira ng pagsasama ng isang mag-asawa," paliwanag ni Anne.

"Mabuti naman, anak. O, ganon naman pala... binata naman pala yung tao, e bakit problemado ka sa kanya?"

Hindi sumagot si Anne. Nag-aalanganin kung sasabihin ang totoo o hindi.

Inakala naman ito ni Mommy na natatakot si Anne kaya hindi makapagsalita.

"Bastos ba, presko o hindi magalang? Tinatakot ka ba... nangbu-bully ba.... ipinagpipilitan ba n'ya ang sarili sa iyo kahit ayaw mo sa kanya?" sunod-sunod na litanya nito, "Aba, kung ganyan siyang klaseng manliligaw e, magkakalintikan kami. Ako mismo ang makakabangga niya. Halika nga, ituro mo nga sa akin kung nasaan yung mokong na 'yon at susugurin ko!"

Hindi maiwasan ni Anne na matawa, "*(Giggle!)* Easy ka lang Mommy... masyado ka namang war-freak... lumalabas ang pagka-amazona mo. Chill lang."

"Alam mo namang sa lahat ay ayoko nang inaapi ang baby girl ko. Kahit ganitong maysakit ako, hinding-hindi ko palalampasin yung mga mangwa-walanghiya sa iyo."

"Asus, at baby girl pa rin daw ako. Naku, Mommy thirty-four na ako... hindi na baby girl. Anyway, Mommy... huwag kang mag-alala... okay naman yung nanliligaw sa akin. Binata, mabait, gentleman... at pogi. Hi! Hi! Hi!"

"Pogi, pogi? Kasing-pogi ba ni Lee Min Ho o kaya ni Song Jung Ki? Naku, pasado na sa akin yun!"

"Hi! Hi! Hi! Itong si Mommy... ikinumpara pa sa mga crush n'yang mga Koreano yung nanliligaw sa akin."

"Biro lang. Kasi nakikita kong masyado kang naaapektuhan kaya dinadaan ko na lang sa biro. O, sige seryoso na... okay naman pala yung tao... anong problema? Bakit parang hindi ka sigurado sa sarili mo? Matanda na ba ito... hukluban na o... super-tanda na kaya ayaw mo?"

"Hindi, Mommy... actually, ako yung mas matanda sa kanya."

"A-Ano?!" nagulat at natigilan si Mommy. Hindi inaasahan ang isiniwalat ng anak. "Mas matanda ka sa kanya?"

Tumango si Anne.

Biglang bwelta si Mommy, "Ganon? A, e... ok-okay lang naman yun... at saka, syempre ang ganda-ganda yata ng anak ko... mabait pa -- hindi nakapagtataka kung bakit maraming nagkakagusto sa iyo.. kahit mga mas bata pa. Ummm... ilang taon ba ang tanda mo sa kanya... mga isa... dalawa?"

Umiling-iling si Anne.

"T-Tatlo?"

"Lima," sabi ni Anne.

"LIMA!???

"Opo."

Napahawak sa ulo niya si Mommy, "S-Sigurado ka bang mahal ka talaga nung tao? Baka naman gusto ka lang nitong paglaruan o yung bang... alam mo na...

dahil matanda ka na, feeling nila, open-minded ka na pagdating sa…" hindi na tinapos ni Mommy ang sasabihin.

Napabuntung-hininga si Anne, "(Sigh!) 'Yun nga rin po ang iniisip ko nung una. Hindi nga rin po ako maniwala sa kanya at sinabi ko po naman ito. At saka… ano pa po…"

"Ano?"

"Boss ko po s'ya."

"SUSMARYOSEP! BOSS MO?!!!"

* * * * * * * * *

"Sige, sige… ulitin nga natin yung mga napag-usapan natin," wika ni Mommy nang mahimasmasan. "Nililigawan ka kamo sa office n'yo… nang mas bata sa iyo… at Boss mo pa… tama ba?"

"Opo."

"Pa-Paanong nangyari 'yon? Diba, halos tatlong buwan ka pa lang d'yan sa pinagta-trabahuhan mo?"

"Oo nga po. Iyan nga din po ang ipinagtataka ko, e. Ang dami-dami namang mas magaganda at mas bata sa akin, pero sa akin pa nagkagusto… si Allen."

"Ano bang sabi niya sa iyo?"

"Ummmm… ang sabi niya… matagal na raw niyang gustong sabihin sa akin ang tungkol dito. Medyo cryptic nga yung explanation n'ya… pero talagang seryoso daw siya."

"Yun lang, yun lang… naniwala ka naman agad? Ang babaw naman yata ng ginawa mong basehan kung seryoso s'ya o hindi? Huwag mong sabihing ganyang kadali nabilog ang ulo mo ng ganun-ganon lang?" pagpapa-alala ni Mommy.

"Hindi naman, Mommy. Sinemplang ko nga siya at sinabi kong hindi ako naniniwala sa kanya. Sabi ko pa... kung pwede, h'wag na s'yang magbalak na ibilang ako sa mga babaing naging biktima n'ya."

"Magaling, magaling... tama 'yang sinabi mo. Ano namang isinagot niya?"

"Nagkakamali daw po ako dahil talagang seryoso siya."

At ikinuwento ni Anne ang naganap na pag-uusap nila ni Allen.

* * * * * * * * * *

"Uhumm! Okay, base sa k'wento mo, anak... mukha naman sincere yung Allen na sinasabi mo. Ibig kong sabihin, kung balak ka lang lokohin noon, hindi na siguro ito hahabol-habol pa sa iyo. Sabi mo nga, sinemplang mo na siya pero nagpatuloy pa rin. Sinabi pa niya na handa siyang maghintay hanggang handa na ang loob mo. Aba! Bibihira lang ang makakapagsabi nang ganoon."

"Alam ko naman yon, Mommy. K-Kaya lang..."

"Mmmm... okay, okay... i-accept na natin na may age gap kayo... pero yung five years, hindi naman masyado yun. In fairness... mukha ka namang bata sa edad mo... totoo naman talaga ito at hindi porke anak kita kaya ko sinasabi ito. In fact, mas mukha ka pa ngang mas bata kaysa sa mga ibang bente-anyos d'yan."

Nagpatuloy si Mommy, "Kung mentality naman ang pagbabasehan... 'yung bang sa mga gawi at kilos n'yo kung magiging compatible kayo... pwede naman siguro. Matalino ka naman saka broad-minded, so kahit matanda ka at bata siya, palagay ko naman mawo-work-out ninyo kung anuman ang differences ninyo."

"Palagay n'yo kaya, Mom?"

"Oo naman. Kasi katulad mo... thirty-four ka na nga pero... bata at maganda ang outlook mo sa buhay. So kahit na mas bata sa iyo itong si Allen... hindi magiging mahirap sa iyo ang makibagay sa kanya. At base na rin sa kwento mo... mukhang matured naman ang pag-iisip ng taong ito... so kung ganon ang kaso... mas lalong madali sa inyo ang magkasundo. Ang importanteng tanong dito, anak... mahal mo ba o may pag-asa bang mahalin mo itong si Allen? Kasi, kahit ano pa man ang problemang dadanasin ninyo sa buhay, kapag mahal ninyo ang isa't-isa... madali nyo itong malulusutan."

Tumingin si Anne kay Mommy pero hindi nagsalita.

((((((((O))))))))

"Mommy, Mommy, nakakatuwa talaga yung bunsong kapatid ni Dang, si Dino," balita ni Anne.

"Bakit naman?"

"Kasi parang matanda na kung mag-isip. Alam n'yo ba, kapag wala pa si Dang sa bahay nila... ito ang nag-eentertain sa akin. Alagang-alaga ako nito pagdating ko doon. Magse-serve yun sa akin ng meryenda... tapos lalapit na sa akin 'yun para makipag-kwentuhan."

"S'ya ba yung nag-drawing sa iyo nung birthday mo?"

"Mismo, Mommy... mismo!"

"Aba, bibo nga yun. Akalain mo, ang bata-bata pa n'ya e nagawa na n'yang i-drawing ka. Ano nga bang itsura ng batang 'yun?"

"Pogi, Mommy... poging-pogi, artistahin. Hindi mo nga aakalain na kapatid siya ni Dang," sagot ni Anne.

"Ummm... naalala ko na s'ya. Nung lumapit nga siya sa akin at nanghiram ng papel at lapis, napansin ko agad na gwapong-gwapo ito... tapos napaka-bait at napaka-galang pa. Ibig mong sabihin, yung limang taong gulang na 'yon... nakikipag-kwentuhan na ito sa iyo?"

"Hi! Hi! Hi! Oo, Mom at kung iisipin mo... may may sense ang mga sinasabi nito."

"Kaya naman pala tuwang-tuwa ka dun sa batang 'yun. Hala ka, mam'ya n'yan meron na palang crush sa iyo yung bata... naku, konsens'ya mo yan kapag na-broken hearted 'yun."

"Actually, Mom... girlfriend na niya ako."

"Ha? Ano? Susmaryosep... batang-bata pa 'yun... baka makasuhan ka?"

"Hi! Hi! Hi! Joke lang, Mom... joke lang... masyado n'yo namang sineryoso. Biruan lang namin 'yun na mag-boyfriend kami. Pero, alam mo ba, Mom... parang seryosong-seryoso siya tungkol doon."

"Bakit mo naman nasabi 'yon?"

"Wala lang. Kasi lagi niyang sinasabi na PERS LAB daw niya ako. Na hindi daw siya magbabago... kesyo hintayin ko daw siya paglaki niya, yung mga ganoon. Nakakatuwa lang marinig sa isang bata, diba?"

"Heh! At pinag-tripan mo pa yung bata. Mamya n'yan e, ma-in-love nang tunay sa iyo yung batang 'yon... e di papaano na?"

E, di patulan!"

"Ano... nahihibang ka na ba, Anne?"

"Hi! Hi! Hi! Si Mom talaga, masyadong seryoso. Mommy naman, wake up, bata pa lang po 'yun. Hindi pa nun alam ang pinagsasabi nya. E, kahit sa kendi o chocolate lang, ipagpapapalit na ako noon. Natutuwa lang kasi ako sa attitude niya. Bihira na kasi ngayon ang mga batang pareho n'ya. Sana paglaki niya, ganoon pa rin siya magmahal... yung bang pure at unconditional love."

"Tama ka doon anak. Mabibilang mo sa daliri mo ang mga ganoong mapagmahal na lalaki."

"Alam mo, Mom, weird pero minsan, ako-compare ko si Dino sa mga lumiligaw sa akin. Nakakahiya mang aminin, gusto ko pareho niya ang magiging boyfriend ko."

"Ganon?"

Hi! Hi! Hi! Atin-atin lang ito, Mom... huwag mo nang ipagkalat pa... nakakahiya naman."

"Haaay naku, bahala ka nga sa ilusyon mo. Swerte mo kung makakakita ka ng kapareho ng batang 'yon."

"Hi! Hi! Hi! Kung matanda na nga sana itong si Dino, naku, baka kidnapin ko ito at pikutin."

"Hi! Hi! Hi! Loka-loka ka talaga, anak!"

"Pero, seryoso, Mommy. Kapag dumating sa buhay ko na kapareho ng ugali ni Dino... hindi ako magdadalawang isip na mahalin ito habang buhay."

((((((((O))))))))

30
Ang Pagbabalik

Pilit man niyang itanggi sa sarili, hindi na maikaila ni Anne na naiin-love na siya kay Allen. Pero ang hindi nito maintindihan ay parang umuulit lang o 'deja vu' ang lahat ng nangyayari sa kanya ngayon.

"Bakit ganoon... bakit parang pamilyar ang lahat nang ito? Para bang nangyari na sa akin dati ito. Bakit kaya?"

Hindi maiwasang maalala niya ang batang si Dino at ikumpara ito kay Allen.

"M-May pagkakahawig silang kumilos at mag-salita," nasabi nito sa sarili. *"Hmmp! Ano ba naman ako... pinagkukumpara ko pa yung dalawa... e, magka-ibang siglo 'yon. Hi! Hi!Hi! Magkaibang panahon. Nakakahiya kung malalaman niya na ang dream man ko noon ay... base sa isang bata!!!*

"Pero, bakit nga ganoon? Kahit sabihin pa na batang-bata si Dino, naging sobrang lapit niya sa akin. Bakit pakiramdam ko, parang magkasintanda lang kami kapag nag-uusap kami. Haaiisss, nakakahiyang isipin pero... mas matured pa siyang mag-isip kumpara sa mga kilala kong mga matatanda na."

"Mmmmm... I'm sure... nalimutan na n'ya ako. Hmmp! Syempre naman, ano ba naman ang aasahan mo sa isang paslit kahit na nagka-crush sa iyo. Puppy love lang 'yon at siguradong limot na niya iyon... pati na ako."

"S-Siguro... binatang-binata na ito. Ano kayang itsura noon? Malamang poging-pogi at sangkatutak na chicks ang nagkakandarapa sa kahahabol sa kanya. Hi! Hi! Hi! At least... ako pa rin ang PERS LAB niya."

Hindi maiwasan ni Anne na malungkot ng bahagya, "Sayang... hindi na kami nagkita pa ulit. Gusto ko rin sanang makita kung anong itsura na niya. (Sigh!) M-May pag-asa pa kayang magkita kaming muli?"

* * * * * * * * * *

Habang nagtatagal, hindi na nagtataka sa Anne kung bakit habulin ng chicks si Allen. Bukod sa pagiging guwapo, likas itong mabait. Humble ito, magalang at matulungin. Kahit na siya ang Boss, hindi mo ito nakakitaan ng pagkayabang or pagka arogante. Down to earth ito makitungo sa lahat ng nakakasalimuha nito. Lalong naging palaisipan para kay Anne kung ano ang nakita nito sa kanya at siya ang napiling mahalin.

Syempre, bilang babae, kinikilig din si Anne sa tinatanggap na atensiyon. Sino ba naman ang hindi? Boss ng kumpanya... nanliligaw sa iyo? Boss na super-guwapo na, super bait pa! Nangingiti ito tuwing sumasagi sa isip niya ang tungkol dito. Isama mo pa dito ang mga panakaw na tingin sa kanya ng kapwa babae na punung-puno ng pagka-inggit.

Pero, naandoon pa rin ang pag-agam-agam sa kalooban ni Anne. Ayaw pa rin niyang tanggapin na totoo ang lahat ng mga ito. Naandoon pa rin ang takot na sa isang kislap ay mawawala lahat ito.

"God, tulungan Mo po ako na makapag-desisyon ng tama. Please, God... gabayan n'yo po ako.

Ayaw ko pong gumawa ng isang bagay na baka pagsisihan ko sa bandang huli. Thank you po... the Lord is my shepherd... I shall not want."

* * * * * * * * *

"Boss, ano nang score natin kay Anne? Home run na ba o slam dunk?" tanong ni Gregory kay Allen. Nag client call si Anne kaya sinamantala nito ang pagkakataon para ma-corner ang kaibigan, "C'mon, spill it out. Ang daya-daya mo... hindi mo man lang ako ina-update sa standing mo kay Anne. Ano... sinagot ka na ba niya? Ibinigay na ba niya ang kanyang napakatamis na 'Oo?' Natikman mo na ba ang kanyang malambot na labi? Ha! Ha! Ha!"

"Haaiiiss! Tumigil ka nga d'yan, Greg. Mam'ya may makakating tengang makarinig sa iyo... ma-bad-shot pa ako kay Anne," pagalit ni Allen.

"Wow! Touchy, touchy! Dati naman kahit malaman ng buong bansa yung panliligaw mo... wala kang pakialam. Pero, ngayon..."

"Greg, alam mo naman how I feel for Anne. Ayokong ma-jeopardize ng kahit ano ang chance ko sa kanya. This means a lot to me."

"You mean, Boss... up to now... nanliligaw ka pa rin?" sagot ni Gregory na halatang nang-iintriga lang. "Hey, that's a big change. Usually, one day or hours ka lang nanliligaw tapos sinasagot ka na agad. But now... weeks... months? Are you losing your touch?"

"Yes, Greg. Hanggang ngayon ay nanliligaw pa rin ako kay Anne. Accept it and deal with it." naiiritang sagot ni Allen.

Nagseryoso na si Gregory, "This is it, Boss? The real thing... no more playing around?"

Tumango si Allen.

"Yes, I know it, Bro... you're a changed man. Pasens'ya na. I was just teasing you and I want to lighten the situation."

Ngumiti ng bahagya si Allen, "Okay lang, Greg... alam ko naman 'yon and I appreciate your gesture. It's just that... with Anne... I don't want anything to go wrong. I mean... siguro with the way I've been playing around with girls... I'm thinking, this time around... the powers above will conspire for me to lose Anne. AYOKO... AYOKONG MANGYARI 'YON. If it's payback time... I'm willing to take anything... h'wag lang mawala si Anne sa akin."

Lumapit si Gregory at tinapik-tapik ang kaibigan sa balikat.

"Take it easy, Bro... you're a good person and I know God would not look unkindly to you. Oo, tama ka... marami kang naging girlfriends. Pero, ako mismo... I can attest na iginalang mo ang bawat isa sa kanila and you did not take advantage of them. Kahit may pinagdadaanan ka... you did not take it out on them."

Napatango na lang si Allen.

"Actually, Bro. He! He! He! Akala nga nung iba... bading ka," banat ni Gregory para sumaya naman ang mood nila.

"Hah? Ako... bading? Paano... sinong nagsabi?"

"I won't name names, ha... pero sa palagay mo, sino pa nga ba ang magsasabi noon?"

"W-Wala akong idea, Bro."

"Ha! Ha! Ha! Sino pa nga ba... e di yung mga past girlfriends mo!" pagsisiwalat ni Gregory.

"Ano? 'Yung mga dating girlfriends ko. How come... hindi ko maintindihan?"

"Ha! Ha! Ha! Well, kasi... alam mo naman na... some of them are willing to go all the way, diba?"

Tumango si Allen.

"So, nagtataka sila na... kahit daw sila na ang magbigay ng motibo sa iyo... kesehodang ipagduldulan na nila ang sarili sa iyo, short of disrobing in front of you... you did not take the bait. Ino-offer na nila ang mga sarili nila sa iyo, pero ikaw ang umaayaw. So ayun... yung may mga sama pa ng loob sa iyo... ipinagkalat na bakla ka daw."

"Ha! Ha! Ha! Talaga! Naku, sira na pala ang image ko," wika ni Allen.

"Ha! Ha! Ha! You said it, Bro... you said it! Kaya nga ako... ayoko na munang... maglalapit sa iyo! Ahh! Ha! Ha! Ha!"

Pabirong sinuntok ni Allen si Gregory sa balikat, "Hung-hang ka talaga! Ha! Ha! Ha!

Krriingg! Krriiinnngggg!

Naputol ang katuwaan ng dalawa ng tumunog ang intercom.

Si Allen ang sumagot, "Umm, Yes... what is it?"

Guard ng opisina ang tumawag, "Sir Allen, may Mrs. Criselda Buenaflor na naghahanap po sa inyo.

Papapasukin ko ba siya? May appointment ba siya sa inyo?"

"Criselda Buenaflor?" tanong ni Allen sa sarili. Dahil bihira lang niyang marinig ang pangalang iyon, hindi agad ito nagrehistro a kanya.

Hinampas siya ni Gregory, "Hoy! Si Ate Dang mo 'yun! Shunga-shunga ka talaga."

"Ay, oo nga pala," natatawang napakamot na lang sa ulo si Allen, "kasi naman si Ate Dang... may pa Criselda, Criselda Buenaflor pang alam magpakilala. Hindi na lang sinabing Ate Dang at kapatid ko s'ya!"

"He! He! He! Alam mo naman yang kapatid mo... kahit may asawa na... gusto pa nang dramatic entrance."

"Sir? Sir?" tanong ng guard.

"Ayy, Oo nga pala... nalimutan na kita," sabi ni Allen. "A, yes... Eric... si Eric ito diba? Sige, paki send mo na dito si Mrs. Criselda Buenaflor. Pero, paki kapkapan lang ha, kasi baka may dalang deadly weapon 'yan. Ha! Ha! Ha!" biro ni Allen na alam niyang maririnig din ng kapatid.

"Sir?"

Dinig na dinig din nila Allen ang pagwawala ni Dang, "Hoy, kapatid... hung-hang ka talaga! Ano't pinakakapkapan mo pa ako. Pag inabot kita d'yan, lagot ka sa akin!!!"

"Sir?" tanong muli ng nalilitong guard.

"Ha! Ha! Ha! Sori, sori, Eric. Sige na... papanhikin mo na s'ya. It's okay... kapatid ko yan."

Magkasabay lumabas sina Allen at Gregory para salubungin si Dang. Nagtatawanan at tuloy pa rin ang biruan nila habang naglalakad. Mula sa may entrance ay nakita nilang pumasok si Dang.

Tatawagin na sana ito ni Allen nang bumukas ang pinto mula sa stockroom at lumabas si Anne.

"Aba, naandito na rin pala si Anne. Hindi pa natin alam," sabi ni Allen.

"Oo nga ano. Aba, tamang-tama... magkikita sila ni... Ate Dang..." sagot ni Gregory na biglang natigilan.

Nagkatinginan ang dalawa at kapwa kinabahan. Ngayon lang nila napagtanto ang kaseryosohan ng sitwasyon.

"OH, NO! Si Anne... si Ate Dang... magsasalubong!"

"Nakup... patay, Bossing! Magkakabukuhan!"

Parang istatwang ipinako si Allen sa kinatatayuan. Sa ayaw o gusto n'ya...

MAGKIKITANG MULI SI ANNE AT SI DANG!

31

Bestfriends Forever

((((((((O)))))))

"Dang, kung sakali kayang magkahiwalay tayo...** *as in, lumipat kami ng bahay... makikilala pa kaya natin ang isa't isa?"* tanong ni Anne habang vacant sa klase at nagtsi-tsikahan ang dalawa.

"Naku, hindi na. Isang araw lang kitang hindi makita... sigurado ko hindi na kita makikilala. Tsura mo lang! Hi! Hi! Hi!"

Pabirong binatukan ni Anne ang kaibigan.

"A-AARRAAAY! Masakit yun, a!"

"Puro ka kasi kalokohan. Nagtatanong nang mahusay sa iyo... dadaanin mo sa pabalagbag na sagot."

"Hi! Hi! Hi! Ikaw naman hindi na mabiro. Chill lang, friend. Ano nga ba yung tanong mo?"

"Ang tanong ko... kung sakaling lumipat kami ng bahay at hindi tayo nagkita... ng mga sampu o twenty years... makikilala pa kaya natin ang isa't isa?"

"Oo naman, bakit naman hindi?"

"W-Wala... naisip ko lang. Minsan kasi, yung ibang mga tao hindi na nagkakakilanlan kahit ilang buwan lang na hindi nagkikita."

"Weh... ibahin mo itong bestfriend mo. Kahit isang libong taon kitang hindi makita, sigurado ko makikilala pa rin kita."

"Sira ka talaga! Paano pa tayo magkikita, e patay na tayo nun."

"Hi! Hi! Oo nga pala, ano? Okay, kahit ten or twenty years... promise ko, makikilala pa rin kita. Kahit maputi na ang buhok mo at puro pilegis na 'yang mukha mo."

"Owwws, talaga? At paano mo naman ako makikilala... lalo na kung nagbago na ang itsura ko?"

"Kasi ang baho ng paa mo! Sigurado ko kapag nagkita tayo... maaamoy ko yun. Hi! Hi! Hi!"

Hinampas ni Anne si Dang sa likod ng notebook.

PLLAAKKK!!!

"Arekup! Hoy, bruha... lumalakas na yung hampas mo, ha... ipaba-barangay na kita. Hi! Hi! Hi!"

"(Giggle!) Kung gusto mo samahan pa kita. Oral defamation yung ginagawa mo... hung-hang ka, sabihin mo ba naman na mabaho ang paa ko... e, ikaw nga yang mabaho ang paa d'yan."

"Joke lang, bessie. (Giggle!) Ikaw pa... hindi ka lang amoy baby... kutis-lambot baby pa -- ang sarap-sarap yapusin. Minsan nga nagdududa na ako sa kasarian ko kapag kasama kita... parang gusto kong maging tomboy. Hi! Hi! Hi!"

"Ngiiiii, kadiri! Kapag ikaw ang naging tomboy, kawawa naman ang mga babae. Hi! Hi! Hi! Teka, teka, bago tayo magkalimutan... linawin mo yung sinabi mong makikilala mo pa rin ako kahit matanda na ako.

Totoo ba 'yon o ginu-goodtime mo lang ako? Yung seryoso... curious lang ako." paglilinaw ni Anne.

"Sige, seryoso na. Totoo yung sinabi kong makikilala pa rin kita kahit magbago pa ang itsura mo. Parang lukso ng dugo lang. Diba, ganoon ang nararamdaman ng ina at anak kapag hindi sila nagkita nang matagal, tapos ay biglang magkikita? Ganyan din ikaw sa akin. Parang kapatid na kasi ang turing ko sa iyo. Kapag naand'yan ka, kapag malapit ka... kahit pa sabihing nasa kabilang kwarto ka... ewan ko, pero parang nararamdaman ko yung presence mo. Honest, totoo yun! Hindi ko ma-explain pero feeling ko parang may unexplained connection tayo. Kaya nga sigurado ko... kahit kulu-kulubot na ang mukha mo... hindi man kita makilala sa una, mararamdaman ko yung presence mo... at dun kita makikilala!" pagmamalaki ni Dang.

Hindi napigilan ni Anne na yakapin ang kaibigan, "(Sniff!) Ang sweet mo naman, bestfriend... na-touched ako. Sigurado, ako din... kapag nagkita tayo na hindi kita nakilala... mararamdaman ko rin 'yung presence mo at makikilala din kita."

"Owwws? Talaga?"

"Syempre naman. Pareho mo, family na rin ang tingin ko sa iyo."

"Pero, teka, teka... bakit mo naman naitanong ang tungkol doon? Bakit aalis na ba kayo sa inuupahan n'yo?"

"Hindi. Kung maari nga lang, habang buhay na kaming tumira doon. Masayang-masaya ako doon kasi mababait ang mga kapit-bahay namin... at saka malapit ako sa inyo. Napalapit na rin ako sa pamilya mo... feeling ko parte na rin ako sa inyo... at ikaw rin sa amin."

"Sabagay, ako rin sobrang malulungkot kapag umalis kayo. Pero, bakit nga ba sinasabi mo 'yan kung wala naman kayong balak lumipat?" tanong ni Dang.

"Wala lang... naisip ko lang din. Kasi, wala namang kasiguruhan ang future. Mam'ya, bukas-makalawa paalisin kami sa inuupahan namin... hindi rin natin alam, diba"

"Oo nga. Di bale, bestfriend... kapag may trabaho na tayo... bibilhin natin yang inuupahan n'yo. O kaya kung yumaman tayo o manalo sa lotto, bibili tayo ng bahay na magkalapit... para forever na tayong magkasama. Aprub?"

"Aprub!" sang-ayon ni Anne.

"Naku... kung hindi ko pa alam... kaya ayaw mong malayo sa amin ay hindi dahil sa akin," tukso ni Dang.

"Huh! Kanino?"

"E di gawa ni Dino. Kung hindi ko pa alam... pinalalaki no yung kapatid ko. Hi! Hi! Hi! para maging asawa mo!" tukso ni Dang sabay takbo palayo.

"Hung-hang ka talaga, Dang!" sagot ni Anne. "Humanda ka sa akin kapag naabutan kita. Mata mo lang ang walang latay. Hi! Hi! Hi!"

MAGSASALUBONG SI ANNE AT SI DANG!

Parang slow motion sa paningin ni Allen ang magaganap na pagsasalubong ni Anne at Dang. Hindi siya halos makahinga sa nerbiyos. Pati si Gregory ay pigil-hininga din sa sa susunod na mangyayari.

Eksaktong-eksakto ang dinadaanan ng dalawa. Si Anne ay papalabas galing sa stockroom, samantalang si Anne naman ay papasok. Salubong na salubong ang dalawa, walang dudang magsasanga ang landas nila.

Napapikit na lang si Allen at hinihintay na lang marinig ang siguradong malakas na hiyawan ni Anne at Dang kapag nagkakilala na.

Pero lumipas ang ilang segundo ay walang hiyawang narinig si Allen. Nagtataka itong iminulat ang mga mata at tumingin.

Nilampasan nina Anne at Dang at bawa't isa.

"Huh! Hindi nagkakilala sina Anne at Ate Dang?"

Parang nabigyan ng bagong pag-asa si Alllen. Mabilis itong kumilos upang malapitan ang kapatid.

* * * * * * * * *

Stress si Anne dahil marami siyang inaasikasong business transaction na na-delay dahil sa appointment niya nung umaga. Pagkadating sa office ay may kinuha siyang mga folders sa stockroom para sa isang presentation. Nang lumabas ay magulo pa rin ang isip nito habang sinisimulang tignan ang mga dalang folders.

Nakita pa niya si Allen at Gregory na parehong tulala at parang namatanda sa kinatatayuan nila. Nagtataka siya kung bakit nakatingin ito ng husto sa kanya at sa kasalubong niyang babae.

Napatingin ni Anne sa kasalubong. Pustoryosa ito at mukhang mayaman. Mukhang magkasing-edad lang sila. Tiningnan niya ang mukha nito. Ngingiti-ngiti si Dang habang naglalakad. Nagtama ang tingin ng dalawa. Dahil magulo ang isip ni Anne, hindi nito namukhaan ang bestfriend.

"Mmmm... sino kaya iyon... kliyente kaya?" tanong ni Anne sa sarili habang nilalampasan niya si Dang. *"P-Parang pamilyar siya sa akin..."*

* * * * * * * * * *

Natatawa pa si Dang makapasok sa opisina nila Allen. Tuwang-tuwa ito dahil na goodtime niya ang guard. Ugali kasi nitong hindi magpakilala sa mga guard at hinihintay na magulat ito kapag nalamang kapatid siya ng Boss doon.

Pagkapasok ay napansin agad nito ang kasalubong na babae na may dala-dalang mga folder. Agad niyang sinipat ito. Kahit natatakpan ng folder ang mukha nito ay napansin ni Dang na maganda ito at maayos mag-damit.

Nang magtama ang paningin nila ni Anne, nagrehistro sa kanya ang mga mata nito.

"Sino kaya 'yon? Parang bago lang dito. Mmmmm... teka, teka... parang pamilyar ang mata niya sa akin," nasabi ni Dang.

Nang makalampas sila sa isa't isa, may naramdaman si Dang na hindi karaniwan.

* * * * * * * * * *

Kulang na lang na tumakbo si Allen kasunod si Gregory para makalapit agad kina Dang at Anne.

Nagkaroon ito ng bagong pag-asa na mapipigilan niya ang pagkikita ng mag-bestfriend.

"Hah! Tatlong hakbang na lang... tatlong hakbang na lang... abot ko na sila."

* * * * * * * * * *

Napatigil si Dang sa paglalakad at nasabi, *"Iba... iba talaga itong nararamdaman ko nung makita ko yung babae."*

Si Anne naman ay ganoon din ang nasa isip, *"Bakit ganoon ang naramdaman ko nung nakita ko yung babae?"*

Halos sabay lumingon ang dalawa at muling nagtama ang mga mata nila.

"ANNE!!!"

"DANG!!!"

"Lagot!" nasambit ni Allen.

"Paktay" wika naman ni Gregory.

Sige, Bola Pa More!

"**ANNE!!!**"

"**DANG!!!**"

Nagulat ang mga nasa paligid nang marinig ang hiyaw ng dalawa. Lahat ay napatingin at nag-usyoso. Pero bale wala ito kina Anne at Dang. Mahigpit na nagyakap ang dalawa. Hindi pansin ang mga nakapaligid sa kanila.

Hindi mapigilan ng magkaibigan na maiyak sa tuwa.

"Hu! Hu! Hu! Dang, salamat, salamat... nagkita ulit tayo. Miss na miss na kita!"

"*(Sniff!)* Sino bang hindi? Bruha ka, ang tagal-tagal kitang hinahanap, baka akala mo. Bakit hindi ka man lang nagpaparamdam?" Hu! Hu! Hu!"

"Pasens'ya na... pasens'ya na, Dang. Gustong-gusto kong dumalaw sa inyo... *(Sniff!)* Kaya lang... kaya lang... talagang nahihiya ako..."

"Gaga! Bakit ka mahihiya... diba bestfriend tayo? Miss na miss ka na rin ng barkada. Sina..."

Matagal na nagyakapan ang dalawa habang patuloy ginugunita ang nakaraan.

Nang maghiwalay ay saka lang nila napansin na pinagtitinginan sila ng lahat ng naandoon.

Binalingan ito ni Dang, "Bakkeeeet? Ngayon lang ba kayo nakakita ng magkaibigang nagyayakapan? Hale na... tapos na ang palabas... magsihayo na kayo. Go! Go!"

Nahihiyang nag-alisan at nagbalikan sa ginagawa nila ang mga nanonood.

Hindi mapigilan ni Anne at Dang na matawa din.

"(Giggle!) Akala yata nila nung una... sa lakas ng hiyaw natin, may sunog! Hi! Hi! Hi!" banat ni Dang.

"Oo nga! Tapos, akala may shooting nun nakita tayong magkayakap! Hi! Hi! Hi!" dagdag naman ni Anne.

"Inggit lang sila! Hi! Hi! Hi!"

Si Allen naman ay hindi mapakali sa di kalayuan. Nakatago ito ng bahagya upang hindi mapansin. Pakiramdam niya ay sasabog na ang dibdib sa lakas ng kabog ng puso n'ya.

Tinabig siya ni Gregory, "Bossing, bakit hindi mo pa kausapin ang kapatid mo, habang hindi ka pa nabubuking?"

"Haaiiss, sira ka ba? Anong sasabihin ko... 'Este, Anne... eto nga pala ang kapatid ko'... o kaya... 'pasens'ya ka na, nalimutan kong sabihin sa iyo na ako si Dino'... gano'n... gano'n ang sasabihin ko?!!! Nag-iisip ka ba?"

"Eeeep! Oo nga pala. E, di lapitan mo na lang si Dang..."

"Hung-hang ka talaga! Kapag nakita ako ni Ate Dang... ano sa palagay mo ang sasabihin n'ya? Syempre ang unang-unang sasabihin nito ay... 'Kapatid, hindi mo sinabing dito pala nagta-trabaho si Anne'... o kaya naman ay... 'Bunsoy, hindi ba alam ni Anne na ikaw rin si Dino'...etc. etc."

"Ngek! Oo nga pala. Sori, sori!"

"Naku, Ate Dang," paghihinagpis ni Allen sa sarili, *"bakit naman naisipan mong pumunta dito ng walang*

sabi-sabi? Ngayon pang okay na kami ni Anne... paano na 'to... paano na 'to?"

Matapos ang mahabang kwentuhan saka naalala ni Dang na tanungin si Anne kung bakit siya naandoon.

"Oo nga pala, Anne... bakit ka naandito... anong ginagawa mo dito?"

"Hah! Ako? Nagta-trabaho ako... dito ako nagwo-work?"

"DITO! DITO KA NAGWO-WORK?"

"Oo... Oo! Bakit para kang nagulat?"

"E, kasi..."

"Teka, teka, ikaw nga pala, Dang... bakit naandito ka rin?"

"Ako? BAKIT AKO NAANDITO? HINDI MO BA ALAM NA..."

"Nakupo! Eto na... eto na... mabubuking na ako!" nasabi ni Allen sa sarili.

"... Kapa..."

"MRS. BUENAFLOR... MRS. BUENAFLOR!"

Napatigil si Dang sa sasabihin ng marinig ang pangalan niya. Lumingon ito at tiningnan kung sino ang tumatawag sa kanya.

Si Eric pala, yung guard sa opisina. Papalapit ito sa kanya at may dala-dalang cellphone.

"Ma'am, ma'am... nalimutan n'yo po itong cellphone n'yo. Naiwan n'yo po habang pumipirma kayo sa logbook."

Lumapit dito si Dang, "Ayyy, naku... naiwan ko pala ang cellphone... hindi ko napansin. Naku, thank you, thank you! Mabuti na lang at nakita n'yo at hindi nawala."

"Okay lang po 'yon, Ma'am. Sige po… babalik na ako sa pwesto."

Sinamantala ni Allen ang pansamantalang distraksiyon. Siniko nito si Greg at itinuro si Anne. Nakuha naman agad nito ang gustong mangyari ni Allen.

"Uhumm, Anne, Anne… sandali lang, may napaka-importante bagay lang akong itatanong sa iyo."

Bahagyang tumalikod si Anne at lumapit kay Gregory, Agad namang sinamantala ni Allen and bahagyang espasyo sa pagitan ng dalawa at inilayo ang nasorpresang si Dang.

"Huh? Dino… dito pala nagtatrabaho…"

"Please, Ate Dang… please. Kunwari hindi tayo magkapatid…" paanas na pagsusumamo ni Allen.

"Ha? Bakit? Hindi ba dapat…"

"Please, Ate Dang… saka na ako magpapaliwanag. Please lang…" patuloy na pakiusap ni Allen sa kapatid. Mula sa sulok ng mata nito ay nakita niyang pabalik na sa kanila si Anne. Agad itong lumayo sa kapatid.

* * * * * * * * * *

Takang-taka si Anne habang pabalik kay Dang. May itatanong daw na importante si Gregory, pero nung kaharap na siya nito, kung anu-ano lang naman ang sinabi.

"Yes, Greg… ano 'yon?"

"Ahh… ahhh… kumain ka na ba?"

"Ha? Oo, Oo... kumain na ako sa labas."

"M-Madilim ba sa labas?"

"Madilim? A, e... hindi. Ang taas-taas nga ng araw. Teka, teka! Okay ka lang, Greg? Bakit yata parang wala ka sa sarili?"

"A-Ako... wala sa sarili... bakit naman?"

"E, bakit tinawag mo ako... akala ko may itatanong kang importante?"

"Hah... ako... tinawag kita? Hindi, a... ikaw ang lumapit sa akin dito," pagdadahilan ni Gregory.

"Naku, bahala ka nga sa buhay mo...!" inis na nasabi ni Anne at iniwan si Gregory.

* * * * * * * * * *

Habang pabalik si Anne ay nakita niyang tahimik na kinakausap ni Allen si Dang. Napansin niya na bigla itong lumayo nang makita siyang paparating.

Malakas ang pagsasalita ni Allen ng makalapit siya.

"Uhummm... hrummp... ahhh... ma-mabuti naman at nadalaw ka dito sa office... M-Mrs. Buenaflor... uhumm!"

Si Dang naman ay clueless pa rin at hindi ma-gets ang gusto ng kapatid.

"Dino... anong?"

Pasimpleng sinipa ni Allen sa binti si Dang.

"Arraayy!"

Nag-aalalang lumapit si Anne, "Dang! Dang! Bakit? Anong nangyari sa iyo... bakit bigla kang napa-aray?"

"Ma-May kumagat lang yatang langgam kay MRS. BUENAFLOR. K-Kaya... ayun... napa-aray," mabilis na sagot ni Allen. "Diba, MISIS BUENAFLOR?"

"A, e... O-Oo... Oo."

Nakahinga ng maluwag si Allen.

"Langgam? Dito sa office?" nagtatakang tanong ni Anne.

"Aba... Oo! Harruump! Alam mo naman ang mga langgam kung saan-saan sumusulpot. Akala mo lang wala, pero meron, meron. He! He! He! Remind me to call the exterminators para ma-fumigate itong office."

Napatingin si Anne. Naiintriga na ito pero hindi nag-komento.

"Anne... did you hear me?" biglang tanong ni Allen na labis nitong ikinagulat.

"Yes... yes, Sir!"

Sinadya ni Allen na gulatin ito para malito at mailayo niya si Dang.

"Haarruump! Can you step into my office, Miss Buenaflor?"

Kahit nalilito pa rin si Dang ay sumunod ito.

Lihim na nangiti si Allen at naisip, "Yes, yes! Mukhang kinakampihan pa rin ako ni tadhana. Makakausap ko muna si Ate Dang bago..."

Papasok na sila sa kwarto ng magtanong si Anne, "Sir, Sir, excuse me... MAGKAKILALA PALA KAYO NI DANG? KA ANU-ANO N'YO BA S'YA?"

Daig pa ni Allen ang natadyakan ng marinig ang sinabi ni Anne.

"Haaiisss! Konti na lang... konti na lang... lusot na sana ako!"

Wala nang magawa si Allen kundi muling harapin si Anne. Nakikiramdam naman si Dang.

Kunwari ay hindi narinig ni Allen ang tanong, "Ha, a e... what were you saying, Anne?"

"Sir, curious lang kasi ako... bakit kakilala ninyo si Dang? Saka, bakit espesyal yata ang treatment ninyo sa kanya?"

"S-Sinong Dang?" pagkakaila ni Allen.

"Si Dang? Ah, ah, I mean si Mrs. Buenaflor."

"Ahumm... si Mrs. Buenaflor? Ahh, si Mrs. Buenaflor!"

"Y-Yes, sir."

Nag-galit-galitan si Allen, "B-Bakit kailangan mong malaman? Importante ba ito... lahat ba ng kakilala ko ay dapat malaman mo rin kung bakit ko kakilala?"

Bahagyang napahiya si Anne pero tuluyan na itong naintriga, "H-Hindi naman, Sir... kaya lang... parang sobrang coincidence na kilala natin pareho si Dang... I mean si Mrs. Buenaflor."

Na-blanko ang isip ni Allen. Hindi malaman ang isasagot.

"Sir?"

Biglang sumingit si Gregory, "S-Supplier natin si Mrs. Buenaflor. Oo, tama... supplier natin... major, major supplier!"

Umayon na rin si Allen, "Tama, tama... major supplier nga pala natin si Mrs. Buenaflor. K-Kaya espesyal ang treatment ko sa kanya. Malaki kasi siya magbigay ng... discount. Diba, Greg, diba?"

"Oo... Oo! Tama ka dun, Boss. Malaki magbigay ng discount si Ma'am... minsan almost 50 percent discount ang ibinibigay niya. He! He! He!"

"Supplier? Hindi ko yata alam 'yon, Greg. Ako ang in-charge sa lahat ng office...?

"Hindi ka lang namin agad na-inform tungkol dito," dahilan ni Gregory. "Na-Nalimutan namin... ako specially. Kasi naman itong si Ma'am... laging nag-abroad... ayun nalimutan ko tuloy. Diba, Ma'am?"

Napatango na lang si Dang.

"Supplier siya ng ano?" tanong ni Anne.

Nagkatinginan si Allen at Gregory. Parehong hindi alam ang isasagot.

May biglang sumingit na empleyado, "Anne, Anne... pwedeng mag-request ng basahan? Lilinisin ko lang kasi yung table ko."

"Sige... wait ka lang. Ibibigay ko sa iyo mam'ya," sagot ni Anne.

"BASAHAN! Yes, tama... basahan ang isinu-supply sa atin ni Mrs. Buenaflor," bigkas ni Allen.

"Oo... Oo nga, basahan... rugs...," sang-ayon naman ni Gregory.

"B-Basahan? Major supplier natin siya ng... basahan lang? Diba, bumibili lang tayo sa labas nito? Paanong...?

"Hindi lang ng basahan," salo ni Gregory, "mga iba-ibang cleaning materials ang sinu-supply ni Ma'am."

"Kasi nga... nasa abroad si Ma'am," pagpapatuloy nito at patay-malisyang tinanong pa nito si Dang, "Ilang months ka nga bang nawala, Ma'am? Four, five months?"

Pasimpleng siniko ni Allen ang kapatid, "A-Aray... Hi! Hi! Hi! Langgam, langgam yata uli. Ah, e... Oo, five months yata ako sa abroad."

"So for the meantime na wala si Ma'am... sa tabi-tabi lang muna tayo bumibili," paliwanag ni Gregory.

Hindi kumbinsido si Anne at magtatanong pa sana pero inunahan na siya ni Allen.

"Okay, okay, enough of this. Sayang ang oras at marami pa tayong gagawin. Anne, take care of the things you need to do, saka na kayo mag-kwentuhan ni Mrs. Buenaflor. Gregory, let's go to my office with Mrs. Buenaflor para mapag-usapan natin yung bagong contract with her."

Hindi na nila hinintay makasagot si Anne at halos ipagtulakan papasok si Dang sa kwarto nito.

Naiwan si Anne na puno ng tanong sa isip.

"Ano ba itong nararamdaman ko? May parang may hindi tama... ewan ko, pero.... parang may mali talaga."

33
Premonition?

"**N**asaan ako?" **Naglalakad si Anne sa isang** mahabang pasilyo. Waring walang katapusan ito. Walang siyang magawa kung hindi baybayin ang kahabaan nito.

"Bakit ako napunta dito?"

May naririnig siyang mga boses. May mga umiiyak, tumatangis. Nabahala si Anne. Napabilis ang lakad nito upang mahanap ang pinanggagalingan ng ingay.

Sa bandang dulo ay may nakita siyang liwanag.

"Doon! Doon nanggagaling ang mga boses na naririnig ko!" nasabi ni Anne.

Halos patakbo niya itong pinuntahan.

Nang makarating siya sa dulo ay naguluhan siya sa nakita.

Naandoon si Dang, ang Mommy at Daddy nito. Lahat sila ay larawan ng kalungkutan at paghihinagpis. Sila ang naririnig na ingay ni Anne.

Bakit sila nag-iiyakan? Hinanap niya si Dino. Inikot niya ang kanyang mga mata pero hindi niya ito makita.

NASAAN SI DINO?

Saka lang niya napansin na lahat ng naandoon ay nakatayo sa bukana ng isang kwarto. Si Mommy at Dang ay magkayapos na umiiyak samantalang si Daddy naman ay nakasadlak na nakahawak sa pinto. Lahat sila ay naghihinagpis habang nakatingin sa loob ng kwarto.

Kahit pinanghihinaan ng loob, pinilit ni Anne na makalapit at sumilip dito.

Nagulat siya nang makita si Dino na nakaratay sa kama. Animo'y wala na itong buhay. Pinaliligiran ito ng mga doktor at nurse na nagkakagulo sa pagpupumilit na ma-revive ito. Narinig niya ang anasan nito.

"Too late, too late! Dapat nadala ito ng mas maaga para naagapan ang dengue."

"Hah... paano nangyari ito?" naluluhang nasabi ni Anne. "Diba, nailigtas ko si Dino nang na-dengue siya? A-Ako... ako mismo ang nagdala sa kanya sa hospital. Ligtas na s'ya... ligtas na s'ya!!!"

Hindi makapaniwala si Anne sa nakikita niya, "Ahh, ahh... ano ito... ano ito? Hindi ito tama... ligtas na si Dino!"

Maya-maya ay tumigil na ang mga doktor na i-revive si Dino. Malungkot itong nagtinginan sa direksyon nila, umiling bago sinabi ang kinatatakutan nila, "We're sorry... we tried our best... pero nasa advanced stage na ang dengue niya. Ginawa namin ang lahat ng aming makakaya pero huli na ang lahat. He did not make it. Hindi na namin siya nakayang i-revive."

Sabay-sabay nagtangisan sina Dang at ang mga magulang nito.

Tumakbo si Anne papalapit kay Dino pero pinigilan siya ng mga doktor at nurse.

"We're sorry but he's dead. Wala na po kayong magagawa," sabi ng mga ito.

"Hindi, hindi! Hindi pwedeng mangyari ito. Buhay si Dino... buhay siya! Nailigtas ko siya... ako mismo ang nagdala sa kanya sa hospital. Hindi totoo ito... hindi totoo ito!" pagtatangis ni Anne habang nagpupumilit pa ring makalapit sa kama ni Dino.

May yumapos kay Anne. Si Dang, "Anne, stop it... stop it! Wala na tayong magagawa. Patay na si Dino... patay na siya. Hu! Hu! Hu! Masakit, masakit pero kailangang tanggapin natin ito. Hu! Hu! Hu! Kung nadala lang namin sana siya ng mas maaga, sana nailigtas pa namin siya."

"Hindi, hindi! Buhay si Dino... hindi s'ya pwedeng mamatay. Nailigtas ko siya... nailigtas ko siya! Buhay si Dino... buhay s'ya!"

* * * * * * * * * *

"Buhay si Dino... buhay...!!!"

"Anne, Anne... gising, gising!!! Nanaginip ka!"

Napabalikwas si Anne sa kama niya. Hawak siya ni Mommy sa magkabilang balikat.

"Huh, Mommy? Mommy?"

"Okay na, anak... nananaginip ka lang... nananaginip ka lang," mahinahong wika ni Mommy habang kinakalma siya.

Saka lang napagtanto ni Anne na hindi totoo ang lahat. Mahigpit itong napayapos sa ina kasabay nang pagbuhos ng luha nito.

"Hu! Hu! Hu! Akala ko totoo... akala ko totoo," paulit-ulit nitong sinabi.

* * * * * * * * * *

"Ano ba 'yung napaniginipan mo anak at masyado kang naapektuhan?"

Nakayakap pa rin si Anne kay Mommy, "S-Si Dino po... napanaginipan ko pong namatay."

"Dino? Sinong Dino? Ito ba yung nakakabatang kapatid nung classmate mong si Dang... yung bestfriend mo din?"

(Sniff!) Opo, s'ya nga po 'yon."

"O, e... bakit mo naman siya napanaginipan? Matagal na panahon na rin naman natin silang hindi nakikita... bakit bigla-bigla mo na lang siyang naalala?"

"Hindi ko rin nga po alam. Mommy. Ako nga mismo, nagulat. Ang sama pa nung panaginip ko kasi namatay si Dino doon... gawa raw na-dengue."

"Dengue? Diba, na-dengue nga talaga yung batang 'yon? Pero, nakaligtas dahil nadala ng maaga sa hospital?"

"Opo... at ako pa nga mismo yung nagdala sa kanya doon. Kaya nga po nagtataka ako."

"Mmmmm... palaisipan nga ito," kumpirma ni Mommy.

"Naaalala ko tuloy ang sinabi ng doktor noon... dapat mag-ingat na daw si Dino na huwag magka-dengue ulit. Mahina daw ang resistance nito sa ganung klaseng sakit. Kung sakaling made-dengue daw ulit ito, baka raw matuluyan na ito."

"Ganon ba? Ahhh, siguro yun ang dahilan kung bakit namatay siya sa panaginip mo."

"Siguro nga, Mom."

"Kaya lang... ang hindi ko maintindihan e, bakit pumasok muli sa utak mo yang batang 'yan."

Nag-isip sandali si Anne.

"Ahh, alam ko na, Mommy. Kahapon pala ay nakita ko ulit si Dang! After more than ten years, Mommy... nagkita ulit kami ng bestfriend ko," tuwang-tuwang naibalita nito. "Hindi ko nasabi agad sa inyo kasi tulog na kayo kagabi pagdating ko."

"Talaga! Aba, nakakatuwa naman 'yon. Biruin mo, sa tagal-tagal ng panahon e, nagkita pa muli kayo. Naku, tama ka. Baka yung pagkikita n'yo ni Dang ang dahilan kung bakit muling naalala mo yung batang si Dino."

"Hmmp! Palagay ko nga, Mom. At sana, 'yun na nga talaga ang dahilan."

"Kamusta naman yung kaibigan mo?"

"Naku, ayun... may-asawa at donya na! Hi! Hi! Hi! Ipakikilala raw niya ako sa asawa niya sa susunod na magkita kami. Ang dami-dami nga naming napagkwentuhan. Kung hindi lang nasa office baka hindi natapos ang tsikahan namin. Nagbabalak nga kaming mag-get-together kasama nang mga classmates namin nung college."

"Naku, napakasaya naman! E, teka, teka... paano naman kayo nagkita sa opisina ninyo? Bakit siya pumunta doon?" tanong ni Mommy.

Napabuntung-hininga si Anne, "Yun nga ang nakapag-tataka, Mom. Supplier daw namin siya ng basahan! Imagine mo, Mom... major supplier daw namin siya ng... basahan lang!"

"Hah... basahan lang -- 'yun lang isinu-supply pa sa inyo?"

"Hmmp! Tama ka dun, Mom... basahan daw at yung mga iba pa namin cleaning materials... sabi ni Gregory. Actually, okay lang naman 'yun. Ang ipinagtataka ko lang ay... hindi ko alam ang tungkol doon... e, samantalang ako halos ang in-charge sa mga office request and requisition. Doon lang ako nagtataka."

"A-Anong sabi ni Dang?"

"Well, ganoon nga daw... totoo daw talaga 'yon. Masyado ngang vague yung mga sagot niya... yung bang parang may iniiwasang tanong. Anyway, hindi naman yun ang importante. Ang importante ngayon ay nagkita na kami muli ni Dang. Ang tagal ko na rin siyang na-miss pati na yung mga barkada namin. Hi! Hi! Hi! One day, at last... magkikita-kita ulit kami."

"E, naitanong mo naman sa kanya yung kapatid niya, si Dino?"

"Syempre naman, Mom. 'Yun pa ba ang malilimutan ko? Hi! Hi! Hi! Sabi ni Dang... at isa pa itong nakapagtataka... hindi raw sila masyadong nagkikita ni Dino. Ni hindi nga daw niya alam kung saan ito nakatira. Weird lang, diba, Mom? Kapatid niya pero hindi n'ya alam kung nasaan. Sabi ko kasi, gusto kong madalaw ito minsan at makita man lang. Pero, 'yun nga... hindi daw alam ni Dang kung saan ito nakatira. Weird talaga. Anyway, okay naman daw ito... successful na... at may asawa na..."

Halatang nalungkot si Anne nang banggitin ang tungkol dito pero nagpilit itong maging masaya, *"(Sigh!)* At least, alam kong okay siya at masaya ang buhay... hindi katulad ng panaginip ko."

Si Mommy naman ang nanahimik. Agad namang napansin ito ni Anne.

"Mom, may problema ba? Bakit bigla po yata kayong tumahimik?"

"Hah... wala, wala!"

"Naku, Mom... parang hindi ko naman kayo kilala. Alam na alam ko kapag may problema kayo. Ano ba 'yon?"

Nanatiling hindi nagsasalita si Mommy.

"Haay, naku, Mom... sige na po... sabihin n'yo na yung problema natin. Malalaman at malalaman ko din ito so mas maigi pang malaman ko na ng mas maaga para magawan na natin ng paraan."

Napilitan si Mommy na magsalita, " Kasi parang wrong timing at parang konektado dun sa panaginip mo."

"Huh? Konektdo sa panaginip ko? Paano? At paanong naging wrong timing?"

"Naalala mo nung doon tayo nakatira malapit kina Dang? Diba ang saya-saya mo noon... sabi mo nga, gusto mo dun na tayo tumira ng permanente?"

"Opo, naaalala ko 'yon. Ano namang koneksyon nun sa sasabihin n'yo?"

"K-Kasi... diba napaalis tayo dun sa lugar na' yon? Kwan kasi... ahhh... ahhh... katulad doon... ang saya-saya mo na rin dito... tapos... e, e... baka, baka mapilitan na naman tayong lumipat nang bahay ulit. B-Baka yung panaginip mo... premonition na aalis na naman tayo."

"Premonition? Bakit, pinaaalis na ba tayo dito? Bakit naman?"

"Ang totoo anak, hindi naman... kaya lang, nagpa-abiso yung may-ari na tataasan daw nila ang renta, simula next month. Baka ma-doble na 'yung renta. Malamang hindi na natin kakayanin."

"Mom, pwede ba 'yun na basta-basta na lang sila magtataas ng bayad sa upa? Hindi ba bawal 'yun?"

"Actually, anak, long overdue na yung pag-taas ng renta," paliwanag ni Mommy. "Ilang taon na silang dapat nagtaas ng renta pero hindi naman itinutuloy. Mabait kasi yung may-ari. Kaya lang, masyado na raw itong busy, kaya yung pamamahala nitong mga apartment e ipinaubaya na lang niya sa kumpanya n'ya. Kaya, ayun... magtataas na nga raw ng renta."

Si Anne naman ang nanahimik habang nag-iisip ng malalim.

"Naku, huwag mo nang problemahin 'yon anak. Ang gawin natin, huwag na muna nating bilhin yung mga iba kong gamot. Pakiramdam ko naman e, sobra-sobra yung mga gamot na ipinaiinom sa akin nung doktor. Bawasan na lang natin para kayanin natin yung dagdag sa renta."

"Mom, alam n'yo naman na hindi pwede 'yun. Importanteng mainom ninyo ang mga gamot n'yo, kung hindi lalong mapapasama ang kalagayan ninyo. Lalong mahirap 'yon. Okay na 'yun, Mom. Maghahanap na lang ako ng bagong malilipatan. Tutal, dalawa lang naman tayo, hindi naman siguro mahirap na maghanap ng bagong mauupahan -- na mas mura. Okay na yun, Mom... huwag n'yo nang isipin 'yun."

Taliwas sa inaasahan ni Anne, naging mahirap para sa kanya ang maghanap ng bagong mauupahan. Bukod sa mas mahal pa ang iba, pangit o hindi maganda ang lugar ng mga ito. Kung mayroon man ay sobrang napakalayo na nito.

34
Isa Pang Nagbabalik

Higit sa pag-aalala ni Anne ng bagong malilipatan, mas ikinabahala niya ang tinutukoy na 'premonition' ni Mommy.

"A-Ano kaya talaga ang ibig ipahiwatig ng panaginip kong 'yon?" naisip nito. *"Ito nga kayang muling pag-alis namin? O mayroon pang iba itong gustong ipaalam sa akin? Hindi, hindi! Walang koneks'yon ito. Masamang panaginip lang 'yon... wala itong koneksyon sa mga mangyayari sa akin."*

Pero kahit anong gawin ni Anne na pagkumbinsi sa sarili, nananatili pa rin sa isip nito ang pagdududa.

* * * * * * * * * *

"Allen, pwede ba akong mag-undertime?"

"Hmmm... are all your work finished?" tanong ni Allen

"Natapos ko na lahat yung mga papers na ina-audit ko. I'll finish the accounting tomorrow."

"Wala bang trabahong rush sa iyo?"

"Wala naman. Next week pa ang deadline to most of my load," pag-kumpirmi ni Anne.

"Well, okay you can go. Anyway, bakit ka nga pala mag-uundertime... going on a date?" biro ni Allen. "Naandito naman ako. Ha! Ha!"

"H-Hindi. Ahh, ahh… personal lang."

"May problema ba, Anne?"

"Okay lang, Allen… it's really none of your concern," nahihiyang sagot ni Anne.

Pero lalo lang naging curious si Allen, "C'mon Anne, level with me… what's the problem?"

"Ano… huwag na… nakakahiya."

"Please, Anne… baka may maitulong ako."

"M-Maghahanap kasi ako ng bagong matitirhan na apartment."

"Huh? Bakit… pinaaaalis na ba kayo dun sa inuupahan n'yo?"

"Hindi naman. Kaya lang, tataas daw ang renta namin… baka hindi na namin kayanin. As of now, medyo hirap na nga kaming mag-budget dahil sa medicine na kailangan ni Mommy. Uhm, sori kung na-uunburden ko sa inyo ang problema ko."

"No, it's okay. Bakit naman tataasan kayo ng renta. Hindi ba unreasonable yon? Also, diba may rent-control act na bawal mag-raise ng rent ng basta-basta lang?"

"Actually, long overdue na nga yung pagtaas ng rent. Mababa talaga ang renta namin since matagal na kami doon at hindi sila nagtataas ng renta. Mabait yung may-ari, sadly naging busy lately, kaya yung pag-asikaso sa mga properties ipinaubaya na n'ya sa realty company under her name. Unfortunately, nakita dun na mababa lang yung renta namin so, ininform kami na magtataas ng rent by next month at the most."

"Ganoon? Ano bang pangalan nung realty company?"

"Mmmm, Lauchengco Realty yata. Tama... Lauchengco Realty nga. 'Yun kasi yung surname nung may-ari. Denise Lauchengco... yun yata ang full name niya."

"Ummm, ganon. Okay, sige... ingat ka."

"O, sige, Sir... I'll be going na," paalam ni Anne.

* * * * * * * * * *

"Teka, teka..." biglang naisip ni Allen ng makalabas si Anne, *"samahan ko na lang kaya si Anne mag-house hunting? Tamang-tama, wala naman akong gagawin. Afterwards, pwede ko siyang yayain mag-dinner. Yes, bakit hindi ko agad naisip 'yun?"*

Papalabas na ito ng makasalubong si Gregory, "Bro, eksakto ang timing mo. Ikaw na muna ang bahala dito sa office. I'm going out and I might not be back. Sasamahan ko lang si Anne maghanap ng bagong apartment na mauupahan."

"Huh? Bakit, Boss... ibabahay mo na ba si Anne? Ha! Ha! Ha!" biro ni Gregory sabay umilag ito ng suntukin siya ni Allen.

"Haaiiss! Ikaw talaga, Greg... puro ka na lang kalokohan. Kaya minsan nasisira yung timing ko kay Anne."

"Okay, okay, enough, I will stop already. What's it again... maghahanap ng bagong malilipatan sina Anne? Bakit?"

"Well, apparently magtataas ng rent dun sa inuupahan nila at medyo hindi na nila kakayanin. So, ayun nga, maghahanap ng bagong place si Anne. That's the long and short of it. Important thing is, magandang chance ito para mapalapit ng husto ang kalooban ni Anne sa akin. Sige na, sige na, tutuloy na ako at baka makaalis na ito."

"Sige, Boss, good luck and... happy hunting! Ha! Ha! Ha!" may halong kapiluhang biro ni Gregory.

* * * * * * * * * *

Pagkalabas ng kuwarto ay tatakbo na sana si Allen nang matanaw nito si Anne.

"Aba, nasa office pa rin si Anne. Hindi pa pala siya nakakalabas," nagtatakang nasabi nito.

Nagmamadaling nilapitan niya ito. Tatawagin sana niya nang mapansing may kausap na lalaki. Napatigil sa paglakad si Allen. Kinabahan siya. Pamilyar na pamilyar sa kanya ang itsura ng lalaki.

"WHAT, IS THIS KIND OF A JOKE?" hinagpis na naibulalas ni Allen.

Nakita niyang magiliw na kinakausap ito ni Anne at paminsan-minsan ay ngngingitian at nagtatawanan ang dalawa.

Napansin naman siya ng dalaga at lumapit ito sa kanya kasama ang lalaki.

"Allen, you won't believe this. I don't believe it myself... hindi ko rin akalain, Hi! Hi! Hi!... of all people and all places."

Napatingin si Allen sa lalaki, "Bakit? I mean, kilala mo ba siya? Kilala ko ba siya?"

"Hi! Hi! Hi! No, no... hindi mo siya kilala. It's me... ako ang may kilala sa kanya. And it's really funny meeting him here. First it was Dang just the other day," sagot ni Anne. "And now — what a coincidence!"

Walang kaalam-alam si Anne na namukhaan na ni Allen ang lalaki pero hindi nagpahalata. Gusto rin niyang makasigurado.

"Sino ba siya?" asiwang tanong ni Allen.

"SIYA SI ROGER. Ummm... I could say... a close friend of mine in college."

Close friend ang pakilala ni Anne. Pero alam ni Allen na higit pa doon ang totoo.

SI ROGER ANG DATING BOYFRIEND NI ANNE.

"Mali ka doon, Anne," puno ng pagtatampong nasabi ni Allen sa sarili. *"Kilala ko siya. Kilalang-kilala ko siya.*

35

Destiny, Pasaway ka!

Ex-boyfriend. Kahit ipagkaila ito ni Anne, alam na alam ito ni Allen. Tandang-tanda pa niya ang araw na isinama siya ni Anne at ipinakilala bilang boyfriend. Halos sumabog ang puso ni Allen sa sakit na naramdaman ng araw na iyon. Hindi niya pwedeng makalimutan kung sino si Roger.

Ngayon, after more than ten years, kaharap na naman niya ito. Hindi bilang isang batang Dino kung hindi bilang isang binatang Allen. Patas na ang labanan. O, patas na nga ba?

Hindi maialis kay Allen ang mangamba, *"Ex-boyfriend siya ni Anne. Nagkahiwalay din sila noon... pareho ko. Pero, ngayon... naandito na rin siya... nagbabalik. Ano ba... pinaglalaruan ba ako ni Destiny?"*

"Allen? Allen?

"Uh, yes, Anne... ano 'yon?"

"Hi! Hi! Hi! Kanina ka pa kasi d'yan walang kibo. Hello daw, sabi ni Roger."

Lumilipad na ang isip ni Allen at hindi n'ya ito napansin. Binalingan nito si Roger na nakangiti sa kanya.

"Glad to meet you, Mr. Locsin. Ako nga pala si Roger. Roger Villanueva," bati sa kanya habang inaabot ang kamay para makipag-kamay.

Pero ini-snob ni Allen ang kamay nito.

Kunwari ay hindi ito napansin ni Roger at pasimpleng ibinaba ang kamay.

"Kami ang supplier ng mga office supplies n'yo. I'm the account executives of the company. Actually, I own the company," pagmamalaki ni Roger sabay tingin at ngiti kay Anne.

Lalong nag-alboroto ang kalooban ni Allen nang makita ito. Kulang na lang na may lumabas na usok sa ilong nito. Gusto na sana n'yang barahin ito pero pinigilan ang sarili dahil naandoon si Anne.

"Don't be rude," sabi nito sa sarili, *"it's not right... at magagalit si Anne."*

"Ah, really?" baling niya kay Roger, "K-Kayo pala yung supplier namin ng office supplies."

"Yes," may kayabangang sagot ni Roger.

Lalong nairita si Allen at naisip, *"Hmmp! Tipong nagpapasikat kay Anne ito. Teka nga..."*

"Which reminds me, parang sub-standard 'yung mga papers na isinu-supply n'yo sa amin. Also, yung mga ink ng printer, mabilis maubos. Bago ba 'yung mga ibinibigay n'yo sa amin or recycled?"

Hindi totoo ang mga paratang ni Allen. Nang-iinis lang ito, nanunutil.

"Sub-standard? Hah, a, e... No, no... puro bago ang mga idine-deliver namin dito. I guarantee you that."

"Ibig mong sabihin... mali ako?" hamon ni Allen.

"No, no... I'm sorry. There must be some mistake... in our part. I'll look into it. In behalf of the company, please accept our apology. Sisiguraduhin ko na sa susunod naming delivery, I will personally check the items."

"Okay, good... that's nice."

Nalilito naman si Anne sa naganap na palitan ng salita. Nararamdaman niya na may namumuong alitan sa pagitan ng dalawa.

"Bakit parang asiwa o galit si Allen kay Roger? Hindi naman siya ganito dati. Anong meron? Mmmm... saka paano nasabi ni Allen na sub-standard yung mga supplies, e ni hindi naman niya tinitingnan 'yun. Ano bang nangyayari?"

"Miss San Juan," biglang tawag ni Allen.

"Uh... yes, S-Sir?"

"Akala ko ba may importanteng pupuntahan ka? Bakit naandito ka pa? Mata-traffic ka na," banat ni Allen. "Ummm, Oo nga pala, may meeting nga pala akong pupuntahan, kung gusto mo sumabay ka na lang sa akin. I can drop you anywhere."

"Ayy, h'wag na lang, Sir... maiistorbo pa kayo."

"No, it's alright..."

"Saka, nag-offer na si Roger na sasamahan niya ako. Wala naman daw na s'yang appointment after this. E, kayo, Sir... baka ma-late pa kayo sa meeting n'yo. Okay na... kay Roger na lang ako sasabay."

"G-Ganon ba?" mahinang naisagot na lang ni Allen at wala sa sariling lumakad pabalik sa office niya.

"Sir, Sir... akala ko may pupuntahan kayong meeting? Bakit pabalik kayo sa office ninyo?" tanong ni Anne na nagtataka.

"Huh? Meeting? Ahhh... Oo nga pala... may meeting nga pala akong pupuntahan. Ummm, ano... may nalimutan lang ako. Kukuhanin ko lang muna... sa kwarto ko. Sige, sige... you go ahead na."

"Sige, Sir... ba-bye!" paalam ni Anne.

"Nice meeting you, Mr. Locsin," pahabol ni Roger pero hindi siya pinansin ni Allen. Dire-diretso na itong pumasok sa kwarto niya.

* * * * * * * * * *

Napatalon sa gulat si Gregory nang pumasok si Allen at ibinalibag pasara ang pinto.

"Bro, what happened? Bakit yata parang umuusok ka d'yan sa galit? Akala ko ba sasamahan mo si Anne sa paghahanap ng bahay?"

Hindi makuhang sumagot ni Allen. Akala mo toro itong paikot-ikot sa loob ng kwarto. Pwede nang magliyab ito sa galit.

"Allen, c'mon... settle down. Walang magagawa 'yang kaiikot mo d'yan. Mam'ya n'yan mabutas pa yang sahig kalalakad mo. Ha! Ha! Ha!"

Tiningnan siya ng masama ni Allen.

"Joke, joke lang! Bossing naman, hindi na mabiro. He! He! He! Baka lang kako... atakihin ka sa puso sa sama ng loob mo. Ano ba talagang problema?"

Sa wakas huminahon si Allen.

"You know what the problem is? 'Yung account executive... No, no... make it the owner himself of the company na nagsu-supply sa atin ng office supplies!" naggagalaiting sumbong nito.

"Hah? 'Yung owner... mismo? Wait, wait... what did he do at para kang bulkan d'yan na sumabog sa galit? Palpak ba ang mga deliveries?"

"No, it has nothing to do with his products. The guy... Hmmp! Siya yung ex-boyfriend ni Anne! That's why," sagot ni Allen.

"What??? Talaga? Of all the !@#$#@!! coincidence. Ex pa ni Anne ang supplier natin?" I can't believe this."

"Sinabi mo pa. Haaiiss! Of all the million people in the world... bakit siya pa?"

"Okay, okay... cool down, Bro. This is not the end of the world. So what kung ex siya ni Anne. I mean... kaya nga siya naging ex... ibig sabihin, break na sila. Meaning, tapos na... tapos na ang lahat between the two of them. So why worry?"

"Tama ka doon... break na nga sila. Kaya lang, yung totoong rason kung bakit sila nag-break... medyo malabo."

"Malabo in what sense?"

"I mean... sabi kasi ni Ate Dang... nung nag-hirap daw sina Anne... nawala na lang daw bigla si Roger."

"Then, so much the better. Iniwan n'ya si Anne when she needed him most. Diba dapat minus sa kanya 'yon?"

"Dapat, dapat. Kaya lang, that guy could think of some excuse... pwede s'yang gumawa ng dahilan kung bakit niya iniwan si Anne. Something para kaawaan siya and to turn the tide in his favor. Naiintindihan mo?"

"Yes, Bro... na-gets ko ang ibig mong sabihin."

"On top of that... hindi ko din pwedeng i-discount na..."

"Na ano?" tanong ni Gregory.

"... na baka may spark pa rin siya sa puso ni Anne," malungkot na inilahad ni Allen. "Pwedeng hanggang ngayon... mahal pa rin siya ni Anne."

* * * * * * * * * *

Naputol ang usapan ng dalawa ng bumukas ang pinto at pumasok si Dang.

"Allen... hindi ka maniniwala sa sasabihin ko sa iyo. Nakasalubong ko si Anne at hulaan mo kung sino ang kasama niya? Hi! Hi! Hi! Si Ro... !!!???"

Hindi nito natapos ang sasabihin nang mapansing sambakol ang mukha ng kapatid. Nagpalipat-lipat ang tingin niya kay Allen at Gregory. Kapwa lulugo-lugo ang itsura ng dalawa.

"Ah, e... sa itsura ng mga mukha n'yo... mukhang alam n'yo na," nasabi na lang ni Dang.

Sa wakas ay sumagot din si Allen, "Oo... alam na namin, Ate. Kasama ni Anne yung ex n'yang si Roger. Huli ka na sa balita."

"Mmmm... ganon. Ah, e... ano... hindi ka ba nakilala ni Roger?"

"Hmmp! Hindi. Paano akong makikilala nun e, isang beses lang naman kami nagkita noon. Bad trip pa."

"Sabagay, tama ka doon. E, teka... anong ipinagmumukmok n'yo d'yan? E diba... EX na nga 'yun, so dapat hindi na kayo kakabahan. Ex meaning past na."

"E, bakit sumama pa din si Anne sa kanya?" tanong ni Allen.

"Wala lang... for old times sake, yun lang 'yon. Masama ba' yon?" sagot ni Dang.

"Hindi naman. Kaya lang..."

"Kaya lang... nasingitan ka na naman... naunahan? 'Yon ba ang ipinagpuputok ng butse mo?" pagalit ni Dang. "kasi naman, kapatid... ang bagal-bagal mo. Bakit kasi hindi mo pa sinabi kay Anne na ikaw si Dino? Ano kasing mga ka-ek-ekan pa ang ginagawa mo?"

"Yun nga din ang sabi ko," dagdag ni Gregory.

"It's not that I don't want to tell her. Noon pa man... gustong-gusto ko nang sabihin ang totoo sa kanya," sagot ni Allen.

"So do it... bakit nagpapaka-tumpik-tumpik ka pa d'yan. Naunahan ka na tuloy ni Roger," paninita ni Dang.

"Ate Dang, you know what Anne has gone through in her relationship. Kahit sino namang babae... matatrauma dun sa nangyaring panloloko sa kanya nung fiancee n'ya. Tapos, here I come along... a certified playboy, sweet lover... napakatamis magsalita, magaling mambola na nanliligaw sa kanya. Palagay n'yo ba, ganon-ganon na lang na maniniwala ito sa akin? Then shortly, malalaman niyang ako si Dino... ano sa palagay ninyo ang magiging reaksyon niya? Ikaw honestly, anong iisipin mo?"

Alanganin sumagot si Dang, "Uh... ano... wala lang... mag-magdududa lang ako."

"Exactly! That's what I'm afraid of. First and foremost, ang alam ni Anne... I was very angry with her during those days. Kahit nag-reach out siya, hindi kami nagkaroon ng closure. She still thinks I'm mad at her... for fooling around with me. How can she not think na...

gumaganti lang ako sa kanya? That this is payback time for me?"

Natahimik si Dang at Gregory. Maya-maya ay nagsalita si Gregory, "Pero, what about itong si Roger? Diba, iniwan din siya ni Roger? Why should Anne give her a chance? Anong diperens'ya ng kaso niya sa kaso mo?"

"*(Sigh!)* Katulad nga ng sabi ko kanina, malabo yung circumstances nung nawala ito. Pwedeng naaksidente si Roger or something beyond his control... that's why he disappeared. And when Anne left, walang nakakaalam kung saan sila nagpunta... na pwede ring rason kung bakit hindi na sila nagkita. Regardless of it all, it doesn't change the fact na... minahal siya ni Anne noon. At pwede ring... hanggang ngayon ay mahal pa rin siya nito."

"So paano na?" tanong ni Dang at nakuha pang magbiro, "laban ba o bawi?"

"After all these years, I'm not giving up on Anne again. I'll see this one through. Ipaglalaban ko ang pagmamahal ko kay Anne... come what may."

"Yes, 'yan ang gusto kong marinig sa iyo, bunsoy! Don't worry... ngayong ka-tsika-tsika ko na naman si Anne, tutulungan kita in whatever ways na pwede," sabi ni Dang.

"Pero huwag mo akong pangungunahan, Ate. When the time is right, gusto ko... ako ang magsasabi sa kanya ng totoo. Promise?"

"Promise," sagot naman ni Dang.

"So, Bro, dapat wala na tayong palampasin ng pagkakataon," hirit ni Gregory.

"Anong ibig mong sabihin?" tanong ni Allen.

"Boss, ano ka ba naman? Sabi mo nga... kasama ni Anne yung ex n'ya. Huwag mong sabihing babayaan mo yung kumag na 'yon ang maka first base?" Sugod na!"

"Hah! Diba nakakahiya yung... bigla na lang akong susulpot kung nasaan sila? At saka, hindi ko naman alam kung saan sila pupunta?"

"Brother dearest," singit ni Dang, "baka nalilimutan mo na nag-kwentuhan muna kami kanina bago sila umalis. Doon sila pupunta sa bandang Project 6 o Project 7 sa Quezon City. Marami daw na paupahan doon at may mga kilala pa daw si Roger doon. Most likely, sa SM North kakain 'yun, if ever. Sige, ikaw din... baka hindi lang first base... baka ma-home run ka pa ni Roger. Hi! Hi! Hi!" panunutil ni Dang.

"Naku, Boss... baka yayain manood ng sine si Anne. Patay tayo pag nagkataon," hirit ni Gregory.

"Tandaan mo, kapatid... ALL IS FAIR IN LOVE AND WAR," paalala ni Dang.

Mabilis pa sa alas-kwatrong tumakbong paalis si Allen.

36
War Of Attrition

"**M**abait ba yung amo mo? Parang masungit kasi. Saka, bakit para yatang galit s'ya sa akin?" tanong ni Roger.

"Huh? Si Allen, masungit? Naku, hindi! Palabiro nga yun saka masayahin. Bakit mo naman nasabing galit siya sa iyo?" tanong ni Anne.

"Para kasing sarcastic ang mga sagot niya sa akin. Saka parang cold-shoulder ang treatment niya sa akin."

"Hindi, a! Feeling mo lang 'yun. Napakabait yata na Boss 'yon," depensa ni Anne. "Ikaw siguro ang may diperens'ya. Naantipatikuhan siguro sa iyo."

"Bakit naman siya maantipatikuhan sa akin... e, ngayon pa lang naman kami nagkita," sagot ni Roger.

"Ewan ko, hindi ko rin alam. Basta ang alam ko, super-bait, maaalahanin at totoong tao 'yun."

"B-Bakit yata panay ang pagtatanggol mo sa kanya?"

"W-Wala lang... 'yun lang naman ang totoo. Saka diba, Boss ko yun... dapat nag-sisipsip ako. Hi! Hi! Hi!"

"Pero, honest... feel ko parang may kinikimkim siyang malaking galit sa akin."

"Sobra ka naman. Bakit naman magagalit sa iyo 'yun. Hindi ka naman nya kilala."

"H-Hindi ba alam nun na naging girlfriend kita... dati?"

"Bakit mo naman naitanong 'yun... saka anong koneks'yon noon kung galit siya sa iyo o hindi?"

"B-Baka kasi may gusto sa iyo yung Boss mo... kaya galit sa akin," katwiran ni Roger.

Matagal tiningnan ni Anne ito bago sumagot, "Kung anuman ang namagitan sa atin... tapos na 'yon. Sana, ayoko nang may maririnig tungkol dito. Tungkol naman kay Allen... walang dahilan para ikwento ko sa kanya ang t-tungkol sa atin. Closed book na ito sa buhay ko."

"Sori, sori, Anne. H-Hindi naman ganon ang ibig kong sabihin."

Tumingin lang si Anne sa kanya.

Nagpatuloy si Roger, "S-Saka... bakit naman tinatapos mo na ang lahat para sa atin? Hindi ba pwedeng ituloy natin ito muli?" malambing na tanong ni Roger.

"A-Anong ibig mong sabihin, Roger?"

"I mean... we can start all over again, diba?" sagot nito.

* * * * * * * * * *

Mula sa hindi kalayuan ay kitang-kita ni Allen ang pag-uusap nina Anne at Roger habang kumakain.

"Mukhang nag-eenjoy si Anne na kasama si mokong. Haaiiiss! May pangiti-ngiti pa ito," nagngi-ngitngit na nasabi nito. *"Paano kaya ako eentra doon? Tama ba itong gagawin ko? Tutuloy pa ba ako?"*

Parang pinanghihinaan na ito ng loob at balak nang umalis pero naalala nito ang sinabi ni Dang na baka maka-homerun si Roger, pati na hirit ni Gregory na baka yayain nitong manood ng sine si Anne.

"No way... no way!"

Biglang tumunog ang cellphone ni Allen at sinagot niya ito. Pagkatapos makipag-usap, pumasok na ito sa loob. Kunwari ay naghahanap ng mauupuan at napadaan lang sa harap nina Anne.

Agad naman siyang napansin ni Anne, "A-Allen... Sir?"

Dismayadong napatungo si Roger.

Umakting naman si Allen na nagulat, "Anne! Wow, imagine meeting you here again... pati na si... sino nga ba siya?"

"Hi! Hi! Hi! Si Roger, yung supplier natin ng office supplies."

"Ah, yes, yes."

"Allen... Sir, bakit kayo naandito?"

"Ah, ah... k'wan... maagang natapos yung meeting namin, so I decided na kumain dito. Alam mo naman na mahilig ako ng mami at siopao, diba? Oo nga pala... pareho nga pala tayong mahilig ng mami at siopao... no wonder we are both here."

"Hi! Hi! Hi! Oo nga pala!" sang-ayon ni Anne. "Alam mo, Roger, parehong-pareho kami ng gustong pagkain ni Sir. Hi! Hi! Hi!"

"Pati drinks, what a coincidence, diba, Anne... pineapple juice? Ha! Ha! Ha! Pareho din kaming malakas kumain," dagdag pa ni Allen.

"Hindi ba nakakatawa, Roger? Pareho kami ng gustong pagkain... pareho pa kaming malakas kumain. Hi! Hi! Hi!"

"Oo nga... nakakatawa nga," sarcastic na sagot ni Roger na imbyernang-imbyerna sa pagsulpot ni Allen.

"E, Sir... dito na rin kayo sa table namin kumain. Okay lang diba, Roger?" wika ni Anne.

"Hah? A, e... huwag na... b-baka mailang si Mr. Locsin sa ating dalawa. S-Saka tapos na tayong kumain... maiiwan lang natin siya," paduday na sagot ni Roger. Sa isip nito, *"Hmmmp! Siguro naman, makakaramdam ito na istorbo siya sa amin ni Anne! Tsupi! Tsupi!"*

Pero nadismaya si Roger sa sagot ni Allen.

"No, no problem. Gusto ko nga ng may kasama habang kumakain. At saka, alam kong bitin pa si Anne sa kinain niya. Anne, pwede bang sabayan mo ulit akong kumain... don't worry... sagot ko!"

"Hi! Hi! Hi! Nakakahiya naman, Sir... pero... GAME! Gutom pa nga ako talaga. *(Giggle!)* Ikaw talaga, Allen... alam na alam mo ang weakness ko."

"Syempre naman!" sagot ni Allen sabay ngiti ng nakakaloko kay Roger. "WAITER!!!"

* * * * * * * * * *

Pagkatapos kumain ay sabay-sabay pumunta ang tatlo sa parking lot upang kuhanin ang kanilang mga sasakyan.

"Haarrruump! Ah, sige Mr. Locsin, nice meeting you again. Mauuna na kami ni Anne. SA AKIN SIYA SASABAY AT AKO ANG MAGHAHATID SA KANYA," may halong pangtutuyang patutsada ni Roger. "Tumuloy ka na, Mr. Locsin... Sir! *(Hmmp!)*"

Hindi naman ito inintindi ni Allen, "Mmmm... okay, okay! I'll be seeing you. Bye, Anne! Bye... Mister??? What's your name again?"pang-aasar naman nito.

"Hi! Hi! Hi! Roger, Sir"

"Robber? Ogre?"

"Roger... Roger Villanueva. Hindi robber o ogre. Hi! Hi! Hi! Ginawa n'yo pa siyang magnanakaw at bakulaw!"

"Hahaha! Parang bagay naman, diba? Joke, joke joke! Magka-rhyme kasi. Ooops! Sori! Sori! O, sige, you go ahead na. I just have to make a phone call. Bye!"

Halos higitin na ni Roger si Anne sa paglalakad.

"Roger, dahan-dahan naman. Bakit ka ba nagmamadali?"

Nang malayo na sila kay Allen ay saka lang naglabas ng himutok si Roger.

"(Grrrr!) Mabuti naman at humiwalay na sa atin 'yung !@#$#@! mong Boss!"

Nagulat si Anne at namula ang mukha, "Huh! Bakit ganun naman ang trato mo sa Boss ko?" may halong galit na tanong niya.

Biglang b'welta si Roger. Naramdaman niya na hindi ikinagusto ni Anne ang inasal niya.

"Uhm, sori, Anne, my bad. Hindi ko lang kasi inaasahan yung biro niya."

Umaliwalas muli ang mukha ni Anne at magiliw na sumagot, "Ahh, hindi ka lang kasi sanay. Ang saya-saya ngang kasama ni Allen. Diba ang dami-dami nga niyang jokes? Hi! Hi! Hi!"

Hindi na lang sumagot si Roger. Sinarili na lang ang pagpuputok ng butse.

"Ayiii! Nakakapag-init ng ulo itong amo ni Anne. Hiiii... nakakainis! Hmmp! Di bale, ako din naman ang panalo dahil ako ang kasabay ni Anne pag-uwi. Belat nga sa kanya! Bwisit!!!"

* * * * * * * * *

Nagtataka si Roger dahil kumakalampag ang gulong ng kotse niya ng umandar ito.

"Roger, ano yon?" tanong ni Anne.

"Hindi ko rin alam. Parang hirap yung gulong ko. Wait lang sandali... bababa lang ako at titingnan ko kung anong problema."

Nagulat si Anne nang narinig niyang galit na humiyaw si Roger. Napilitan siyang lumabas na rin.

"Roger, anong problema?"

"FLAT! FLAT ANG GULONG KO!

"Hah! Bakit?"

"Ewan ko... okay naman siya kanina."

"Wala ka bang reserba? Hindi ba p'wedeng palitan mo?"

"Ahiiiii! Meron... kaya lang, iisa. Dalawa yung gulong na flat. Huuuu, kapag minamalas ka talaga!"

"Naku, paano na tayo ngayon?"

"Ah, ano... don't worry... tatawag lang ako ng assistance dun sa car assistance group na member ako."

Kinuha ni Roger ang cellphone niya at tumawag. May kinausap sandali at pagkatapos ay binalikan si Anne, "They are on their way na... kaya lang... mga one to two hours pa daw bago sila makarating. Traffic kasi."

Hindi nakakibo si Anne. Wala naman siyang magagawa.

Lihim namang natuwa si Roger, *"Yes! Mukhang may magandang kalalabasan itong kamalasang nangyari sa amin. One to two hours kong makakasama si Anne. Ha! Ha! ha! A lot of things can happen in that span of time. Pwede ko siyang yayaing manood ng sine and... if ever... who knows, may malapit na motel dito. He! He! He! I can really make use of the time...*

Napatigil siya sa masamang binabalak nang biglang may tumigil na kotse sa harap nila. Nagbaba ng salamin ang nagmamaneho. Dismayado si Roger nang ang mukha ni Allen ang sumungaw dito.

"Oh, what happened? Akala ko nakaalis na kayo? I thought you're long gone by now."

"Aaarrggh! Ano ba 'yan? Bakit naandito pa rin ang b'wisit na ito? Go away! Huwag kang panira sa mga plano ko," tahimik na hinagpis ni Roger.

Kimkim ang galit na sumagot siya, *"(Grumble!)* Naplatan ako ng gulong. Pero, okay na... hinihintay lang namin yung motor assistance na tinawagan ko."

"Naku, kamalas mo naman," pagsisimpatiya ni Allen. "Kaya nga ako, I make sure na natse-check ko yung mga gulong bago ako umalis. Lesson learned. Anyway, I will be going na."

Hindi makapaniwala si Roger sa narinig pero tuwang-tuwa ito, *"Yes! Yes! Finally, aalis na ang bwisit!"*

Akmang paandarin na nito ang kotse ng may maalala, "By the way, Anne. 'Yung transaction ba natin sa Mix&Match Company... naayos mo na ba?"

"Naku, hindi pa. Supposed to be, pag-uwi namin ni Roger, dadaan ako dun sa company nila. Iniwan na raw nila sa receptionist yung mga papers. B-Baka bukas ko na lang kunin."

"Oh no! Importanteng ma-process yung papers first thing in the morning. Matagal pa ba kayo? Gaano ba katagal bago dumating 'yung help?" tanong ni Allen kay Roger.

"M-Mga one to two hours... traffic daw kasi."

"One to two hours? Baka closed na ang office nila nun. Tsk! That's not good. Kailangang-kailangan pa naman nating ma-process yung mga papers. This is bad. Paano na 'yan?"

"Pasens'ya na, Allen," sabi ni Anne, "hindi ko ine-expect ito. Stuck kami dito hanggang sa dumating yung assistance. Dadaanan ko na lang yung papers, early in the morning, tapos i-rush ko na agad yung pagpo-process."

Umiling si Allen, "Tsk! Masyadong close na sa deadline. We're cutting it close. We could lose that contract. I can go there myself, pero it would look awkward kung ako mismong boss ang magpi-pick up nito. I mean, baka bumaba ang image nang company natin dun sa kliyente. *(Sigh!)* Just saying...""

Hindi nakasagot si Anne. Wala itong maisip na gawin.

"Mmmmm... wait, wait! Know what? I think I found a solution. Why don't I take you there and you pick it up. I can even wait for you, para hindi ka mahirapan sa transpo going back."

Nahihiyang napatango si Anne.

"Well, that settles it. Buti pala... I ran into you. I was just going around the block, kasi traffic and now... that's luck, diba? Pwede nating daanan ngayon... I mean, kung okay lang kay... uhummm... Mr. Villanueva," suhestiyon ni Allen at tumingin kay Roger.

Wala namang maisip na dahilan si Roger para hindi pumayag.

Nagpatuloy si Allen, "Okay lang ba, Mr. Villanueva, na sumabay na sa akin si Anne. Very important kasing ma-process 'yung mga papers. Wala naman siyang gagawin dito, diba? Kawawa naman si Anne kung maghihintay siya ng matagal dito. Baka lamukin lang ito. I hope you understand."

Kahit masama ang loob, wala nang magawa si Roger kung hindi pumayag, "He! He! Of course naman, I don't mind. *(Grrrr!)* T-Tama ka... wala namang gagawin dito si Anne. Sige... okay lang... go na kayo."

"Talaga, Roger... okay lang sa iyo? Pasens'ya na... importante lang talaga ito," pagkumpirmi ni Anne.

Pigil na pigil ang galit ni Roger, "Hmmp! Yes, yes... it's okay. Sige na... tumuloy na kayo!"

"Thanks. O, let's go na, Anne. Time's awasting!"

"Bye, Roger!"

Nakasakay na si Anne sa kotse ng may parang naalala si Allen, "Oo nga pala. 'Yung driver ng company namin, magaling mag-troubleshoot 'yun. Tatawagan ko para ma-assist ka."

Kinuha ni Allen ang cellphone niya at tumawag.

Madiin na tumanggi si Roger, "No, no... okay na. Tumawag na ako ng assistance. Darating daw naman sila within..."

Hindi pa natatapos ni Roger ang sinasabi, ng may lalaking naka-motor ang biglang dumating.

Nagulat si Anne ng nakilala niya ito, "Kuya Alex!?"

"O, ayan na pala si Alex. S'ya yung company driver namin," paliwanag ni Allen.

"Huh!" gulat na gulat din si Roger, "b-bakit ang bilis n'yang nakarating? Katatawag mo pa lang, diba?"

"Ah, e… nasa vicinity pala siya. He! He! He! May binili daw d'yan sa annex. Well, lucky for you."

"P-Pati tools at air pump… dala-dala na agad niya?" nagtatakang tanong ni Roger.

"Ah, Oo… ganyan talaga 'yan. Parang Boy Scout… laging handa. O, sige na… tutuloy na kami ni Anne. Bye!"

Matagal nang nakaalis sina Allen ay hindi pa rin makapaniwala si Roger sa mga nangyari.

* * * * * * * * * *

Hindi alam ni Roger na bago sumunod si Allen sa kanila, dinaanan muna nito ang driver nila sa office.

"Alex, may gagawin ka ba? P'wedeng samahan mo muna ako?"

"No problem, Sir. Wala naman akong schedule ngayon. Saan ba tayo? Sasabay na rin ba ako sa iyo?"

"Hindi. Dalhin mo yung motorsiklo mo… sumunod ka na lang sa akin. I need you for something else," sagot ni Allen. "Dalhin mo rin yung mga tools mo… lalo na yung pang-bomba ng gulong."

"Bakit, Sir… flat ba yung gulong mo?" nagtatakang tanong ni Alex.

Hindi. May paplatin kang gulong," at idinetalye ni Allen ang balak niya.

"Boss, kawawa naman yung tao," paalala ni Alex.

"I know, I know... and I'm not that bad. Pasens'ya na, Alex... I'm just desperate. It's no secret naman na... nililigawan ko si Anne, diba?"

"Now that you said it... Ha! Ha! Ha! Ikaw at si Anne ang hottest gossip sa office ngayon."

"And I'm not denying it. Ganoon ako ka-seryoso sa kanya. Anyway, 'yung guy na kasama ni Anne... ex-boyfriend niya 'yon. It seems, parang gustong emeksena muli nito kay Anne. In fact, supposed to be, ako ang dapat kasama ni Anne... pero, ayun nga... siningitan ako nung guy."

"At ngayon, gusto mong makabawi?" tanong ni Alex.

"No, no! I really want to play it fair. Kaya lang, I really don't trust that guy. Parang he's up to no good. The moment nakita ko siya, hindi na agad maganda ang dating niya sa akin. I just want to be sure, okay si Anne pero, I promise... if the guy is good, hands off tayo... I'll call off the plan."

"Bakit hindi mo sinabi agad? Kung ganoon pala ang kaso, no problem... tutulong ako. Pero, hindi ba kawawa 'yung guy?"

"Kaya nga kita isinasama. At hindi mo naman bubutasin yung gulong... tatanggalan mo lang ng hangin. No harm intended. I just need that time para ma-convince si Anne na sumama sa akin. Tatawagan kita right after nakasakay na sa akin si Anne. Then you help fix the tires. Make sure, dalawa lang ang gulong na ipaplat mo, para madali din kayong makakaalis. Okay lang ba sa iyo... pwede mo ba akong tulungan? Kung ayaw mo, okay lang... hindi ako magagalit."

"Kung ganon pala ang sitwasyon, call ako!"

"I mean, medyo illegal yung ipinagagawa ko," paalala ni Allen, "baka masita ka ng guard dun at hulihin?"

"Sisimplehan ko lang, Bossing. Anyway kung mahuhuli ako, sigurado naman ako na hindi mo ako pababayaaan."

"Syempre naman. Pero okay lang sa 'yo 'tong abala ko?"

"Ikaw pa, Bossing... no problem! Let's go!"

* * * * * * * * *

Paglabas nila ng building, tumigil sandali si Allen at kinausap ang guard. May isinulat ito sa papel at inabot kay Allen. Pagkaandar nila, ibinigay nito ang papel kay Alex.

"A-Ano ito?"

"Plate number nung guy. Hanapin mo, do your thing and then call me."

"Bossing, have a heart... ang dami saka ang laki-laki ng parking lot dun," angal ni Alex.

Hindi siya pinansin ni Allen habang mabilis na nagpaandar.

"Haaiiist!" imbyernang nasabi na lang ni Alex.

* * * * * * * * *

"Allen, Allen... mali itong daan mo. Hindi ito 'yung way papunta dun sa Mix&Match Company," nagtatakang tanong ni Anne nang mapansin na mali ang ruta nila pagkatapos iwanan nila si Roger.

"Ah, Oo, Oo. Actually, nakausap ko na yung presidente ng Mix&Match Company. Na-settle ko na ang lahat. Magpipirmahan na lang bukas. Ipapadala na lang daw 'yung mga papers," sagot ni Allen.

"WHAT?!!! E, bakit sabi mo kanina...???

"I know, I know... my fault. He! He! He! It slipped my mind na... nakausap ko na nga pala sila over the phone on my way here. Nakalimutan ko... mukhang may *Alzheimer* na yata ako. Ha! Ha! Ha! Sorry about that. Babawi na lang ako sa iyo. May nakapagsabi sa akin na may bagong kainan dun sa may Morato. Balita ko masarap yung mga foods nila doon. Tara, treat na lang kita doon."

Napatingin na lang si Anne kay Allen. Hindi rin ito umangal. Bagama't nagtataka ito, masaya rin ito sa nangyari.

"Hi! Hi! Hi! Weird talaga itong si Allen. Pinilit ako ng husto para sumama sa kanya... 'yun pala, okay na yung deal. Di bale, may libreng tsibog naman at masaya itong kasama. Kenkoy na kwela pa. Hmmm... tama ba itong nararamdaman ko? Talaga kayang napapalapit na ang kalooban ko sa kanya?"

37

What's Next, Coconut?

"**A**no na ang next move mo, bunsoy?" tanong ni Dang. "Hindi porke naisahan mo si Roger last time, sitting pretty ka na. Palagay ko, desidido itong ligawan muli si Anne at hindi 'yon basta-basta susuko with your cheap tricks."

"Alam ko yun, Ate," sagot ni Allen.

"Syempre, kampi ako sa iyo at gusto ko, ikaw ang sagutin ni Anne. Pero, kwidaw... kahit pa sabihing... all is fair in love and war, ayoko pa rin ng gagawa ka nang hindi tama. It's not you at hindi naman kailangang mag-resort ka sa unfair tactics just to win Anne's heart. Just be yourself... at alam ko naman, it's more than enough to make you win."

"Understood, Ate. Talagang hard-pressed lang ako last time. Ikaw naman kasi, sabihin mo ba namang... baka maka-home run si Roger. Ayun, nag-panic tuloy ako. Tapos, sasabihin pa ni Greg na baka manood ng sine yung dalawa... what do you expect me to do?"

"I know, I know. Kitang-kita naman sa mukha mo na panic-na-panic ka noon. Well, anyway, it's good na isinama mo pala yung driver ninyo to fix things up. At least, you made up for it. Pero, palagay mo... okay na yung ginawa mo? Kuntento ka na ba... feel mo ba lamang ka na?"

"Ako... kuntento? No, Ate... no way. As far as I'm concerned... simula pa lang ito. I'm sure... alam na ni Roger na may gusto rin ako kay Anne. So, this time, wala na kaming hiya-hiya sa isa't isa... pakapalan na. This is war."

"Well, mabuti naman. Kasi... ummm... wala lang... dapat lang na lakasan mo ang dibdib mo kung gusto mong magkaroon ng chance... kahit konti... sa puso ni Anne," wika ni Dang.

"Ate... parang may kakaiba sa tono ng boses mo. Na-se-sense ko. M-Mayroon ba akong dapat malaman tungkol kay Anne... at Roger?"

"Mmmm... Ewan ko. Haay, hindi rin ako sigurado kung dapat ko pang sabihin ito sa iyo. I mean, opinyon ko lang ito... hindi rin ako sure at p'wedeng-pwedeng nagkakamali ako."

"Ate, huwag mo na akong bitinin. C'mon spit it out. Whatever it is... gusto kong malaman ito at ang lahat nang pwedeng malaman pagdating sa chances ko kay Anne. Please, Ate Dang... please."

"(Sigh!) Okay... kung 'yan ang gusto mo. Mmmmm... feeling ko lang kasi..." bantulot si Dang sa isisiwalat.

"ANO? Please, Ate... sabihin mo na please!" pagmamakaawa ni Allen.

"As I said before... opinyon ko lang ito. Pero, I think... Anne will pick Roger over you. Mas malaki ang chance ni Roger na ma-win back si Anne kaysa sa iyo.

"Ano?!!!"

* * * * * * * * * *

Maagang nakarating ng office si Allen. Na-cancel ang meeting niya sa isang kliyente. Mabuti na rin dahil gulong-gulo pa ang isip ni Allen. Hindi ito makapagconcentrate sa ginagawa. Hanggang ngayon ay ginugulo pa rin ang isip niya nang mga ipinagtapat sa kanya ni Dang.

Matagal itong nakaupo sa kanyang mesa habang nagmumuni-muni.

Nasa ganito siyang posisyon ng datnan siya ni Gregory.

"Bro, okay ka lang ba? Para yatang malalim ang iniisip mo? Is it about, Anne?" tanong nito.

Parang namalikmata si Allen nang narinig si Gregory, "Uhm... what? A-Anong sabi mo, Greg?"

(Sigh!) Hello! Ang sabi ko... parang wala ka yata sa sarili mo. Tahimik na tahimik dito nang dumating ako. Para yatang ni hindi mo man lang ako napansin."

"Uh, ganon ba? Sori, sori, Greg... hindi ko sinasadya," pagdidispensa ni Allen.

Lumapit si Gregory sa kaibigan.

"Bro, I think there's something wrong with you. Tulala ka at ang layo-layo ng tingin mo. Anong problema... is it about Anne?"

Hindi gusto ni Allen na malaman ng kaibigan ang tunay na dahilan kung bakit siya nagkakaganoon. Nasa denial stage pa ito at ayaw pang tanggapin ang katotohanan. Mas minabuti niyang sarilinin na lang muna ito.

"No, no... Walang koneksyon ito kay Anne. Tungkol ito dun sa meeting ko kanina. Na-cancel kasi so I'm wondering kung matutuloy pa ito."

"Yung new account na 'Cracker Joint Foods?' What the...? Allen... it's just a small account. I know, I know...

every little things add up to something big. Pero, Hey!... as of now, our accounts are rock solid at saka yung influx ng mga incoming projects... punung-puno. Hindi sa minamaliit ko but that account is not worth losing sleep. Okay lang kahit hindi natin makuha 'yon."

"Uhum... I know, I know. It's just that... nanghihinayang pa rin ako talaga. Pero, that's it... sabi mo nga... we can write if off if ever. Okay, then let's just forget about it. Let's get back to work. Ang dami kong jobs na naka-pending na kailangang ma-settle already."

Kahit hindi kumbinsido si Gregory sa paliwanag ni Allen, nanahimik na lang ito. Nirespeto niya ang kagustuhan ng kaibigan na sarilinin ang problema.

* * * * * * * * * *

Kapwa abala sina Allen at Gregory nang dumating si Anne. Nagulat ito nang makitang nandoon na ang dalawa.

"Good morning, Allen... good morning, Gregory! Wow, anong nangyari at maaga yata kayong dalawa? Naunahan n'yo pa ako. Hi! Hi! Hi!"

"Huy, Anne... madalas din naman akong maaga," pabirong sagot ni Gregory, "seconds lang naman kadalasan ang lamang mo sa akin pagdating sa umaga, diba? Ha! Ha! Ha!"

"Sus, at ayaw pang pabuko nito! Sige na nga, sige na nga... agree na ako sa iyo... pero, ngayon lang, ha? Hi! Hi! Hi!

"Mukha yatang ang saya-saya mo ngayon, Anne. Bakit ba?"

"Wala lang... basta masaya lang ako. Bakit, Greg... masama bang maging masaya? Gusto mo bang lagi na lang akong nagmumukmok sa sulok? Hi! Hi! Hi!"

"No, no! I like it better kapag masaya ka. I'm just wondering bakit masaya ka lately?" hirit ni Gregory.

"Wala naman. It's just that, at least somehow... parang may nangyayari nang magandang pagbabago sa buhay ko. Actually, nand'yan pa rin yung problem sa lilipatan naming house. Pero, nakakatuwa din kasi may mga tumutulong sa akin... and I should be thankful for that. For all its worth, dapat lang akong maging masaya, diba?"

"Dahil ba bumalik na muli sa buhay mo si Roger? Dahil ba ito ang tumutulong sa iyo?" ito ang mga tumatakbong pangitain sa isip ni Allen na lalong ikinasama ng loob nito.

"Pero si Boss, super-aga din," pagpapatuloy ni Anne, "ano naman kaya ang nakain nito at super-duper na maaga siya? Share naman d'yan!"

Pero hindi kumibo si Allen.

Medyo nagulat si Anne sa hindi pagsagot nito, *"Huh? Hindi nag-react? Hmmm... stressed... wala sa mood... o nagpapabebe lang? Kailangan siguro, i-joke pa ito ng husto. Hi! Hi! Hi!"*

Biniro niya ulit si Allen sa pag-asang mapapasaya ito, " Uhummm... mukhang may problema si Bossing. Hi! Hi! Hi! Pwede bang malaman, baka may maitulong kami ni Gregory? Mmmm, siguro hindi ka pa nakakapag-almusal! Well, willing akong bumili... basta ikaw ang magbabayad. Hi! Hi! Hi!"

"WILL YOU STOP IT, ANNE! HINDI PORKE MASAYA KA, INE-EXPECT MO DAPAT MASAYA DIN ANG LAHAT NG TAO!"

Hindi inaasahan ni Anne ang outburst na ito ni Allen. Maging si Gregory at nagulat at napatingin sa kaibigan.

Hiyang-hiya naman na nagdispensa si Anne, "I-I'm sorry, Alle... Boss. I'm sorry... I didn't mean... sorry, sorry... it won't happen again."

"Anne... ahhh... it's just..."

"It's okay... it's okay, Sir," sagot nito habang nangingilid ang luha, It's my mistake... no need to explain. Ummm... can you please excuse me? I have to go... ah, ano... may itse-check lang ako sa records room. If you need anything, tawagin n'yo na lang ako doon."

Hindi na nito hinintay na sagutin siya. Mabilis itong tumakbo palabas ng kwarto.

Napatayo si Allen at hahabol sana. Pero nagdalawang-isip at umupo na lang muli. Sa galit sa sarili ay napasuntok na lang ito sa mesa.

BLAGG!!!

38

First Aid To Love

Tumatakbong pumasok sa stockroom si Gregory. Nadaanan niya si Anne habang papalabas galing sa CR. Namumugto pa ang mga mata nito. Maya-maya pa ay lumabas na si Gregory na may dalang first-aid kit box.

"Greg, bakit anong nangyari... may nasaktan ba o nasugatan?" nag-aalalang tanong ni Anne nang makasalubong ito.

"Hah! Ano... wala... wala! May aayusin lang ako sa kwarto," sagot ni Gregory na mabilis bumalik sa kanilang silid. Kabilin-bilinan kasi ni Allen na huwag ipaalam kay Anne ang nangyari.

Didiretso na sana si Anne sa Records Section pero hindi ito mapalagay sa nakita, *"(Sniff!) Bakit may dala-dalang first aid kit si Gregory... wala naman siyang sugat?"*

Nabaling ang pansin nito kay Allen, *"May nangyari kaya kay Allen? Hmmp! Wala naman siguro... maayos naman siya nung umalis ako."*

Biglang naalala niya ang ingay na narinig niya makalabas ng kwarto. Ninerbiyos ito at mabilis na bumalik para sundan si Gregory.

* * * * * * * * *

Nadatnan ni Anne si Gregory na pilit ginagamot ang sugat sa kamay ni Allen. Clumsy ang ginagawang paggamot ni Greg dahil halatang hindi alam ang gagawin. Nagpa-panic pa ito dahil sa dami ng dugo sa kamay ni Allen.

Hinawi ni Anne ito, "Greg, tumabi ka na d'yan... ako na ang gagamot kay Allen."

Kapwa nagulat ang magkaibigan sa pagdating ni Anne. Hindi naman umangal si Gregory at agad tumabi.

"Greg, hindi ba sabi ko h'wag mong sabihing..."

"Bro, promise, hindi ko sinabi kay Anne. Nadaanan ko lang siya."

"Huwag mo nang pagalitan si Greg. Totoo ang sinabi nito. Ako lang mismo ang sumunod dito dahil nag... dahil nag-aalala ako. Sige na, amina ang kamay mo," wika ni Anne.

Pilit namang tumatanggi si Allen, "H-Huwag na, Anne. Okay na 'to... konting sugat lang naman ito..."

"Anong konting sugat? Ayan nga at warak 'yang may kamao mo! Sloppy ang pagkakaayos ni Greg kaya tuloy-tuloy ang pagdugo. Bayaan mo na ako... marunong ako dahil may training ako sa first aid."

Hindi na umangal pa si Allen. Tulad nga ng sinabi ni Anne, marunong ito at nabigyan ng tamang atens'yon ang sugat niya.

"Ano bang nangyari?" tanong ni Anne habang inaayos ang dressing ng sugat.

May bakas pa ng pag-iyak ang mga mata ni Anne at hindi maiwasan ni Allen na mahiya, "Ummm... ano... ahhh... nadulas lang ako. N-Nagkamali ako ng hawak sa mesa ko... at tumama 'yung kamao ko sa gilid ng mesa.

Tiningnan siya ni Anne na may pagdududa pero hindi ito nagkumento.

"Anne... I'm sorry..."

"Hmmm... s-siguro kailangang ipa-check-up mo pa rin sa hospital itong sugat mo," biglang sagot ni Anne na halatang iniiba ang usapan, "baka kailangang tahiin 'yung sugat o kaya baka may fracture sa kamay mo. Mabuti na yung sigurado. Sige, okay na ito... lalabas muna ako.

Akmang aalis na si Anne nang pigilan siya ni Allen. Si Gregory naman ay pasimpleng lumabas ng kwarto.

"Anne, wait! Pwedeng mag-usap muna tayo? Please?"

Matagal na hindi umimik si Anne. Maya-maya ay umupo ito muli. Dahan-dahang binitawan naman ni Allen ang pagkakahawak dito.

"Anne, I'm really, really very sorry sa nangyari kanina. M-Mali ako... ahhh... mainit ang ulo ko... at sa iyo ko naibuhos ang init ng ulo ko. I'm sorry, Anne... hinding-hindi na ulit mangyayari 'yon."

Hindi kumikibo si Anne at nanatiling nakayuko.

"Hindi kasi nag-push through yung isang client natin kaya..."

Hindi na natapos ni Allen ang sasabihin dahil bakas sa mukha ng dalaga na lalo lamang itong nasasaktan sa ginagawa niyang pagsisinungaling.

Nagdesisyon si Allen na sabihin na ang tunay na dahilan ng lahat, "Inaamin ko... part kung bakit mainit ang ulo ko is because... of R-Roger."

Napaangat ang ulo ni Anne at napatingin sa kanya.

Nagpatuloy si Allen, "Uhummm... I have to admit na nagseselos ako... kay Roger. Dahil nakita ko na dati kayong magkakilala at parang close kayo... kaya hindi ko naiwasan na magselos."

Pinigilan ni Allen na sabihin ang tungkol sa sinabi ni Ate Dang dahil mabubuking ang sekreto niya.

Hindi pa rin nagsasalita si Anne.

"I know, I know... wala akong karapatan na magselos... dahil nanliligaw pa lang ako sa iyo" ani ni Allen, "pero, hindi ko talaga napigilan ang sarili ko... so I reacted that way. Hindi ito tama pero... it just goes to prove kung gaano kita kamahal. I'm really afraid na mawala ka sa akin. That's all there is to it."

Hindi mapigilan ni Anne na maantig ang puso sa pagtatapat ni Allen. Lumuwag ang pakiramdam nito, kasunod ng pag-aliwalas ng mukha.

Sa wakas ay nagsalita na si Anne, "A-Akala ko kasi... na-over step ko yung pagiging mabait mo sa akin. I thought I was out of line... Boss kita... at feeling ko... inabuso kita...

"No, Anne... you are wrong, wala kang ginawang mali. It was all because of me."

Matagal na tumingin si Anne kay Allen. Tinitimbang ang susunod na sasabihin.

"Pero, yung tungkol kay Roger..." pasimula nito, "Oo, tama ka... kilala ko na siya, way back in college... we know each other very well..."

Bumuntong-hininga si Anne bago muling nagsalita, "... and we also have a past... naging boyfriend ko siya noon."

Kahit alam na ni Allen ang pagbubunyag na ginawa ni Anne, apektado pa rin ito. Naalala niya ang sinabi ni Ate Dang at kinabahan na ito sa susunod na sasabihin ni Anne.

"To be fair to you... gusto kong malaman mo ito ... at gusto kong sa akin ito mismo manggaling.

"Dahil nauna kong nakilala si Roger...," pagpapatuloy ni Anne, pero sandaling natigilan. Nag-alangan sa susunod na sasabihin.

Tiningnan muna nito ng husto si Allen bago nagpatuloy, "Ang ibig kong sabihin... ummm... dahil naging boyfriend ko na si Roger... at mayroon na ring kaming magandang pinagsamahan..."

Nagdurugo naman ang puso ni Allen sa naririnig. Hindi na nito makuhang tumingin kay Anne.

"... HINDI IBIG SABIHIN NOON AY LAMANG NA SIYA SA IYO," pagtatapos ni Anne.

"Yipeee!" maririnig na hiyaw mula sa kabila ng pinto. Naandoon pala si Gregory at nakikinig.

Pagkasabi noon ay mabilis na tumayo si Anne at lumabas. Natawa ito nang makita si Gregory na nagtatatalon sa tuwa.

Sa simula ay hindi pa nag-rehistro kay Allen ang sinabi ni Anne. Handang-handa na itong mabasted kaya hindi nito tuluyang naintindihan ang narinig.

Nang marinig niyang naghihiyaw si Gregory, doon lang niya naunawaan ng husto ang binitawang salita ni Anne.

"Huh? H-Hindi ako basted... hindi nakakalamang si Roger sa akin..."

"YES! YES! MAY PAG-ASA AKO! MAY PAG-ASA PA RIN AKO!!! THANK YOU, LORD... THANK YOU!!!"

39
Another Chance

"**B**akit mo naman nasabi na wala ka nang pag-asa kay Anne?" tanong ni Gregory nang mapag-isa sila ni Allen.

"Sabi kasi ni Ate Dang, mas may chance daw si Roger kay Anne kaysa sa akin," sagot ni Allen.

"Huh! Bakit naman nasabi ni Dang 'yon?"

"Nung kasing nag-get together sila, syempre hindi maiiwasan na mapag-usapan nila ang tungkol kay Roger. Ummm, tinanong nila si Anne kung alam na niya ang dahilan kung bakit bigla na lang nag-disappearing act si Roger nung naghirap sila."

"Anong sagot ni Anne?"

"Nagkaroon daw ng family problem sina Roger at kinakailangang umuwi siya sa probins'ya nila. Since biglaan daw, hindi na nga daw ito nakapagpaalam kay Anne. To make the long story short, nung bumalik daw ito, wala na sina Anne sa tinitirhan nila."

"Anong klaseng family problem?"

"Ayaw na raw mag-elaborate ni Roger. Masyado raw mabigat. Saka na lang nito ie-explain... kwidaw daw... pagdating ng tamang panahon."

"Ganon... ang babaw a? Teka, teka, wala ba siyang cellphone o telephone man lang... o kahit na PT&T? during that time"

"PT&T... ano yun?"

"He! He! He! 'Yung telegraph... diba ito 'yung ginagamit noon kapag may emergency at gusto mong magpadala ng sulat na mabilis?"

"Ngek! E, panahon pa yata ng kopong-kopo 'yung sinasabi mo. Napaghahalata tuloy ang edad mo."

"Huy, hindi a... narinig ko lang yun sa mother ko. He! He! He! Pero, seriously... hindi ba man lang nag-try si Roger na kontakin si Anne para malaman nito ang nangyari?" tanong ni Gregory.

"Mmmm... ang sabi ni Roger, masyado raw silang napa-focus dun sa problem... nalimutan niyang tawagan si Anne."

"Parang hazy yun, a? Naniwala naman si Anne?"

Tumango si Allen, "Oo. Alam mo naman si Anne... masyadong mabait 'yun."

"E, ganun naman pala. Bakit hindi mo pa sabihin sa kanya 'yung tungkol sa hidden identity mong a.k.a. Dino?"

(Sigh!) How I wish, Greg... how I wish. Maraming times nga na gusto ko na talagang sabihin ito kay Anne... pero natatakot ako."

"Natatakot? Bakit ka naman natatakot... anong ikinatatakot mo??

"My past, what else? Anne knows very well how a sweet talker I am... a certified playboy... magaling mambola... eksperto sa pagti-twist nang truth."

"Pwede mo naman sabihin na it's all in the past... at nagbago ka na dahil sa kanya?"

"Gosh, Greg... gasgas na 'yang linyang 'yan. Kahit siguro kay Anne, palasak na ang excuse na 'yan many times over. I've even used that many times over in the past. Sheesh! Kahit si Anne hindi ganyang ka naive."

"Pero si Roger...?"

"Iba yung kaso ni Roger. There was nothing wrong nung nagkahiwalay sila nito. Pwede pa ngang sabihing si Anne ang may kasalanan kasi nawala s'ya nang walang sabi-sabi. Roger has the benefit of a doubt... not unlike me... a certified playboy, cheater, womanizer etc. etc. Kailangang i-prove ko kay Anne na seryoso ako... at hindi ako nagpapa-cute-cute lang sa kanya... and I need time to do that."

"Okay, okay, balik tayo dun sa importante... bakit naman nasabi ni Dang... na mas may chance si Roger kaysa sa iyo?"

"Tinanong kasi ni Ate Dang kung... may pitak pa sa puso niya si Roger..."

"Anong sagot ni Anne?"

"Nung bigla daw silang nagkahiwalay ni Roger... sobra daw itong nasaktan. Hindi din nito itinanggi... na nami-miss niya ito... especially during the time na nagkahiwalay na nga sila... at from time to time, lagi pa rin daw niya itong naaalala... and more importantly, lagi nitong iniisip... what if, kung magkita sila muli."

* * * * * * * * * *

Makalipas ang ilang araw, muling nagkasabay kumain si Allen at Anne. Sinamantala ito ni Allen upang malaman kung ano na ang status sa paghahanap nito ng bahay.

"Anne, kamusta naman 'yung house-hunting mo? May nakita ka na ba?" tanong ni Allen.

"Mmmmm... Oo, meron na. Actually, si Roger ang nakahanap."

Nadismaya si Allen sa narinig, *"(Groan!)* Si Roger mismo ang nakahanap? Papaano... how come?"

"Oo. Mayroon kasi silang parang stockroom na kalapit ng bahay nila -- yung adjacent lang daw, pero may sariling entrance, CR at paliguan. Hindi naman daw nila ito ginagamit, so ini-offer niya ito."

"Ganon? Okay na sa iyo ito? Nakita mo na ba ito?"

"May picture sa cellphone ni Roger at ipinakita sa akin. Maliit lang ito pero pwede na. Konting ayos-ayos lang, okay na ito. Not the ideal place pero beggars cannot be chooser. At least meron kaming place na matutuluyan. Malapit na kasi yung deadline para umalis kami. Nagta-try pa rin akong makahanap ng iba... pero kung wala na talagang choice... doon na lang siguro kami titira, kahit pansamantala lang. Which reminds me... m-mayroon nga din pala akong sasabihin sa iyo tungkol dito."

"Huh! Ano?"

"In case na matuloy 'yung paglipat namin, b-baka mag-resign na rin ako dito. M-Masyado kasing malayo yung place nila Roger... sa Sta. Rosa, Laguna pa."

"P-Pero... hindi naman malayo yun, a?" protesta ni Allen.

(Sigh!) Alam ko... pero Roger is also offering me a job as a secretary in his company. 'Sabi niya, yung office nila is just a stone throw away from their house. Pwede ko pa nga daw lakarin kung gusto ko. Honestly, ayoko talagang umalis... masaya na ako dito, I've found a new

home here, pero... *(sigh!)*... anyway, nagsasabi na ako sa iyo ngayon para makapaghanap na kayo ng kapalit ko... if ever."

Hindi makapaniwala si Allen sa narinig at wala sa sariling nagtanong, "A-Ano nga ulit 'yung pangalan nung may-ari nang tinitirhan n'yo?"

"Mmmm, Lauchengco Realty. Denise Lauchengco ang pangalan nung owner."

* * * * * * * * * *

Nakabalik na sa opisina si Allen ay nasa isip pa rin nito ang pinag-usapan nila ni Anne.

"Doon titira sina Anne... sa mismong bahay nina Roger... tapos magre-resign na dito?" buong panlulumong naisip nito.

"(Sob!) Once again, mawawala ulit sa buhay ko si Anne? After all these years na hinahanap-hanap ko siya... mawawala lang muli siya sa akin? God, bakit ganoon? Bakit ibinalik Mo pa siya sa akin kung mawawala lang naman din siya? Ang sakit, e... ang sakit, sakit! Mabuti pa siguro, hindi Mo na lang binayaan na magkita pa kami muli. 'Di sana hindi ganito kasakit ang nararamdaman ko. Hindi sana ako nagkakaganito. Bakit? Bakit ganoon?Ahhhhh! Unfair, unfair, unfair!!! Ang sakit talaga, e... ang sakit-sakit!

Biglang sumagi sa isip niya ang nagmamay-ari nang inuupahang bahay ni Anne, " Lauchengco Realty... Denise Lauchengco... owner? president?... mmmm... teka, teka... wait a minute... Denice Lauchengco... Den -- si DENICE? S'ya kaya ito?"

Kinuha nito ang cellphone at may hinanap," Ummmm, alam ko may number pa niya ako... where is it? Yes, yes... may number pa nga niya ako!"

Dali-daling tinawagan niya ito.

"Please, please... God, let it be her!"

KRRIINNGGG! KRRIINNGGG!

"Hello?"

"Can I speak with Ms. Lauchengco?"

"Speaking. May I know whose on the line?"

"Allen... Allen Locsin," atubiling sagot niya.

"Allen Locsin??? A-l-l-e-n... ALLEN! OH MY GOSH, IS THAT REALLY YOU, ALLEN?"

* * * * * * * * *

"Krung-krung ka talaga, Allen. May pa-inglis-inglis ka pa ng sagot... akala ko tuloy kung sinong matinong tao ang kausap ko. Hi! Hi! Hi!"

"Kasi hindi naman ako sigurado kung kilala mo pa ako kaya medyo nag-hesitate ako."

"Wehh, talaga lang ha. Ikaw pa, hindi ko makikilala, e ang lalim ng pinagsamahan natin. You guys are... and still are the closest people in my life. Ang dami nating masasayang memories nung college natin. Nagtatampo na nga ako at hindi na tayo nagkikita-kita. I really... really miss you, guys."

"Same here, Denise. You're as close as a family to me, too."

"Pasens'ya na, Allen. Nawala kasi yung lahat ng contacts ko sa phone. Na-virus kasi... kaya number mo lang ang lumabas."

"Siguro panay ang download mo ng mga nude at porno. Ha! Ha! Ha!"

"Sira ka talaga! Hey, speaking of which, nag-chance meeting kami ni Dennis," masayang balita ni Denise.

"Dennis... as in the one and only Dennis Lauchengco -- your tukayo?"

"Yes," halatang kilig na sagot ng dalaga, "at kumabog-kabog na naman ang puso ko. Hi! Hi! Hi!"

"Naku, kayong dalawa, bakit ba kasi ayaw n'yo pang magpakatotoo, e, buking naman namin lahat na in-love kayo sa isa't isa?"

"Haay, naku, sabihin mo yang barkada mo. Masyadong torpe. Alangan naman na ako pa ang mag-propose sa kanya?"

"Susss, pakipot ka pa kasi," tukso ni Allen.

"Anong pakipot... e kung yayayain n'ya akong magtanan o magpakasal, ora mismo... ako pa ang gagastos. Hi! Hi! Hi! Naku, h'wag mong sasabihin yun, ha? Pero... pwede rin. Hi! Hi! Hi"

* * * * * * * * * *

Matapos ang marami pang masayang kwentuhan ay diniretso na ni Allen si Denise sa pakay nito.

"Denise, ikaw ba yung owner ng Lauchengco Realty?"

"Oo. Medyo sinuwerte ako sa realty, so itinayo ko yung company. Bakit, why do you ask... bibili ka ba ng bahay para sa kabit mo? Hi! Hi! Hi! Bibigyan kita ng malaking discount!"

"Sira! FYI, binata pa rin ako. Pero, seriously... may favor sana akong gustong hingin sa iyo."

"Sure, ikaw pa... ano ba 'yon?"

Sinabi ni Allen ang tungkol sa problema ni Anne.

"Anne San Juan.... wait, wait... that name sounds familiar. Oh, wow! Don't tell me... s'ya ba 'yung crush mo that you've been telling us in college... yung childhood crush mo?"

"Oo, s'ya nga 'yun."

"Wow, again! You mean, you met her again?"

"Yeah... she's working with me now."

"Talaga! Wow, that's destiny for you! Does she know...?"

"No, no... not yet. I'm taking it slow. Ayokong matakot siya or something. I'll tell all about it later. Ang importante ngayon... she's with me again and bahala na kung magkakaroon kami ng happy ending. Pero, right now, I want to help her with her problem. Pwede mo ba akong tulungan dito, Denise?"

"Wait... hmmmm... I know that place. Actually, parang town house nga siya. Old na siya pero maganda ang pagkakagawa and very well maintained."

"Can you help me here, Denise?"

40
One More Chance

"**C**an you help me here, Denise?" tanong ni Allen. "I... I don't know, Allen... Kung ako lang, walang problema. Pero, in this case, medyo tricky. I have to consult my financial advisers with regards to this," sagot ni Denise.

Hindi kumibo si Allen.

"Is this really that important to you, Allen?"

"Yes, Denise... very much."

"I mean, as you said... malabo pa yung chance mo kay Anne. Hindi naman sa dini-discourage kita, pero... what if kung hindi naman kayo magkatuluyan? Nag-build ka ng castle para lang sa iba?"

"It doesn't matter, Denise."

"What?"

"Okay lang kung hindi man ako ang piliin ni Anne. Whatever happens, gusto kong matulungan si Anne. I'm here for her."

"Wow, that's saying a lot! Wala akong masabi."

"That's right, Denise. Anne means the world to me. I'm willing to move heaven and earth for her."

"Grabe, Allen, I've never heard you that serious before."

"Please, Denise... if there's something you can do..."

Tuluyan nang naantig ang puso ni Denise, *"(Sniff!)* Naiiyak naman ako. Okay, okay... let me think it over.

Can you hold it for a day or two habang kino-consult ko yung advisers ko?"

"Yes, Anne... take your time. I'll wait for your call.

* * * * * * * * * *

Lumipas ang dalawang araw pero hindi tumawag ang kaibigan ni Allen. Nag-try siyang kontakin ito pero hindi ito sumasagot. Hindi niya mapigilan na ma-disappoint dahil buong akala niya ay makakatulong ito sa kanya. Tuluyan na siyang nawalan ng pag-asang maiisalba ang situwasyon.

Kasalukuyan itong busy sa pagde-design ng isang advertising campaign nang lumapit si Anne. Hindi pa man ito nagsasalita ay parang may nagbabadya nang hindi maganda para sa kanya.

Bumigat ang pakiramdam nito ng may inabot na papel si Anne.

"A-Ano ito?" tanong ni Allen.

"R-Resignation letter ko," malungkot na sagot ni Anne. "I'm sorry, Allen... pero... ummmm... lilipat na kami by tomorrow... kina Roger. In-accept ko na rin yung job offer niya."

"Ganun kabilis?'

"B-Binigyan na kasi kami ng eviction notice sa tinitirhan namin... so wala na akong choice. Huwag kang mag-alala. Aayusin ko naman lahat yung mga work ko dito bago ako umalis. Saka, ia-assist ko rin kung sino man ang magiging kapalit ko. May 15 days pa naman akong magta-trabaho dito bago effectivity ng resignation ko. Sana may makuha na kayong kapalit ko by that time."

Gumuho ang mundo ni Allen nang marinig ang balitang ito. Matagal nang nakalabas si Anne ay nanatili pa rin itong tulala at walang kibo sa kinauupuan niya.

* * * * * * * * * *

Nag-vacation leave si Anne. Ito ang araw na lilipat na sila ng bahay. Wala na rin siyang narinig na anuman galing kay Denise. Tanggap na nito na hindi siya matutulungan ng kaibigan.

"Nahihiya sigurong sabihing wala siyang maiitulong sa akin... kaya hindi na lang tumawag," naisip na lang niya.

Parang napakakulimlim ng araw na ito para kay Allen. Kahit alam niyang may ilang araw pang papasok si Anne, ang araw na ito ang magsisilbing simula ng pagkawala nito sa buhay niya.

Maging si Gregory ay tila nahawa na rin sa kanya. Kadalasan ay maingay ito at mapagbiro. Pero ngayon ay tahimik itong nagtatrabaho. Hindi man nito aminin, nalulungkot din ito sa pag-alis ni Anne.

Parang slow-motion kay Allen ang galaw ng nasa paligid niya. Mabagal at malabo ang takbo ng lahat. Hirap na hirap siyang makapag-focus sa trabaho.

"Sheesh! I hate this day!" nasambit ni Allen. "Why did it have to end this way? I hate this feeling of helplessness." frustrated na naisigaw nito.

"Boss, wala na ba talagang chance para mapigilan natin ang pagre-resign ni Anne?" nag-aasang tanong ni Gregory.

"I wish, Greg... I wish there's still a chance. Pero it seems wala na... wala na."

"Bakit kasi nagpauna ka? Dapat ikaw ang nakaisip ng ganoon," parang paninisi ni Gregory.

"(Sigh!) Tama ka, Greg. naunahan ako. At wala akong masisisi dito kundi ako lang. I never expected na bigla na lang susulpot itong si Roger. It's really so frustrating!"

"E, di bilihan mo na lang ng bahay si Anne at i-offer mo sa kanya," suggestion ni Gregory, "you have the money... why not do it?"

"Palagay mo ba, hindi ko naisip 'yon? 'Yon ang unang pumasok sa isip ko nung sabihin niya na lilipat siya kina Roger. Kaya lang... do you think Anne would have accepted it? Masyado yatang sampal ito sa kanya. No, hindi niya tatanggapin ito dahil for all intent and purpose, parang binibili ko na siya. I don't think Anne will agree to that. Worse, she will hate me for it."

"(Sigh!) I guess, may point ka doon."

Naputol ang usapan nila nang tumunog ang cellphone ni Allen.

KRRIIINGG! KKRRRIIINNNGGGG!

Walang gana si Allen na makipag-usap kahit kanino. Kinuha nito ang cellphone, sinulyapan sandali at akmang iswi-switch off nang mag-register ang pangalan ng tumatawag.

DENISE LAUCHENGCO

"Si Denise!!!"

Dali-daling sinagot niya ang tawag, "H-Hello, Denise... hello! Kamusta ka na... akala ko hindi ka na tatawag?"

"Yes, yes, Allen! I'm sorry, I'm really, really sorry at hindi agad ako nakatawag sa iyo. Pero hindi ko sinasadya. Have you read about the fire last week in Makati?"

"Oo, vaguely... bakit?"

"That building is next to ours! Imagine yung panic namin nang sabihing may sunog sa kalapit na building namin. We were forced to run and evacuate."

"Hah, Ganoon?!! How is it na? Kamusta ka na... are you okay... nadamay ba ang building ninyo?"

"I'm okay, just a little bit shaken. Whew, thank God, hindi nadamay ang building namin. Pero, yun nga ang sasabihin ko sa iyo. Dahil nga nagpa-panic ako when we ran out of the building, I dropped my cellphone. Nung okay na ang lahat, doon ko lang napansin na wala ito and I kinda forgot everything about dun sa napag-usapan natin. I'm really sorry, Allen pero dahil grabe ang takot ko... nalimutan ko ang lahat. It was only yesterday, when I was rummaging through my desk... dun ko lang naalala yung tungkol sa iyo. Sori, talaga, Allen... pasens'ya na talaga."

"No, Denise, wala kang dapat ipag-sorry. Kahit ako naman siguro, makakalimot din. I'm just glad na okay ka na and everythings fine... and more importantly tumawag ka agad ngayong naalala mo. I hate to rush you, pero matutulungan mo ba ako... with Anne?"

"Actually, that's the reason I called. It may already be too late. The property has been sold already."

"WHAT?!!!"

"Yes, to another realty company. Sila rin yung nag-ra-raise ng rent at nagpapaalis dun sa mga tenants."

Tuluyan ng nadismaya si Allen.

"Sa totoo lang, naloko kami dun sa deal... we got the wrong end of it," pagpapatuloy ni Denise, "I won't go into detail, pero that's it... they now own the property."

"So, huli na pala ang lahat. Wala na tayong magagawa?" frustrated na tanong ni Allen.

"There's a slight chance, really..." alangang sagot ni Denise, "very, very slight... kaya lang it will involved big money."

Biglang nabuhayan ng loob si Allen, "Chance? Ano 'yon Denise... baka may magawa ako."

"Ten percent pa lang ng amount ang nababayaran. Again I won't go into the mumbo-jumbo legalities, pero ang agreement... kailangan mabayaran nila ang 50 percent of the total amount or else pwedeng ma-forfeit yung deal."

"Hah! Papaano?"

"Part 'yon nang agreement. Ten percent to serve as goodwill money and the rest of the 50 percent to be paid.... dapat last Monday... which they defaulted."

"Hindi sila nakabayad?"

"Yup! Apparently, nagkaroon ng problema with one of their investors. Pero, technically, sa kanila pa rin 'yon... magbabayad lang sila ng penalty. Mayroon pa silang up to the end of the month, para bayaran yung kabuuan bago tuluyang ma-void 'yung contract."

"Ahhh, wala rin palang pag-asa. Akala ko..."

"However... may stipulation dun sa contract," singit ni Denise, "which states na p'wede naming ma-retain ang ownership nung property... if we can match-up the amount they paid as goodwill money. We just have until... noon... TODAY para ma-steal back yung property. Plus their advanced payment will be ours for the taking. Serves them right for giving us a bum deal."

"Hey, then do it! It's your chance to get even with them. Payback time."

"Unfortunately, at sigurado ko... alam nung kabilang kampo na hindi kami liquid as of now. Lahat ng pera namin is tied up and by the end of the month pa ito magiging available. That's why they are very confident... hindi namin kayang ma-raise 'yung money."

Napatingin sa relos niya si Allen.

9:08 ng umaga.

Kulang-kulang na tatlong oras bago ang deadline.

"How much money are we talking about?"

Sinabi ni Denise ang amount. Napalaki ang mga mata ni Allen pero hindi ito nagsalita.

Nagtanong muli si Denise, "Kaya mo bang i-cover ang amount, Allen? I can't fault you... kung uurong ka. It's a lot of money and it will be tied up for quite some time if things go south. Of course, if we are able to claim back the property, babalik immediately yung money, and we will make a bit of a profit along the way. But, tulad nga ng sinabi ko before, the risk is very, very high. under normal circumstances, I will advise you not to do it. That's just me being honest. And another important question is, what if Anne still chooses Roger over you? Is the risk all worth it?"

"Denise, it doesn't really matter. I love Anne unconditionally. Whatever happens, happens. But right now, I want to do everything para matulungan si Anne.

I'll do anything to make her happy. Hipokrito naman ako kung sasabihin kong hindi ako masasaktan kung si Roger ang pipiliin niya... pero kung doon siya magiging masaya... so be it. I'll wire you the money para ma-complete na yung transaction."

"Okay, Allen. Haay, grabe ka ha... pinahanga mo ako. Sobra ka palang magmahal. I'll just pray na sana we can reclaim back the property and more importantly, ikaw yung piliin ni Anne."

"Thanks, Denise... this means a lot to me."

"But I still need your help, Allen... we are not out of the woods yet... hindi pa rin tayo nakakasigurado dito."

41

A Window Of Opportunity

"**W**hat do you mean... we're not yet out of the woods yet? Bakit... di ba simple transaction lang ito? Call your bank, ipahanda mo 'yung check and pick it up yourself. Hindi ba ganitong kasimple lang ito?"

"How I wish, Allen, how I wish. You might not believe it... but these people do not go by the book and will try everything to hold on to the property. They got a steal and hindi nila gugustuhin mabawi pa namin 'yung property sa kanila. The moment na mag-request kami ng check for this purpose, somebody will warn them immediately. For the moment, confident silang everything is under control and we have, for all intent and purpose, given up. Importanteng maniwala sila dito. Ayokong ma-arouse ang suspicion nila."

"Hindi pa rin ako maniwala sa mga sinasabi mo. I think you're just imagining things. But for the sake of argument... let's say totoo lahat ang mga sinasabi mo... but, hey, Denise... get real... you have... uhhh... 3 - 4 banks under your company. Paano naman nila malalaman which bank to monitor?"

"Hah... 3 - 4 banks you say?!! Money talks, remember that. It's so easy to bribe people and they only need just one person... sa bawat bangko to keep a tab on us. P'wedeng somebody high in position or even isang ordinaryong teller lang... as long as these kind of transaction passes them."

"So what! E, ano naman ngayon kung malaman nila?" tanong ni Allen.

"Ahhhh, can't you get into that thick coconut of yours! Kung malalaman nila ito, siguradong gagawa sila ng paraan para ma-stop tayo. That's why nobody knows about this but myself."

"Not even in your office? Pero, bakit?"

"I'm afraid mayroon din silang mga spies dito sa office. I maybe imagining things, as you said, but it's better to be safe than sorry. That is why I need your help."

"I'm listening... paano?"

"I'm very sure, bawat galaw ko dito sa office, binabantayan nila at ire-report agad kung may mapapansin silang hindi tama. Kung malalaman nilang pupunta ako sa bangko, they'll suspect something is amiss. Kailangang wala silang kaalam-alam so we can gain some leeway."

"How do I fit in with your plan?"

"Diba magaling ka mag-forge ng signatures? Kaya mo pa bang gawin ito?"

"C'mon, Denise... stop kidding around... nung colege pa tayo noon. That was way, way back."

"Hindi ako nagbibiro, Allen... I'm dead serious. I need this talent of yours. Can you still do it?"

"Siguro... maybe... hindi ako sigurado...:

"Stop the bullshit. Kaya mo pa ba?"

"I don't... I really don't know?"

"ALLEN, THIS IS FOR ANNE!!!"

Bahagyang natigilan si Allen.

Nagpatuloy si Denise, "Oo, meron din akong vested interest dito, but you put me here. So stop dilly-dallying!"

Nang sumagot ay sigurado na ang boses nito.

"OKAY, DENISE... KAYA KO. KAYA KONG GAWIN ITO."

Nakahinga ng maluwag si Denise, "Good!"

"Ano bang nasa isip mo?" tanong ni Allen.

"Ipa-fax ko sa iyo ang authorization papers. Just re-type it and forge my signature. Go to the our bank and present it to them. Have them prepare a managers check. I'll confirm it kapag tinawagan nila ako. By this time, the cat is now out of the bag... malalaman na ito ng kalaban natin. We may have gained a headstart pero kaunti lang. We need all the luck that we can get. The moment nasa iyo na yung check, call me immediately. Pick me up sa harap ng building namin and we'll rush to the Treasurer's Office sa Quezon City."

"Wait, Denise, bakit kailangang gawin pa natin ito. Bakit hindi ako na lang ang diretsong magbayad nung pera..."

"Hindi p'wede, Allen. Only the signatories are allowed to do that. That's part of the agreement para maiwasan yung interference ng third party... plus there are papers to sign."

"Pero... what about me... won't it be illegal?"

May bahid na galit ang boses ni Denise.

"If you don't want to get involved in something like this... sabihin mo lang and we will forget all about it... right here, right now."

"Sori, sori, Denise. Nakalimutan ko, ako nga pala ang dahilan nito. I dragged you into this. Okay, okay... paano?"

"You will be one of our investors. I'll prepare the necessary papers and anti-date it... madali nang i-circumvent ito. The important thing here is we make the payment... the rest is easy."

"Sige, I'll be there."

"One more thing... I don't want to be an alarmist pero, can you bring some people with you? Just in case..."

"Are you expecting trouble?"

"Hopefully not, but I just want to be prepared," sagot ni Denise sabay disconnect ng phone.

* * * * * * * * * *

Ipinatawag ni Allen si Gregory at Alex at kinausap ang mga ito.

"That's it!" sabi ni Allen matapos magpaliwanag. "Alam kong hindi ito parte ng trabaho ninyo and I won't force you kung ayaw ninyong tumulong.

"Count me in, Bro," sagot ni Gregory.

"Ako rin, Bossing,"dagdag ni Alex.

"Thank you Greg, thank you, Alex," tuwang-tuwang nasabi ni Allen. "Okay, let's go!"

* * * * * * * * * *

Pinagpapawisan at hindi mapalagay si Allen habang hinihintay na matapos i-check ang authorization letter na may fake na signature. Hindi mapalagay ang binata at pinagpapawian ng malapot. Metikuloso ang assistant manager at binubusisi ng husto ang papel.

"Ahiiiii! Matagal ko nang hindi ginagawa ang mag-forged ng pirma. M-Makalusot kaya ito?" ninenerbiyos na naisip ni Allen.

"Sir, pinagpapawisan kayo. Naiinitan ba kayo... do you want me to turn the aircon higher?"

"No, no... it's okay. Giginiginaw na nga ako."

Napatingin sa kanya ang assistant manager at naisip, *"Hmmp! Iba rin naman itong kliyenteng ito. Giginiginaw pero pinagpapawisan ng husto. Parang hindi rin mapalagay... bakit kaya?"*

Kinausap nito si Allen, "Nakausap ko na po si Miss Lauchengco and she confirmed your identity. Everything is..."

Biglang napahinto ang manager at napakunot ang kilay. Tiningnan muli ang authorization letter at sinulyapan ng palihim si Allen. Kinuha nito ang papeles at tumayo.

"Ummm, can you please wait for a moment, Sir. I have to check on something," mabilis na paalam nito bago umalis.

Lalong ninerbiyos si Allen, *"Nakup, mukhang napansin yung pekeng pirma! Lagot, paano na?"*

Lalo itong kinabahan nang may mapansin siyang dalawang security guard na pumasok at nagbantay sa entrance ng bangko.

Muling lumabas ang assistant manager at nagwika, "Mr. Locsin, can you step into the managers' office, please."

Mistulang isdang nahuli si Allen. Tumingin siya sa entrance pabalik sa dalawang guardia na nakatayo doon na parang nakatingin sa kanya ng masama.

"Gulp! Walang pag-asang makatakas!"

Pagpasok nito sa office ng manager ay sinalubong siya nito at nagsabi,

"MR. LOCSIN, THERE'S A PROBLEM WITH YOUR PAPER!"

Nanlambot ang mga tuhod ni Allen. Pakiramdam niya ay babagsak siya.

42
Help!!!

Nang sabihin ng manager na may problema ang papeles niya, munting nang mag-collapse si Allen sa nerbiyos. Napahawak ito sa pader para mabalanse ang sarili.

Nag-aalala namang humangos sa tabi niya ang manager at inalalayan siya, "Are you alright, Mr. Locsin. You look pale... parang nakakita kayo ng multo."

"(Gulp!) Multo? Ah, no... okay na ako, okay na ako," sagot ni Allen habang iniikot ang mga mata sa pag-asang makakita ng lugar upang makatakas. "Some dizzying spells that come and go."

"Have a seat, have a seat," wika ng manager habang tinutulungan si Allen na makaupo. Pagkaupo ay tumambad kay Allen ang authorization letter sa ibabaw ng mesa. Lalong nanliit ang pakiramdam nito.

"As I was saying," pagpapatuloy ng manager, "something is wrong with your paper."

Halos hindi madinig ang sagot ni Allen, "Ahh, ahh... ahh... something is... wrong with my paper?"

Kinuha ng manager ang authorization letter at iniharap ito kay Allen, "There... can you see it?"

"S-See what?" kunwari'y patay-malisyang sagot nito.

Lalong inilapit ng manager ang papel. Ipinikit na lang ni Allen ang mga mata at hinihintay na lang sabihing peke ito.

"Fake ito... forgery... ikulong ang taong ito... one hundred years bago makalaya!" ito ang naglalarong imahinasyon sa isip ni Allen.

"HINDI PO TAMA ANG PANGALAN KO DITO," nakangiting paliwanag ng manager.

Hindi makapaniwala si Allen sa narinig, "Haah? A-A-Ano... come again?"

"Naka-address kasi itong letter ninyo sa dating branch manager. Ako na po ang bagong branch manager ngayon. Pinalitan ko na po siya... just yesterday. Actually, wala naman pong problema, since connected pa rin siya sa amin... on a much higher position. I'm sure he won't mind. The same goes with me. Pero, kayo, Sir... will it bother you... gusto n'yo po bang palitan yung name niya?"

"Pa-Palitan yung name? NOOO... NO... hindi na... it's just a formality, diba? Okay na 'yun. Okay naman sa inyo... so okay na rin sa akin. He! He! He! Saka magtatagal pa, I'm in a bit of a rush! I'll just inform the office para hindi na maulit ito."

"Exactly my sentiments, Sir. We just want to be sure. Anyway, I'll prepare the check. You can just sit back and relax. Coffee, milk, tea?"

* * * * * * * * * *

Hindi makapaniwala si Allen na nakalabas pa ulit siya ng bangko. Ang buong akala niya ay makukulong na siya. Nanlalambot na napasadlak siya sa loob ng kotse.

"Boss, okay ka lang? Para kang nakakita ng multo!" bati ni Gregory.

"Haaay, Greg... mahigit pa ito sa nakakita ng multo! Hindi mo lang alam ang pinagdaanan ko."

"Bakit?!!"

"Saka na lang ako magkukwento, Bro... right now, the clock is ticking... I have to call Denise."

* * * * * * * * *

Naghihintay na si Denise sa harapan ng building nang dumating sina Allen. Mabilis itong sumakay sa kotse.

"11:10... we're cutting it close," ito agad ang sinabi ni Denise pagkasakay. "Pero hindi naman traffic, I think we'll make it with plenty to spare."

"Denise, this is Greg... a close friend of mine," pakilala ni Allen.

"Hi, Greg... thanks for helping!" ani ni Denise. Tumingin ito kay Allen at pasimpleng nagtanong, *"Isa lang ang kasama mo? Why?"*

Nagkibit-balikat lang si Allen.

Hindi na kumibo si Denise at nagtanong na lang, "How did it go at the bank? You got out... wala bang problema?"

"Walang problema? Haaaiiisss! Ayoko nang maulit iyon sa buhay ko. To tell you the truth, muntikan na akong maihi sa nerbiyos. Nanginginig ang buong kalamnan ko doon."

"Are you okay, now?"

"I'll tell you all about it later. Ikaw naman, how's it at your end?"

"Tulad nga ng sabi ko sa iyo, may spy nga sa office. I'm not so sure pero parang si Aris yung nakita kong pasimpleng patingin-tingin sa akin. Nakita ko rin na tumawag siya sa cellphone niya nung lumabas ako. We'll see in a moment kung tama ang suspetsa ko," makahulugang sagot ni Denise.

Habang daan ay panay ang sulyap ni Denise sa side mirror at harapang salamin. Maya-maya ay may itinuro ito.

"Look, can you see those two cars... the black and the gray one?"

Tumingin si Allen at Gregory at tumango.

"Oo, Oo nakikita namin ito. Why?"

"I've seen those cars before, plus familiar sa akin yung ibang nakasakay. Minions iyon nung kalaban natin... hired muscles."

"Talaga?!! Ibig mong sabihin, pipigilan nila tayo? Really?!! Ano 'to... parang sa pelikula lang na may car chase at nagliliparang bala sa paligid?"

"Hmmp! Welcome to my world, Allen. No, there won't be any shooting like those in the movies... pero sigurado ako, they will try to stop or delay us."

Tumingin si Allen sa relos niya.

11:35

Twenty five minutes bago ang deadline.

"Well, I don't think they can... ten minutes na lang at naandoon na tayo. Plenty to spare," confident na nasabi niya.

Katatapos lang niyang magsalita nang biglang humarurot ang naturang mga kotse upang ipitin sila.

Napansin ito ni Gregory at mabilis na pina-arangkada ang sinasakyan upang hindi maipit. Todo ang bilis na sumunod ang dalawang sasakyan pero nagawa pa rin ni Gregory na hindi sila malampasan nito.

Hanggang sa inabot sila ng stop sa isang intersection.

"Denise, sori kung nagduda ako sa iyo... tama ka sa sinabi mo!" nasambit ni Allen.

"I told you. Hindi basta-basta susuko ang mga 'yan. Dapat alisto tayo. Mag-aattempt pa yan... sigurado ko," warning ni Denise. "Wala ba kayong plano para..."

"Bro, may naisip ako... let's change seats," biglang wika ni Gregory.

Hindi naman nagtanong si Allen at mabilis na nakipagpalit.

"Allen, sin'werte lang tayo kanina at na-anticipate ko yung plano nila... pero baka hindi na tayo swertehin ulit. Ikaw ang magmaneho, I'll try to delay them."

"Hah? Greg. wait!!!... paano...?" tanong ni Allen.

Imbes na sumagot, lumabas ito ng kotse. Umarte itong nahihilo habang naglalakad at nang matapat sa isa sa mga kotse ay nagkunwaring nawalan ng malay sa gitna ng dadaanan nito.

"Hoy, ano ba 'yan?!!" hiyawan ng sakay dito. "Alis d'yan, alis d'yan!!!

Eksaktong nag-go ang signal light at mabilis na pinaharurot ni Allen ang sinasakyan nila. Isang kotse na lang ang nakasunod kina Allen.

11:45

"Fifteen minutes to go, pero less than five minutes na lang naandoon na tayo," nagbubunying nabigkas ni Allen.

Nang biglang...

BLAGAAG! CRASSSH! EEEEEEK!

Ginitgit at binangga sila ng natitirang kotse. Tumalbog paharap sina Allen at Denise. Parehong sumadsad ang dalawang kotse sa island. Mabuti na lang at naka-seat belt sila at naiwasan ang mas malaking pinsala.

"Uhhmm... Denise, are you okay?"

"Oo, Oo.. a little bit shaken pero I'm okay."

Paglabas nila ng kotse ay narinig nila ang malakas na tawanan ng mga sakay sa kabilang kotse. Kuntentong mga nakaupo sa loob ng sasakyan nila at tipong naghihintay na lang ng traffic enforcer na aayos sa gulo nila.

Gustuhin man ni Allen na paandarin ang kotse ay hindi na puwede dahil ipit ito sa kabilang kotse. Nagdulot na rin ng buhol-buhol na traffic ang nangyaring sakuna.

11:48

Twelve minutes bago matapos ang deadline.

Gustong maiyak ni Denise. Tumakbo man sila ay walang pagasang makaabot sila sa deadline.

Hindi nito napigilan ang maiyak, *"(Sob!)* Ilang minuto na lang... ilang minuto na lang... *(Sniff!)"*

Nagulat si Denise nang binulungan siya ni Allen, *"Denise, marunong ka bang umangkas sa motorcycle?"*

"Hah? Oo... Oo! Bakit mo... ???"

Hindi pa ito natatapos magtanong nang may humintong motorsiklo sa harapan nila.

"Denise, this is Alex... another good friend of mine," paliwanag ni Allen habang mabilis na tinutulungan siyang sumakay sa motorsiklo.

"You have all the papers with you?" last check ni Allen habang sinusuotan ng helmet si Denise."

Tumango si Denise.

"Alex, its all up to you. Denise hold tight. GO! GO!"

Mabilis na umarangkada si Alex.

11:50

Laking gulat ng mga nasa loob ng kotse at naglabasan sa kotse. Pero hanggang tingin na lang ang nagawa nila dahil malayo na ito. Nang lingunin nila si Allen, nakangiti at pakaway-kaway pa ito kanila.

Fall back plan si Alex. Ayaw man maniwala ni Allen, nagsigurado ito. Palihim niyang pinasunod si Alex sa kanila, gamit ang motorbike. Ito ang huling baraha nila. At nagbunga naman ito.

* * * * * * * * * *

11:59:59

12:00

KRRIINNGG! KKRRIIINGGGG!

"ALLEN, WE DID IT!" ito ang unang narinig ni Allen nang sagutin niya ang phone. "Thank, God... we did it!!" masayang balita ni Denise.

Parang nabunutan ng tinik sa dibdib si Allen. Nakahinga ito ng maluwag at napatingin sa itaas, "Thank you, God... thank you!"

43
Against All Odds

"**Allen, go to Anne right now at sabihin mo sa** kanya na hindi na nila kailangang umalis pa," sabi ni Denise.

"Ihahatid muna kita, Denise at pagkatapos ay saka na ako didiretso kina Anne," sagot ni Allen.

"Gosh, Allen... are you that dumb?" pagalit ni Denise. "Don't worry about me. Pwede akong mag-taxi na lang. Puntahan mo na si Anne ngayon. Call her, text or whatever! Ang importante, huwag na siyang umalis doon or if ever, stop her bago pa siya makarating kina Roger."

"Hah?!! Bakit? Okay na naman ang lahat, diba? What's the rush?"

"Shunga-shunga ka talaga, Allen. Don't you get it? Kapag nakalipat na si Anne kina Roger... do you honestly believe, papayag na lang basta si Roger na makaalis pa si Anne doon?"

Natigilan si Allen, pero nakuha pang magbiro, "Ha! Ha! Ha! Ano... ikukulong niya si Anne?"

"Hindi... pero gagawin ni Roger ang lahat ng pwedeng gawin... lahat ng pwedeng dahilan... just to convince Anne to stay," paliwanag ni Denise.

"Gagawin n'ya 'yon?" tanong ni Allen.

"Are you really that naive? Do you really believe Roger will let her go... just like that? Hindi mo ba naisip na yung pag-offer niya ng house... at ng bagong trabaho...

simula na ito ng plano niya to hold on to Anne. Before you know it, Anne will be so indebted to Roger... you can kiss your chances to Anne... GOODBYE!"

"C'MON, ALLEN... PUNTAHAN MO NA AGAD SI ANNE, BEFORE IT'S TOO LATE!!!

* * * * * * * * * *

"Bro, Bakit nagmamadali ka? It's all over, we saved the day!" masayang bati ni Gregory nang makita niyang humahangos si Allen pabalik.

Hindi siya pinansin nito. Sa halip ay sumakay ito agad sa kotse. Mabuti na lang at nakasakay si Gregory bago pa tuluyang paharurutin Allen ang sasakyan.

"Allen, what's the rush? Hindi ba okay na ang lahat... bakit parang nagpa-panic ka pa rin d'yan? Saka, easy lang sa pagda-drive... baka madisgrasya tayo!"

Sinabi ni Allen ang dahilan.

Napasipol si Gregory, "Tama si Denise. Hindi na pakakawalan ni Roger si Anne. Once she's there, I'm sure he has plans to make her stay there... permanently. Pinakamabuting, hindi na siya makarating doon."

Halos lumipad ang sinasakyan nila sa bilis ng pagmamaneho ni Allen. Kumapit nang husto si Gregory sa pinto ng sasakyan pero hindi na siya umangal.

* * * * * * * * * *

"Anne, okay na ba ang lahat," tanong ni Mommy, "nailagay na ba ang lahat ng gamit natin dun sa truck?"

"Opo, Mom. Nailagay na lahat," sagot ni Anne.

Natagalan sa pagdadala ng mga gamit sa sasakyan dahil wala silang ibang katulong maliban lang sa driver ng truck at ilang kabataan doon na nagmagandang-loob na tumulong.

Nag-aalala si Mommy, "Naku, mahihirapan tayong magbaba ng mga gamit natin. Wala na kasi tayong makakatulong doon."

"Okay lang, Mommy. Siguro naman ay may tutulong sa atin doon. Saka naandoon naman si Roger."

"Bakit nga pala hindi pumunta si Roger dito para sunduin tayo?"

"Kasi po, inaayos daw nila yung lugar para pagdating natin doon, okay na," paliwanag ni Anne.

"O, di sige, tara na at medyo ma-traffic sa daan."

Natigilan sila ng may sasakyan na rumaragasang dumating.

Dalawang lalaki ang sakay nito.

"ALLEN?"

* * * * * * * * * *

Lihim na natuwa si Anne. Hanggang ngayon ay umaasa pa rin ito na darating si Allen.

Masaya sana nitong sasalubungin ang dumating nang matigilan.

Pero hindi si Allen ang dumating. Dalawang teenager lang na estudyante ang sakay nito.

"Uyy, Ate Anne... ngayon na ba kayo aalis?" bati ng isa sa kanila.

"Oo... oo. P-Papaalis na nga kami."

"Ingat, Ate Anne, ingat Mommy. Mami-miss po namin kayo," pagkasabi nito ay tumuloy na ang dalawang binata.

Hindi maikubli ang pagkalungkot ni Anne.

"(Sigh!) L-Let's go na, Mommy... baka ma-late na tayo."

Malungkot na tiningnan muli ni Anne ang bahay nila. Masikip ang dibdib nito at hindi maiwasan ang malungkot.

Inalo-alo siya ni Mommy, "Huwag ka nang masyadong malungkot, anak. Makakaraos din tayo sa tulong ng Diyos."

Hindi na napigilan ni Anne ang maluha, "Hu! Hu! Hu! Alam ko naman 'yon, Mom. (Sniff!) Nalulungkot lang naman po ako, kasi matagal na rin tayo ditong nakatira. Marami na rin po tayong mga kaibigan dito."

"Pasens'ya na rin, anak. Dahil sa akin, napilitan tayong lumipat."

Pinunasan ni Anne ang luha niya.

"Naku, Mommy... h'wag n'yong isipin 'yon! Hu! Hu! Hu! Sigurado ako, may magandang kapalit itong nangyari sa atin."

Iniwanan ni Anne nang huling tingin ang kanilang bahay saka niyaya na si Mommy, *"(Sniff!)* Tara na, Mommy... excited na akong makita yung titirahan nating bago!"

* * * * * * * * *

Matagal nang wala sina Anne nang dumating sina Allen sa kanila.

"Ahhh… mukhang huli na tayo. Parang wala na sina Anne!" nanlulumong nasabi nito.

Nilapitan niya ang isang babaeng nagwawalis sa kabilang pinto at tinanong.

"Miss, Miss… kanina pa ba nakaalis yung nakatira doon sa kabilang apartment?"

"Ummm.. mukhang sina Anne yata ang tinutukoy mo? Oo… mga dalawang oras na yata silang nakakaalis," sagot ng babae.

"G-Ganon ba? Salamat," dismayadong nasabi ni Allen habang lulugo-lugong lumakad pabalik kay Gregory.

"(Sob!) We're too late, Bro. More or less, two hours na ang nakakalipas nang umalis sina Anne."

Malungkot na napasalampak sa loob ng kotse ang dalawa. Bawa't isa ay may malalim na iniisip.

* * * * * * * * * *

"Malayo pa ba tayo, Anne."

"Mmmm… medyo malapit na po tayo, Mom. According dito sa direk'syon na ibinigay ni Roger, paglabas natin ng NLEX, naandoon na halos tayo. Makalampas lang ng Enchanted Kingdom ang bahay nila Roger.

Tumingin sa harapan si Anne. Nakikita na niya ang exit. Hindi nito mapigilan ang muling malungkot."

"(Sigh!) Bagong buhay na naman, bagong pagsubok. Bakit ganoon? Akala ko pa naman... gumaganda na ang buhay namin ni Mom. Pero... eto na naman... panibagong simula na naman namin. Nakakapagod na rin... hanggang kailan kaya matatapos ito?"

Sumagi sa isip niya si Allen, *"(Sniff!) H-Hindi man lang pumunta si Allen. (Sniff!) Sabagay, sino ba naman ako para puntahan niya. Masyado akong asumera. Naniwala naman akong... may gusto siya talaga sa akin... e binobola lang ako noon."*

Naalala nito ang cellphone niya, "Mom... nasaan nga po pala yung cellphone ko?"

"Naku, anak, naisama ko dun sa mga kahon... kasama nung mga damit natin... nasa likod ng truck. Pasens'ya na... may hinihintay ka bang tawag?"

"W-Wala naman, po," sagot ni Anne sabay naisip, *"Hindi naman tatawag 'yun. Pake ba n'ya kung maglilipat kami ngayon. Saka, alam naman niyang papasok pa ako sa office. 'Yun lang naman ang concern noon... yung mga trabaho ko sa office. Ni hindi siguro ako iniisip noon."*

* * * * * * * * * *

"Greg, talagang walang sumasagot! Kanina pa ring ng ring yung phone ni Anne pero walang sumasagot!"

Hindi sumagot si Gregory pero halatang nawawalan na rin ito ng pagasa.

"Di-Di bale, papasok pa naman si Anne sa office, diba? S-Saka.. baka naman maco-convince pa natin si

Anne na bumalik pa ulit," wika nito pero halatang siya man ay hindi naniniwala sa sinasabi niya.

"Kaya...?" ang tanging naisagot ni Allen pero sa huli ay hindi na nito napigilan ang mapahagulgol.

"(Sniff!) God why... bakit inilayo mo ulit si Anne sa akin?" daing nito. "Sobrang mahal ko si Anne. (Sob!) Hindi ko na kayang mawala siya sa buhay ko. Please, God.. PLEASE... ibalik mo sa akin si Anne. Nagmamakaawa po ako! Please... please... Hu! Hu! Hu!"

Tumalikod si Gregory. Puno ito ng pagkaawa sa dinaranas ni Allen. Hindi siya sanay na makita itong umiiyak at naghihinagpis.

44

If There's A Will

BRROOOMM! BRROOOMMM!!!

Napaangat ang ulo ni Allen nang marinig ang ingay. Nakita niyang dumarating si Alex sakay sa motor niya. Sumunod ito sa kanila matapos masiguradong safe nang nakabalik sa office nila si Denise. Nang makita ni Allen ang motorsiklo, nagkaroon siya ng panibagong pag-asa.

Patakbo niya itong sinalubong, kasunod si Gregory.

"Alex, pwede bang magamit ang motorsiklo mo?"

"Huh... bakit?"

"Try kong habulin sina Anne. Baka sakali mahabol ko pa... hangga't hindi pa siya nakakarating doon."

"Bro, two hours na silang wala," paalala ni Gregory, "hindi sa dini-discourage kita pero..."

"Wala akong pakialam, Greg! Hangga't pwede, pipilitin kong mahabol si Anne."

"Allen, stop it... useless naman..."

"Useless na kung useless, Greg... pero, I'd rather die trying! Please, kung ayaw mong magkasira tayo... huwag mo akong pigilan."

Hindi na kumibo si Gregory.

"How about it, Alex, will you lend me your bike?"

"Nope, I can't do that, Allen," sagot ni Alex.

* * * * * * * * * *

"Alex, please... last chance ko na ito para mahabol si Anne. Please, Bro... bibilhin ko bike mo, name your price... basta ibigay mo lang ito sa akin. Please don't let me lose Anne."

"Sorry, Allen," patuloy ni Alex, pero sa kondisyon mong 'yan... hindi mo kakayaning mag-drive ng motor... baka madisgrasya ka lang!"

"I don't care, Alex. Bahala na kung anong mangyayari sa..."

"No way, boss," biglang pinutol ni Alex ang sasabihin pa ni Allen, "PERO, KUNG GUSTO MO... IPAGDA-DRIVE KITA!"

"Hah?!!!" nalilitong sagot ni Allen.

"Tulad ng sabi ko kanina, hindi mo kakayaning mag-drive -- AKO ANG MAGDA-DRIVE para sa iyo. I know this bike of mine, at kaya kong i-maximize ang speed nito. Umangkas ka na at hahabulin natin si Anne."

Hindi makapaniwala si Allen, "Totoo, Alex... seryoso?"

"Haay, naku... sasakay ka ba o gusto mo pang magbago ang isip ko?!!"

Hindi na nagdalawang-isip pa si Allen at patalon na sumakay sa motor.

Ilang sandali pa ay humaharurot nang papalayo ng dalawa.

"Godspeed, Bro! I just pray, sana ay mahabol n'yo pa si Anne," nasabi ni Gregory habang tinatanaw ang papalayong kaibigan.

* * * * * * * * * *

Tama ang desisyon ni Alex na siya ang mag-drive ng motorsiklo. Maliban sa gamay niya ang pagpapaandar nito, kabisado nito ang daan sa probinsiya ng Laguna.

"Alex, Alex!" hiyaw ni Allen para marinig siya, "bakit hindi tayo sa NLEX nagdaan... mas mabilis doon, diba? Hindi ko yata alam ang dinadaanan mo... sigurado ka ba dito?"

"Sit tight ka lang, Allen," sagot ni Alex, "taga Laguna ako at alam ko ang pasikot-sikot dito. Traffic sa NLEX ngayon at mas may tsansa tayong mahabol sina Anne kung dito tayo sa sidestreets dadaan."

Kahit todo ang bilis nila, maingat ito at maayos mag-paandar si Alex. Hindi nalalagay sa alanganin at panganib ang mga taong nadadaanan nila. Halatang bihasa at responsable si Alex sa pagmamaneho ng motorsiklo niya.

Sa isip ni Allen, binibilang nito ang tumatakbong oras, "More or less two hours ang headstart nila sa amin. Sa bilis ng takbo namin, siguro na-cut namin 'yon ng half hour... tapos yung traffic sa NLEX, another half hour... Ahhh... One hour pa? P-Parang imposible nang makahabol...," dismayadong nasabi nito.

Pero kahit gusto na nitong masiraan ng loob, pilit pa rin niyang pinalalakas ang loob, "Hindi! Hindi! Pwede pa, pwede pa!"

* * * * * * * * * *

Hindi nagtagal ay nasa bukana na sila ng exit sa NLEX. Pansamantala silang tumigil doon sa pag-asang makikitang lumabas sina Anne. Pero lumipas ang ilang minuto ay wala pa rin ito.

"Alex, baka nakalabas na sila," alanganing nasabi ni Allen.

"Saan ba ang bahay nila Roger?"

"According to Anne, makalampas daw Enchanted Kingdom may isang mahabang stretch bago dumating sa isang bend na papunta na kina Roger. Makikita mo na nga daw yung bahay nila starting dun sa start ng bend. B-Baka hindi pa sila nakakalampas doon... habulin natin! Let's go for broke, Bro... please!"

Hindi na kailangan pilitin pa ni Alex. Mabilis nitong pinaharurot ang motorsiklo, kasama ang dasal na sana'y makahabol pa sila kina Anne.

* * * * * * * * *

Malapit nang makarating sina Allen sa may palikong kalye papunta kina Roger. Maliban sa isang bus na pampasahero, mangilan-ngilan na jeepney at isang truck na puno ng gulay, bigo silang makita ang sinasakyan nila Anne. Kahit bakas man lang nito ay wala silang nakita.

Malungkot na tinapik ni Allen ang balikat ni Alex at sinabi, "Let's stop here, Alex. Huwag na tayong tumuloy."

Matapos tumigil sa tabi ay umangal si Alex, "Hey, Allen, diba sabi mo... dito sa palikong kalye makikita na natin ang kina Roger? Bakit tayo tumitigil... hindi ba dapat tumuloy tayo hanggang doon?"

Umiling si Allen, "No, sobra na kung pupunta pa tayo doon. Kung naandoon na sila Anne, we're already too late. Sigurado ko... hindi na ito papayagan ni Roger na makaalis pa. Magmumukha na tayong bastos at maging si Anne ay malalagay sa alanganin. It's time to give up," malungkot nitong nasabi.

Hindi na sumagot si Alex. Pinaandar ang motorsiklo at dahan-dahan na silang umikot para bumalik.

* * * * * * * * * *

Kakaandar pa lang nila nang may nakita silang isang isang truck na dumadating kasalubong nila.

Wala sa sariling napatingin si Allen sa truck. Hindi niya sana ito papansinin nang maagaw ang pansin niya sa buhok na lumilipad-lipad sa tabi ng bintana nito.

Parang siyang namalikmata sa nakita. Mahaba at medyo brownish ang buhok. Kahit malayo pa ang truck ay sigurado na si Allen sa nakita.

BUHOK NI ANNE 'YON!

"Si Anne! Sina Anne ang sakay ng truck!" masayang naibulalast niya.

Hindi ito naintindihan ni Alex dahil na rin sa ingay, "A-Ano 'yon, Allen?"

"Si Anne! Nakasakay si Anne dun sa kasalubong nating truck," hiyaw ni Allen sabay turo sa truck.

Nakita ito ni Alex at itinigil ang motorsiklo sa mismong gitna ng dumadating na truck.

Nagulat ang driver ng truck nang may nakitang motorsiklo at dalawang lalake sa gitna ng kalye. Nagtatalon at kumakaway ang mga ito habang sumesenyas na patigilin nito ang truck.

"Hmmp! Ano ang mga ito... sira ulo?" malakas na nasabi nito. Magmemenor na sana ito nang mapansin nang ang helmet at motorsiklo. "Teka, teka... baka naman mga holdaper ang mga ito... yung sinasabing riding in tandem... sagasaan ko kaya?" pagkasabi nito ay tinapakan nito ang accelerator.

Naalimpungatan si Anne sa pagkakatulog, "Holdaper? Sasagasaan?"

Nagulat ito sa lakas ng boses ng driver at tiningnan kung ano ang dahilan nito.

Nakita niya ang dalawang lalaking naka-helmet na nagtatalon at humihiyaw. Hindi niya naiintindihan ang mga sinasabi ng mga ito. Pero parang pamilyar sa kanya ang itsura ng isa. Tiningnan niya ito ng husto. Nakilala nito ang damit ni Allen.

"SI ALLEN? SI... SI ALLEN NGA! TEKA, TEKA MAMA... MAMANG DRIVER ITIGIL N'YO PO YUNG SASAKYAN. KILALA PO NAMIN SILA!"

45
Make Or Break

Galit pero halatang nag-aalalang bumaba si Anne sa truck.

"Allen, sira na ba ulo n'yo?" hiyaw nito, "haharang-harang kayo sa daan... e paano kung nasagasaan namin kayo?"

Laking gulat ni Anne dahil sa halip na sumagot ay lumapit sa kanya si Allen at niyakap siya ng mahigpit.

"A-Allen... wait... ano ito?" nasabi ni Anne habang pinipilit humiwalay.

Pero mas lalo siyang niyakap ni Allen.

"(Sniff!) Please... pabayaan mo lang muna akong yakapin ka... kahit sandali lang."

* * * * * * * * * *

"Anne, anak... okay ka ba d'yan? Ano bang nangyayari... bakit tayo huminto?" tanong ni Mommy mula sa truck. Masama ang pakiramdam nito kaya hindi bumaba.

Napilitan si Allen na pakawalan si Anne.

"Okay lang, Mom! Ummm... nagtatanong lang ako ng direksyon. Medyo nalilito kasi ako," pagkakaila ni Anne para hindi mag-alala ang nanay.

Muli nitong hinarap si Allen, "Bakit nga kayo biglang humarang sa gitna ng daan... at bakit kayo nakarating dito?"

"Ummmm, kasi... ano... wala lang... m-may sasabihin kasi ako sa iyo," sagot ni Allen.

"Ano... may sasabihin ka sa akin? 'Yun lang? Kailangan pa bang humarang ka sa daan? Hindi ba p'wedeng ipagpabukas yang sasabihin mo? Paano na nga kung nasagasaan namin kayo? Paano na?"

"Uh... hindi naman kami nasagasaan," parang batang nakikiusap si Allen sabay ngiti, "h'wag na nating isipin 'yon."

Mula sa bintana ay nakita ni Mommy si Allen at natigilan ito. Tiningnan ng husto ang binata.

May halong paghihinampo ang boses ni Anne nang sumagot, "Tungkol ba ito sa trabaho? Ito ba ang worry mo at hindi ka na makapag-hintay sa pagpasok ko? Hindi mo ba naisip na pagod ako..."

"T-Tungkol ito sa iyo, Anne."

"Hah? A-Ano? Tungkol sa akin? H-Hindi ko yata maintindihan?"

"Tungkol ito sa bahay ninyo. Ummm... kasi, kasi... nakausap ko 'yung may-ari at... hindi na raw ito mag-tataas ng renta."

"Nakausap mo?!!! Hah! At paano mo naman nakausap? Wow! Presidente ka ba ng Pilipinas at kinausap ka noon?"

"Hmmmm, as it turns out... dati ko pala siyang classmates sa college. So ayun, in-approach ko at sinabi ko sa kanya yung problem," paliwanag ni Allen.

"In-approach mo... para sa akin?"

"O-Oo! Gusto lang naman kitang tulungan."

Hindi mapigilan ni Anne na ma-touch sa narinig. Napailing ito.

"*(Sniff!)* Salamat, Allen... pero, sayang... huli na... nakalipat na kami."

"H-Hindi pa naman kayo nakakalipat, diba? Technically, hindi pa naman kayo nakalipat. Kung baga sa trabaho... in between jobs pa lang kayo."

Napangiti ng bahagya si Anne, "Okay ka rin, ikinumpara mo pa sa naghahanap ng trabaho ang sit'wasyon namin!"

"Diba, parang ganoon din ito. Kapag umalis ka sa trabaho pero hindi ka pa pumapasok sa bago mong trabaho... hindi ka pa nakakalipat."

"Haaaay, pilosopo ka rin, ano? Ang diperens'ya... nakaalis na kami doon. Ang laking hirap din nang maglipat. Tapos... hindi natin alam... baka bukas-makalawa magtaas na naman ng renta doon... paano na kami n'yan?"

"No, Anne... h-hindi na sila magtataas. I guarantee you that. A-At saka... may chance na maging sa inyo pa 'yung unit n'yo."

"Hah... papaano?"

"Nag-agree 'yung owner na gawing rent-to-own 'yung mga unit."

"Hah? Ganon-ganon na lang... gagawin n'yang rent-to-own 'yun? Parang hindi kapani-paniwala. Anong catch... siguradong may catch dito?"

"W-Wala, Anne... believe me! Very close friend ko yung may-ari at nakumbinsi ko siya tungkol doon. Walang catch!"

"Pero, paano mo napa-agree yung owner na gawin rent-to-own yung property?"

Hindi agad nakasagot ang binata.

"Please, Allen... sabihin mo ang totoo... anong deal ang ginawa mo para mapapayag mo yung owner?"

Hind malaman ni Allen ang isasagot. Kung sasabihin nito ang totoo, siguradong hindi ito tatanggapin ng dalaga. Kung magsisinungaling naman siya, malamang mabibisto din siya pag nagtagal.

Aamin na sana ito nang biglang sumigaw ang driver, "Hoy, Miss... hindi pa ba tayo tutuloy? Tara na at nade-delay na kami."

"S-Sandali na lang po," sagot ni Anne, "tatapusin lang namin ang pinag-uusapan namin."

"Aba, paki bilisan n'yo at magagalit yung mga amo ko. E, kung ako lang ang may-ari nitong truck... walang problema!"

* * * * * * * * * *

Inip na inip na si Roger. Hindi na ito mapakali. Paikot-ikot ito sa harap ng bahay nila habang hinihintay ang pagdating nila Anne.

"Tsk! !@#$*#@! Bakit wala pa sina Anne? Dapat naandito na ang mga 'yon one hour ago na. Ano naman kayang kaartehan ang ginawa n'on?"

Sinubukan din nitong kontakin si Anne sa cellphone pero walang sumasagot sumasagot.

"Salubungin ko na kaya?" naisip nito. *"Hmmp! Kaya lang baka lumaki ang ulo?"*

Sa huli ay napagdesisyunan niyang salubungin sina Anne.

"Just this once... pagbibigyan ko ang babaeng 'yon. Nakakainis, pero mahirap na," nasabi nito sa sarili habang papunta sa gate, *"baka mam'ya e... masilat pa ako! Hah! Pero, once she's here... magiging sunud-sunuran na lang siya sa gusto ko. And no way na makakaalis pa si Anne kapag naandito na siya. By hook or by crook, magiging akin na muli si Anne."*

Hindi totoo ang dahilan ni Roger kung bakit siya biglang nawala noong naghirap sina Anne. Talagang nagtago siya at iniwasan ang dalaga dahil ayaw niyang madamay sa paghihirap na sinapit nito.

Malaki rin ang kinikimkim na galit niya dahil noong college at girlfriend niya si Anne, ilang beses na niyaya niya ito na makipagtalik sa kanya pero hindi ito pumapayag. Itinuring niyang isang malaking insulto sa kanyang pagkalalaki.

Nang muli niyang nakita si Anne, nabuo ang paghahangad nitong mapaghigantihan ito. Parang umayon pa sa kanya ang pagkakataon dahil nasa abroad ang asawa niya. Nakipag-hiwalay ito sa kanya dahil hindi na makatiis sa pagmamaltrato niya.

"It's payback time! Ha! Ha! Ha!" nangingising nasabi ni Roger habang pumapasok sa loob ng bahay para kuhanin ang susi ng kotse niya.

* * * * * * * * * *

Habang nag-uusap sina Allen at Anne, bising-bisi naman si Alex sa cellphone nito. Maya-maya ay lumapit ito at nagpaalam.

"Allen, Anne... may pupuntahan lang ako sandali. Bossing, wait mo lang ako dito... babalik agad ako."

Kahit nagtataka, hindi na nakuhang magtanong ni Allen at pinayagan si Alex. Hindi na niya nakita na umalis ito patungo sa direksiyon ng bahay nila Roger.

* * * * * * * * *

Ang sandaling pagsigaw ng driver ang nagbigay ng oras kay Allen para makaisip ng isasagot.

"Ang tamang mindset ay huwag n'yang isipin na she's getting it because of me," naisip nito. *"Dapat isipin niya na it's just a matter of luck na hindi n'ya dapat palampasin.*

"Look, Anne," may katigasan ang boses na sagot niya, "kung akala mo... you will get the unit on a silver platter... nagkakamali ka! You have to work your butt out para mapasa-inyo yung bahay."

Nagpatuloy ito, "Swerte n'yo lang at nagkaroon ng problema yung may-ari nung property. If not, nungkang mangyari itong opportunity na ito."

"Anong ibig mong sabihin?" tanong ni Anne.

Habang nagsasalita ay unti-unting nabuo sa isip ni Allen ang sasabihin.

"Nagkaroon ng tug-of-war sa ownership nung property. Naloko sila nung supposed-to-be partners nila. They could have let go pero 'yung thought na niloko sila is a hard pill to swallow for them... saka kung malalaman ito sa business community, magiging laughing stock sila. So it's not just a matter of pride but also to protect their reputation. To make the long story short... nabawi nila yung property... but it was a struggle."

Hindi nagsalita si Anne pero nagpatuloy sa pakikinig.

Nagpatuloy si Allen, "Actually, they will do anything just to get even with that cheating company. Pero, luckily nabawi nila yung property with no heavy damage. Pero ang problema nila... nagamit nila part of the funds na naka-reserve sa expansion project nila this year... which is very critical for them. And this is where you and the rest of the tenants fit in."

"P-Paano?" sagot ni Anne na may bahid pa rin ng pag-aalinlangan.

"Hindi ko nakuha yung legal mumbo-jumbo stuff tungkol dun sa deal," panimula ni Allen, "pero as I understand it, gagamitin ng Lauchenco Realty yung property para maka-secure ng long term loan sa banko. In turn, ibebenta na lang sa inyo yung mga unit... so yung amortization, kayo na lang ang magso-shoulder. It's a win-win situation for them. Nabawi nila yung property and at the same time, maitutuloy nila yung expansion projects nila."

"P-Pero kung gagawin nilang collateral yun sa bangko, hindi ba mas lalaki ang magiging bayad namin?"

"No, Anne. Pareho pa rin ang magiging bayad ninyo. Plus, yung rent payment ninyo for the last years... ia-add na rin sa total payment."

"Paano nangyari 'yon? I mean... malulugi sila."

"Nope. Tubong lugaw na nga sila dun sa property. Mayroon pa nga silang kikitain doon. Masaya na sila because they were able to get it back. They are just feeling magnanimous. So dapat i-grab n'yo na ang chance at baka magbago pa ang isip ng mga 'yon! You can never tell."

Alinlangan pa rin si Anne. Napatingin ito sa direksyon ng bahay nila Roger.

"You are not getting it free! Kailangang magbayad kayo sa oras or you will forfeit your chance. Ginawa ko na ang magagawa ko, Anne... it's all up to you if you want to pass up this opportunity," pagtatapos ni Allen.

"God... please don't let Roger appear at this moment," tahimik na dasal ni Allen, *"masisira ang lahat kapag dumating siya."*

* * * * * * * * * *

Paglabas ni Roger ng bahay n'ya ay mabilis siyang sinalubong ng dalawang bruskong lalaki. Kinontak niya ang mga ito para masigurong walang magiging sagabal sa mga plano niya.

"Bossing, nasaan na yung chick na sinasabi mo?" tanong ng isa. "Hindi ba dapat naandito na s'ya?"

Sumangayon din ang kasama niya.

"Oo nga bossing. May problema ba?"

"Haaiist! Oo nga, dapat naandito na yun. Ano kaya ang nangyari? Umm, baka nasiraan yung truck or naaksidente. Hay, naku, para makasigurado tayo, mabuti pa salubungin na natin s'ya!"

Isa sa mga goons ang nagbukas ng gate, habang sumakay na sa kotse si Roger. Hindi nagtagal ay sumakay na rin ang dalawa niyang kasama.

Aandar na sana si Roger nang biglang may motorsiklong biglang tumigil sa harap nila. Mabilis na bumaba yung driver at tiningnan ang motor.

Inis na lumabas si Roger sa sasakyan at nilapitan ang lalaki.

"Pre, pwede ba, paki-tabi-tabi naman yung motorsiklo mo. Nakaharang ka kasi sa driveway ko at hindi makalabas ang kotse ko."

"Naku, pasens'ya na bossing. Bigla lang kasing nagloko yung makina ng motor ko. Ayaw mag-start," sagot ng driver, habang inaayos ang motor. "Sensya na. Saglit lang ito, aayusin ko lang."

"Uhm, parang pamilyar sa akin yung boses nung driver, a," nasabi ni Roger sa sarili. Pero dahil naiimbyerna na siya sa hindi pa pagdating ni Anne, ipinag-walang bahala niya ito. Bumalik siya sa kotse at pinaandar ito habang hinihintay na makaalis yung motor.

* * * * * * * * * *

Si Alex ang taong nakayuko at nagkukunwaring nagkukumpuni ng motorsiklo. Kaya niya iniwan sina Allen ay para mamat'yagan ang gagawin ni Roger. Mula sa kanyang pinagtataguan, nakita niyang paikot-ikot si Roger sa loob ng bahay nito. Nakita din niya ang dalawang kahina-hinalang lalaki na naka-istambay sa labas ng bahay.

Nang makita niyang muling pumasok sa bahay si Roger at may hinablot sa mesa ay kinabahan siya.

"Naku, delikado ito... tsk! tsk! masama ang kutob ko dito... mukhang balak na niyang salubungin si Anne."

Dito niya naisip na iharang ang motorsiklo sa harapan ng gate nila Roger.

"Hoy, ano ba, Brod... !@#*#@!! hindi ka pa ba tapos d'yan? Aba, nakakaabala ka na! Baka gusto mong sagasaan na kita d'yan!" hiyaw ni Roger mula sa loob ng kotse.

"O-Okay na Bossing. Wina-warm-up ko na lang!" sagot ni Alex.

Matapos ang ilang minuto ay umandar na si Alex papaalis.

"Naku... sana nakumbinsi na ni Allen si Anne," sabi ni Alex. "Kapag minalas at inabutan pa sila ng mga mokong na ito, baka magkalokohan pa!"

Makasabi nito ay kinuha nito ang cellphone niya at tumawag.

* * * * * * * * *

"Parang unfair kay Roger. After all the things na ginawa niya... parang hindi tama."

"Anne, kung tinanggap mo ang tulong ni Roger — why not me? At least, give me the same chance para makatulong sa iyo."

"Pero, para kasing walang kasiguruhan ang mga sinasabi mo. Natatakot ako. Pero yung kay Roger, sigurado na..."

"Anne, totoo lahat ang sinabi ko. Please, believe me. Sayang yung opportunity, diba? Maybe I had a hand on it, pero it would not have happened if the stars didn't align. I happen to knpow the owner...and things fell into place. Ngayon may chance na kayo to have your very own house, palalampasin mo pa ba ito?"

Napatingin si Anne kay Allen. Nakita niya ang sinseridad sa mga mata nito.

"Anne, you mean the world to me. Gagawin ko ang lahat para sa iyo. Hindi ako nag-eexpect ng kahit anuman. I will keep on doing this hangga't hindi mo sinasabi na tumigil ako. Please don't deny me this chance.

Sobrang nabagbag ang damdamin ni Anne at dito na nawala ang lahat ng agam-agam niya.

(Sob!) Thank you, Allen, thank you, thank you." pagkasabi nito ay hindi na napigilan ni Anne ang maiyak.

O-Okay na?" tanong ni Allen, "babalik ka na?"

"Oo, Allen... Oo!"

Walang pagsidlan ang tuwa ni Allen. Ang tagal na panahon ang hinintay niya para sa pagkakataong ito. Bumalik lahat ang masasayang ala-ala ng mga nakalipas. Kay tagal niyang hinahanap-hanap na muling makita si Anne. At ngayon, matapos ang halos labin-dalawang taon, heto na muli si Anne sa piling niya. Nawala ang galit at hinagpis niya sa mundo at napalitan ng bagong pagasa.

* * * * * * * * * *

Nakatingin sa side mirror niya si Alex. Halos kasunod na kasunod lang niya si Roger. Medyo makipot ang daan doon at maraming dumadaang mga sasakyan sa magkabilang panig kaya hindi ito maka-overtake.

"Aarrrgghh! Ano ba naman itong motorsiklong nasa harapan ko," himutok ni Roger, "parang pagong magpaandar! Grrrrr!"

Sinasadya talaga ni Alex na bagalan ang andar niya para mabigyan pa ng oras si Allen. Kahit nasa malayo pa siya ay namamataan niya ang truck na nakahinto pa rin sa pinag-iwanan niya.

"Asusss! Naroon pa rin sina Bossing! Hurry, Bossing... hurry!!!"

Kapag napapansin nitong mag-o-overtake si Roger sa kanya, binibilisan niya ang pagpapaandar para hindi siya malampasan nito. Kapag maraming kasalubong, kunwari ay nagloloko ang makina ng motorsiklo at humihinto si Alex.

Imbyernang-imbyerna naman si Roger sa likod.

"Haaiisss! Ano ba itong kuwagong ito... hindi ko maispelling ang pagda-drive." singhal ni Roger.

Kalahating kilometro na lang ang layo nila pero nakikita pa rin ni Alex ang pigura nila Anne at Allen.

"Haaay, naku, Allen... bilisan mo na... tapusin mo na yang usapan n'yo at nandito na yung kontra-bida!"

Hindi nito maiwasang napalingon kay Roger. Hindi sinasadyang nagtama ang mata nila.

NAKILALA SIYA NI ROGER!

46
The Search Is Over

Nagulat na lang sina Allen at Anne ng marinig nila ang boses ni Gregory.

"Uhemm, uhemm... excuse me, Boss..."

Halos mapatalon sila at napabitaw sa pagkakahawak. Napatungo si Anne samantalang patay-malisya naman ni Allen.

"Greg... o ano... paano ka nakarating dito?"

Imbes na sumagot ay may ibinulong ito, *"Bossing, sumunod ako just in case kailanganin mo akong back-up. Tyempo naman, katatawag lang niy Alex, kailangan na raw natin mag-disappear... dahil papunta na daw dito si Roger."*

Napalaki ang mga mata ni Allen at napatingin sa daan. Mula sa malayo ay parang nakikita na niya ang kotse ni Roger.

"Ano 'yon, Allen?" tanong ni Anne.

"Ahh... ahhh... ano... uulan daw ng malakas sabi ni Gregory. Umm... malakas na malakas daw, parang bagyo."

"Hah?" nagtatakang sagot ni Anne habang tumitingin sa paligid, " wala naman akong nakikitang kahit isang ulap man lang."

"Naku, Anne," banat naman ni Gregory, "maniwala ka sa akin... na-narinig ko sa special bulletin sa internet. Malakas daw ito... at saka baka may kasamang tornado pa!"

Hindi talaga makapaniwala si Anne, "May tornado pa?!!!"

"Oo... kaya nga ako nagmamadaling humabol. Alam mo naman si Allen... parang beybi 'yan, masamang mabasa... baka mapulmunya," pang-kumbinsi ni Gregory.

"T-Tara na, Anne. Dala ni Greg 'yung kotse ko. Sumabay na kayo sa amin para hindi kayo mahirapan sa biyahe," pakiusap ni Allen sabay itinuro si Mommy, "Look... kawawa naman si Mommy... mukhang hirap na hirap na sa pwesto niya."

Hindi na hinintay ni Allen ang sagot ni Anne, "Greg, assist mo na si Mommy bumaba."

Agad pinuntahan ni Gregory si Mommy at nagpaliwanag. Nakumbinsi naman ito at naghanda para sumama.

"Let's go na, Anne," yaya muli ni Allen. Nakita niya na nag-aalangan pa ito kaya biglang umarteng inuubo, *"(Cough!) (Cough!)"*

"Naku, inuubo na ulit si Bossing," todo dagdag drama naman ni Gregory habang tinutulungang bumaba si Mommy, "tumuloy na kayo, Anne... baka samain pa siya... saka si Mommy."

Dahil nag-aalala na rin kay Allen, sumunod na si Anne papunta sa kotseng dala ni Gregory

* * * * * * * * *

Namukhaan ni Roger si Alex.

"TEKA, DRIVER NI ALLEN YUN, A!!!"

May namuong suspetsa sa isip nito.

"Ahhh... sh!@#@!!! Pinaglololoko n'yo pala ako!!!" galit na hiyaw nito sabay pinaharurot ang sasakyan at nag-overtake sa motorsiklo.

* * * * * * * * *

Sabay nakita ni Allen at Gregory ang paparating na kotse.

"Allen, ikaw na ang mag-drive... ako na ang bahala dito," pagkasabi ay inabot niya ang susi.

"Tara na Anne... tara na po, Mommy. M-Malapit na daw dumating yung bagyo. Baka abutan pa tayo."

Habang dahan-dahan silang naglalakad ay dinig na dinig ni Allen ang pagbukas at sara ng kotse ni Roger. Pigil hininga siya at hinihintay ang inaasahang paghiyaw nito para pigilin sila.

"God, just a few seconds na lang... please!"

* * * * * * * * *

Pero nakita ni Roger ang mga pigura nila sa tabi ng truck. Nagbunyi ito.

"Ha! Ha! Si Allen at si Anne! NAANDITO PA SILA!!! Eksakto lang ang dating ko. You are dead, Allen... you are so dead. Hmmp! Akala mo maiisahan mo ako? Hah! Sorry, Allen, hindi si Roger ang maiisahan mo. Kiss your !@#*#@!! goodbye. Ha! Ha! Ha! Hindi mo makukuha sa akin si Anne. NO WAY! She's all mine!"

Mabilis na inirampa nito ang sasakyan niya sa harapan ng truck upang harangan ito.

"Hah! Lalo na kayong walang pag-asang makaalis!!!"

Dali-daling lumabas siya ng kotse.

"Boys, dito lang kayo at siguraduhain ninyong hindi makakaandar yang truck na yan!"

Pagkasabi nito ay mabilis na tinakbo siya sina Allen, handang pitsadahan ang karibal. Binantayan naman ng dalawang goons ang truck.

* * * * * * * * *

Bahagyang lumingon si Allen habang isinasakay sa kotse sina Anne. Nakita niyang bumaba ng kotse si Roger at nagmamadaling tumakbo papunta sa kanila. Sa bagal ng lakad nila, siguradong aabutin sila nito.

"God, please... not now... not now!" dasal ni Allen.

* * * * * * * * *

Pero nadismaya si Roger nang si Gregory at ang driver ng truck ang nadatnan niya.

"Roger, is that you?" masayang bati ni Gregory. "Aba, nice meeting you here. Small world really. Bakit ka naandito?"

Nag-uumusok sa galit si Roger, "Cut the b!^#*!!t, Greg... huwag n'yo na akong paikutin... nasaan si Anne?" habang palinga-linga ito.

Sa likod ng truck naka-park ang kotse ni Allen. Dahil hindi ito alam ni Roger, sa side ng truck kung saan inaakala niyang naandooon sina Anne siya dumiretso Na-anticipate ito ni Gregory at doon pumuwesto, kasama ang driver ng truck at para maharangan at hindi makita sina Allen. Pero kung aabante si Roger ay siguradong makikita niya sila.

Alam ito ni Gregory kaya kunwari ay ninenerbiyos itong sumulyap sa kabilang dulo ng kalye.

"Hah? Ahh... ahhh... ewan ko... malay ko," sagot niya. Tulad ng inaasahan sinundan ni Roger ang tingin niya.

Habang nalilingat ito, pasimpleng sumilip si Gregory sa kabila at nakita niyang pumapasok pa lang si Mommy sa kotse habang nakaalalay sina Anne at Allen. Parang slow-motion ang kilos nila dahil hirap sa paglalakad ang matanda.

"That won't do. Any moment ay mapapansin na sila ni Roger," nasabi nito sa sarili. Bigla itong lumakad papunta sa harap ng truck at umarteng umiiwas at ninenerbiyos. Agad namang sumunod si Roger.

"Pwede, Brod... stop mo na itong kalokohan mo? Hindi ka makakalayo sa akin," banat ni Roger habang panay habol sa tinitingnan ni Gregory. "Look... buko ko na kayo... the moment makita ko si Anne, your game is up! So, better quit now at sabihin mo na sa akin kung nasaan siya!!! I'm warning you, handa akong mamuwersa kung kinakailangan!"

Patuloy pa rin sa pagmaang-maangan si Gregory, "Si Anne? Ngek, malay ko... bakit hinahanap mo sa akin si Anne? Tatay ba n'ya ako? May resemblance ba kami?"

Magsasalita pa sana si Roger nang bigla nailang narinig ang pag-start ng kotse ni Allen.

KERRUGG! KERRUUGGGG!

* * * * * * * * * *

Matapos maisakay sina Anne, mabilis na sumakay si Allen sa kotse at ini-start agad ang makina.

KERRUGG! KERRUUGGGG! KERRugggg.....

Pero namatay ulit ang makina. Mula sa gilid ng mata niya, nakita niya si Roger na tumatakbo papunta sa kanila.

"Please start," pakiusap ni Allen, *"please, please start!"*

Lalong bumilis ang takbo ni Roger nang nakita niya si Anne sa loob ng kotse.

"ANNE! ANNE! WAIIIITTTTT!!! todo lakas na hiyaw nito habang papalapit sa kotse.

KERRUGG! KERRUUGGGG!

KERRugggg.....

BRRROOOOM! BBRROOOMMM!

Sa wakas ay nag-start din ang kotse.

Mabilis na minaniobra ni Allen ang kotse.

Pero inabot sila Roger habang umiikot pa sila. Pinaghahataw nito ang likuran ng kotse. Dahan-dahan pa lang ang usad ng kotse dahil traffic sa kabilang lane at hindi sila makasingit.

BLAG! BLAG! BLAG!

Dahil nakasara ang mga bintana at nasasabayan ng ingay sa labas, mahina ang dating ng ingay sa loob ng kotse.

Nagkaroon ng konting pag-asa si Allen. Papalit-palit ang tingin nito kay Anne at kay Roger, "Sana... sana hindi mapansin ni Anne si Roger o 'yung ingay."

Pero hindi tinigilan ni Roger ang kakahampas.

BLAG! BLAG! BLAG!

NARINIG ITO NI ANNE!

Mula sa rear-view-mirror ay nakita ni Allen na papalingon na si Anne.

"Ahhhh!" nasambit nito, "not now... not now!!!"

Nanlumo si Allen. Hindi na mapipigilang makita ni Anne si Roger!

Nang biglang...

"(Cough!) (Cough!) (Cough!) Uhhhhh!"

Biglang inubo si Mommy at nabalik dito ang atensiyon ni Anne, "Mom, okay ka ba? Bakit inuubo ka?" nag-aalalang tanong nito.

"(Cough!) Uhhh... wala ito, anak. May bigla lang na bumara lang sa lalamunan ko. Okay lang ako."

Pansamantalang nalimutan ni Anne ang naririnig na ingay.

Hindi na pinalampas ni Allen ang pagkakataong ibinigay. Kahit konti lang ang puwang sa traffic ay tahasan na nitong isiningit ang kotse sabay harurot papalayo.

Naiwan si Roger na walang tigil sa pagmumura at paghiyaw habang nagpupumilit pang humabol sa kanila.

"Thank you, Lord, thank you!" ang maikling pasasalamat ni Allen.

* * * * * * * * * *

Maayos namang nakabalik sina Allen sa tinitirahan nila Anne.

Nakahinga ng maluwag si Allen, "Whew... finally! Here we are... safe and sound."

Nang makapasok na sila sa loob ng bahay, naghanda ng pansamantalang higaan si Anne para makatulog na si Mommy. Nang sigurado na si Anne na nakatulog na ito ay lumabas sila para hintayin ang pagbalik ng truck.

"Allen, paano na yung driver at truck? Sobra-sobra na ang oras noon. Aangal na sigurado 'yon."

"Don't worry, Anne. Kinausap na ni Greg yung driver. Kami na ang bahalang magbayad sa kanya ng overtime pay pati na dun sa may-ari nung truck."

Matagal na nanahimik si Anne. Malalim ang inisip.

Nanatili namang nakikiramdam lang si Allen.

Sa wakas ay nagsalita si Anne, "I guess kailangan kong kausapin si Roger."

"B-Bakit pa?"

Mahiwaga ang sagot ni Anne, "M-May mga bagay na dapat pag-usapan namin. 'Yung tungkol sa amin."

Kinabahan si Allen, "A-Anong mga bagay? At saka ano yung tungkol sa inyo?"

"Roger and me had a past. Kahit hindi na ako doon titira sa kanila, may mga bagay na hindi pwedeng baguhin... t-tulad ng... sa amin."

"Such as...?" pagpupumilit ni Allen.

"Saka ko na lang sasabihin sa iyo... mas mabuti na 'yong hindi mo nalalaman," sagot ni Anne. "Baka..."

Pero hindi niya tinapos ang sasabihin.

"Dahil... baka masaktan lang ako?" dugtong ni Allen.

May lungkot sa ngiti ni Anne sabay umiwas ng sagot, "Anyway... at least dapat malaman niya kung bakit hindi ako tumuloy tumira sa kanila. Fair lang 'yon, diba?"

Bantulot na umayon si Allen, "Oo... Oo naman!"

Magpupumilit pa sana ito pero biglang binago ni Anne ang usapan.

"E, paano yan, Allen... papaano ko mababayaran itong apartment namin kung jobless naman ako?"

"Jobless? Paanong..."

"Diba, nag-resign na ako sa inyo... tapos hindi naman ako nakapagsimula kina Roger. E, di jobless nga ako. Hmmp... siguro naman tatanggapin pa ako ni Roger! Medyo malayo lang ang b'yahe pero pwede ko nang pagtiisan ito."

"Hah! A, e... tatanggapin ka pa rin naman namin... hindi mo kailangang kina Roger pumasok..."

"Ay, ayoko! Ibig sabihin noon, casual na naman ako... probi... simula na naman. Kina Roger, regular na agad ako... ang dami pang ibibigay sa aking benefits at incentives."

Nag-panic si Allen, "Anong magsisimula ulit? Sinong may sabi sa iyong tinanggap ko yung resignation mo. Hindi, itinapon ko sa basura. Regular ka na at dating posisyon din. Saka pagdating sa benefits... mas marami..."

"Hi! Hi! Hi!"

Hindi natapos ni Allen ang sasabihin nang marinig niya ang mahinang tawa ni Anne. Sinulyapan niya ito at nakitang nakangiti ito habang pinipigilan ang pagtawa. Pinagtri-tripan lang pala siya nitong lokohin.

Natawa na rin siya.

* * * * * * * * *

Hindi nagtagal ay dumating na ang truck. Nakasakay dito sina Gregory at Alex.

Masayang sinalubong sila nina Allen at Anne.

"Well, you made it!" bati ni Allen. "O, wala bang problema?" makahulugang tanong nito.

"Problema? May problema ba tayong dinaanan, Alex?"

"Wala, wala! Maliban dun sa taong... este, asong alulong ng alulong sa daan... wala!" pabirong sagot nito.

"E, nasaan na yung motorsiklo mo?" tanong ni Allen.

"Isinakay namin dito sa truck tapos ay idinaan na namin dun sa repair shop. Medyo may ipapaayos ako," sagot ni Alex.

"Bro, I'll take care of the damage. Ipadala mo lahat sa akin yung gastos mo."

"Pati meryenda ko... kasama?"

"Ha! Ha! Ha! No problem, Alex... no problem. It's the least I can do. Kung gusto mo, pati yung lunch at dinner... pati panood ng movie... isama mo na rin!"

"Pati ako, Boss?" hirit ni Gregory.

"Ha! Ha! Ha! Okay lang, Greg... okay lang. I owe you guys a lot and don't think I will forget it," sagot ni Allen.

Hindi maiwasan na magtaka si Anne sa ginawi ni Allen, "A-Anong nagawa sa iyo nung dalawa at masyado ka yatang naging galante sa kanila? Sobra-sobra pa?"

"Someday, Anne... sasabihin ko sa iyo. But right now, hindi na muna."

"Bossing, medyo malalim na ang gabi," singit ni Alex, "tumuloy na tayo para makapagpahinga na si Miss Anne."

"Oo nga," sang-ayon ni Gregory, "kailangan makapagpahinga na si Anne para makapasok na siya sa Monday."

Hinarap ni Allen si Anne.

"O, paano, Anne... aalis na kami. Magpahinga ka ng husto. We'll expect you at the office, Monday... early in the morning!"

"Ba-bye!" sabi ni Gregory

"Sweet dreams, Miss Anne," paalam naman ni Alex.

"UMMMM, TEKA, TEKA... MUKHANG MAY NALILIMUTAN YATA KAYO!" biglang awat sa kanila ni Anne.

"Hah? Ano 'yon?" halos sabay-sabay na sagot ng tatlo.

Nginitian sila ni Anne, "Ehem... sinong magbababa ng mga gamit namin? Iiwan na lang ba ninyong nasa truck 'yon?"

"Hah! Ano... s-si Mamang driver..." akmang ibo-volunteer ni Gregory. Pagtingin nila sa driver ay tulog na tulog na ito at naghihilik pa.

"Hi! Hi! Hi! Paano 'yan... e, di dapat kayong tatlo ang magbuhat ng mga gamit namin. Diba sabi n'yo...

magpahinga ako ng husto? Hi! Hi! Hi! Sige, ha... wait ko na lang kayo sa loob," pagkasabi noon ay pumasok na si Anne.

"Don't worry," pahabol nito, "ipagtitimpla ko naman kayo ng juice. Hindi nga lang malamig. Hi! Hi! Hi!"

Mabilis na sumakay si Allen sa kotse sabay pinandar ito, "B-Bahala na kayo d'yan, boys... may maaga akong meeting bukas! See you!"

"Boss, have mercy... tingnan mo naman ang katawan ko... ang payat-payat ko!" hiyaw ni Alex.

"Payat ka d'yan... tingnan mo nga ako... naka-coat and tie pa ako! Haaaiiissss! Naisahan na naman tayo ni Bossing!"

47
Lulubog, Lilitaw

Kinabukasan, masayang nagkukwentuahn sina Anne at Mommy habang nag-aalmusal.

"Mom, hindi pa rin ako makapaniwala na magiging sa atin na itong bahay na ito! Sabi ko nga kagabi... Lord, huwag naman po sanang nananaginip lang ako. Hi! Hi! Hi!"

"Oo nga, anak. Nakakatuwa naman yung Boss mo. Bibihira yung katulad nito na may malasakit sa empleyado. Mabait na, guwapo pa!!!"

"Naku, Mom, h'wag mong sabihing naiin-love ka dun sa amo ko. Hi! Hi! Hi! Playboy 'yun!"

"Playboy? Wala sa mukha niya, Anne. Pero, regardless kung playboy siya, pakiramdam ko... mabait siyang tao. Iba kasi ang aura niya."

"Naku, Mommy... sinabi n'yo pa! The best 'yun. Kahit sa office... napakabait nun."

"Mmmmm... Oo nga pala... pwede bang magtanong," alangan na tanong ni Mommy. "H-Hindi mo ba kilala itong Boss mo before? Hindi mo pa ba siya na-meet man lang... nung college ka o sa iba mong pinasukang trabaho? Para kasing pamilyar ang mukha niya sa akin."

"Hindi, Mom. First time ko lang siyang nakita nung nag-apply ako ng trabaho. Nung simula nga, akala ko... masungit at mayabang. Pero, front lang pala niya 'yon sa mga client. Sabi n'ya kasi... dapat daw kapag kliyente ang kaharap mo... medyo parang aloof ang dating mo sa simula. 'Yung bang parang kagalang-galang! Hi! Hi! Hi! Para daw mas malaki ang masisingil nila."

Tumango-tango lang si Mommy.

"Bakit Mom... kilala mo ba yung Boss ko? Na-meet mo na ba siya before?"

"H-Hindi naman," bantulot na sagot nito.

"Mom, naman... sabihin mo na ang totoo. Iba kasi ang dating nung tanong at sagot mo. Feel kong mayroon kang hindi sinasabi."

"W-Wala, anak."

"Tell me the truth, Mom. Kilala mo ba yung Boss ko? Na meet mo na ba siya... o kaya... ummm -- Alam ko na! Siguro nakaaway mo siya before, ano? Hi! Hi! Hi! Na-sampolan ba siya ng katarayan mo? Di bale, Mom... huwag kang mag-alala... ako na ang bahala doon. Aareglohin ko na agad 'yon. Saka, sabi ko nga... mabait naman si Boss... I'm sure, wala na sa kanya yung episode n'yo... kung ano man yon!"

"A-Ano kamong pangalan nung Boss mo?"

"Allen, Mommy... Allen Locsin. Medyo sikat na din ito sa advertising world. Bakit, Mom?"

"Wala, wala! May... may naaalala lang kasi ako sa kanya..."

"Huh? May naaalala kayo sa kanya? Sino?"

"Ummm,,, nung kasing nakaupo ako sa truck... napatingin ako habang kinakausap mo siya. Diba, ngumiti ito na parang bata...?"

Tuluyan nang naintriga si Anne sa pagtatanong ni Mommy, "Oo, Mommy... ganun talaga 'yun kapag may gustong hingin na pabor... nagpapa-cute. Hi! Hi! Hi! Pero anong koneksyon noon?"

"Yung angulo kasi ng mukha niya... saka yung ngiti nito..."

"Angulo ng mukha... saka ngiti? Wow! Parang naku-curious na ako talaga, Mom... ano 'yon?"

Atubili si Mommy na sabihin ang naiisip, "Tsk! Huwag na lang... wala 'yon, wala 'yon... imahinasyon ko lang siguro ito!"

"Ahiiii! Si Mommy naman... bibitinin pa ako.... ngayong pang nagising na yung curiosity ko. Haaay, naku, Mom... sabihin mo na kung sino 'yung taong naaalala mo sa Boss ko. Masyado ba namang... earth-shaking yung naiisip mo at hindi mo masabi? Celebrity ba o baka kaya naman... killer? Hi! Hi! Hi! Weh, talagang naiintriga na ako. Sino ba 'yon? Si Lee Jong Suk... si Lee Min Ho o baka naman si Tom Cruise o Keanu Reeves?"

"Mmmm... kasi yung mukha nung boss mo... lalo na nung nakangiti siya...kamukhang-kamukha siya yung batang... si DINO!"

* * * * * * * * *

Nagulat si Anne, "Si... Dino? As in... si Dino na batang kapatid ni Dang... yung classmate at bestfriend ko?"

"Oo. Kasi, naalala mo ba nung drinowing ka niya noong birthday mo. Napagmasdan ko kasi siya noon habang nagdo-drawing. Sa akin pa nga ito nanghiram ng lapis at papel. Yung ngiti kasi ni Dino... at saka nang Boss mo... parehong-pareho. Sigurado ka bang hindi s'ya si Dino?"

"Wow, Mommy! Grabe ka sa imahinasyon. Hi! Hi! Hi! FYI, Mommy. Hindi pwedeng mangyari 'yon. Totally, maling-mali ka doon. Siguro may similarities sila... ako nga mismo napagkamalan ko rin silang dalawa noon. Pero, no way, Mom. Kasi... unang-una, matanda na itong si Bossing ko... twenty-nine na ito, samantalang si Dino ay... ummm... twenty-two pa lang ngayon. Tapos, sabi ni Dang, may asawa na raw si Dino at nakatira sa malayo. 'Yung Boss ko naman... sa U.S. lumaki -- kaya hindi talaga pwede."

"Ah, ganon ba? Magkamukha kasi sila talaga... kaya napagkamalan ko.

* * * * * * * * *

Nang mapag-isa si Anne, naalala muli nito ang mga sinabi ni Mommy.

"Yung mukha nung boss mo... lalo na nung nakangiti siya...kamukhang-kamukha siya ni... DINO!"

Ayaw man nitong aminin, nabahala din siya sa pahayag ni Mommy. Muling naalala ang kanyang naunang pagdududa kay Allen.

"Hindi... imposible... nagkakamali lang si Mom," ipinagdiinan nito sa sarili.

(((((((((O))))))))

"Dang, galit pa ba sa akin si Dino?" tanong ni Anne habang nagre-review sila nito sa library.

"Naku, Bestfriend, huwag mong pagpapansinin yung kapatid kong 'yun! Nag-drama lang 'yon. Teka, teka... bakit mo naman naitanong 'yon, haler?"

"W-Wala naman... naitanong ko lang. Kasi simula noong gumaling siya sa dengue... parang hindi ko na siya nakikita kahit naandoon ako sa inyo. Ummm, curious lang ako kung hanggang ngayon... galit pa rin siya sa akin?"

"Shemay! Galit-galitan lang 'yun. Huwag mong intindihin si bunsoy. Bukas makalawa e... limot ka na noon."

"Mabuti naman. Worried kasi ako na baka... magtanim ito ng galit sa akin."

"Yon magtatanim ng galit? Imposible!!! E, napakadaling makalimot noon. Minsan nga nakabihis na't lahat 'yon para sumimba... pumasok lang sa kwarto para kumuha ng panyo... nakalimutan na at natulog!"

"Hi! Hi! Hi!"

"Mmmm... actually, nung minsan natanong ko siya tungkol dito. Kunwari pabiro kong tinanong kung galit pa siya sa iyo. Tumawa lang ito at sinabing... limot na niya 'yon. At saka, hindi ka naman daw niya talaga love. Nakikipagbiruan lang din daw siya sa iyo. Wala na raw sa kanya 'yon."

"Ganon ba? Mabuti naman!"

"Hi! Hi! Hi! Sabi pa nga nung mokong na 'yon... paglaki daw niya at nagkita pa kayo ulit..." binitin ni Dang ang sasabihin.

"Ano... ano raw?"

"Kunwari daw... in-love pa rin siya sa iyo. Tapos, bigla daw magpaparada ito sa harap mo ng sanglibong magagandang chicks para magyabang sa iyo. Isip bata talaga , ano?"

"Gagawin daw niya 'yon?"

"Huy, ano ka ba? Isip bata lang 'yon... huwag mong seryosohin at nagpapantasya lang si bunsoy. Ma-drama lang yun talaga. Saka, weh... imposible naman magkita pa kayo noon. Hi! Hi! Hi! Nag-iilusyon lang si Bunsoy... feeling niya ganyan pa rin ang itsura mo paglaki n'ya. Huwag mo nang pagpapapansinin 'yun... kahit sa kendi lang, ipagpapalit ka na noon."

"Hi! Hi! Hi! Sabagay, tama ka doon. And if ever naman... malamang may asawa na ako paglaki ni Dino."

"Mismo!" sang-ayon ni Dang.

Nag-high-five ang dalawa habang masayang nagtawanan.

((((((((O))))))))

48

No Strings Whatsoever

Kababalik lang nila Allen at Anne sa kwarto pagkatapos ng weekly meeting nila. Hindi pa bumabalik si Gregory at sinamantala ito ni Allen para makausap si Anne.

"Kamusta naman kayo ni Mommy? Sigurado ko ang sakit-sakit ng mga katawan n'yo, ano?"

"Naku, sinabi mo pa!" sagot ni Anne. "Hi! Hi! Hi! Pero, sigurado ako... mas masakit ang katawan nina Greg at Alex. Napasubo sa pagha-hard labor, e mga glamor boys 'yun!"

"Bayaan mo ang mga 'yon. Ha! Ha! Ha! Mabuti 'yon at kahit papaano, nabanat ang mga muscles nila... medyo nabawasan 'yung mga kolesterol nila sa katawan."

"Hi! Hi! Hi! Nagsalita ang tumakas!"

"Ha! Ha! Ha!"

Hindi nagtagal ay natuon ang usapan nila sa panliligaw ni Allen.

"Anne... ummm... k-kamusta na ba ang... I mean... napag-isipan mo na ba... yung tungkol sa iyo at sa akin?

Hindi umimik si Anne. Tumingin lang ito kay Allen ng makahulugan.

"A, e... hindi sa nagmamadali ako. Uh, uh... matagal-tagal na rin naman na nasabi ko sa iyo yung nararamdaman ko. Siguro naman, by this time... uhumm, ang ibig kong sabihin... gusto ko lang malaman kung... may pag-asa ako sa iyo... o... o wala."

Sa halip na sagutin, ibinalik ni Anne ang tanong.

"Bakit ako, Allen? Marami naman d'yan na mas bata at mas magaganda pa sa akin. I'm sure, kung anuman yung nagugustuhan o nakikita mo sa akin, mas marami ang nakahihigit sa akin.

Nanatiling tahimik si Allen habang nakatitig ng husto kay Anne.

Na-concious si Anne, "Huy, ano? Tinatanong kita d'yan. Huwag mo akong daanin sa tingin. Baka matunaw na ako n'yan," wika ni Anne pinipilit ikubli ang nararamdamang kasiyahan.

"Masisisi mo ba ko kung kontento na akong makita ka ng ganito araw-araw."

"Asus! At nakuha mo pang mang-bola," tukso ni Anne. "Okay na, Allen... bilog na bilog na ang ulo ko! Siguro ganyan ka rin kabolero sa ibang mga babae. Hindi na ako nagtataka kung bakit ang dami-daming babaeng naloloko sa iyo!"

Pero hindi nagpakuha si Allen sa biro nito. Nanatili itong seryoso, "No, I'm really serious, Anne. Hindi ako ganito sa ibang babae. Sa iyo ko lang talaga naramdaman ang tulad ng ganito."

Napatungo si Anne upang ikubli ang ngiti sa mga labi, "Oo na, Oo na... naniniwala na ako. Pero... sagutin mo muna ang tanong ko... anong nakita mo sa akin? Anong nakita mo sa akin para... para mahalin mo. I'm older than you... ang daming mas bata d'yan... hindi ka ba naiilang na..."

"Bakit naman ako maiilang? Masaya ako kapag kasama kita... yung lahat-lahat ng hinahanap ko sa babae sa iyo ko nakita. Basta naand'yan ka... kumpleto na ang araw ko. Your age doesn't matter. Kahit matanda ka pa sa akin ng labindalawang taon... ikaw pa rin ang pipiliin ko."

"Huh? Labindalawang taon? Bakit labindalawang taon ang nasabi mo? Diba li-limang taon lang ang tanda ko sa iyo?"

"Hah? Ah... ah... ano... ang ibig kong sabihin... kahit matanda ka pa sa akin ng labindalawang taon... labinlimang taon o kahit gaano karami pa... hindi to magiging sagabal sa pagmamahal ko sa iyo. Ikaw at ikaw pa rin ang pipiliin ko... ikaw pa rin ang para sa akin," nasabi ni Allen habang pinapagalitan ang sarili, *"Haaiisss! Ano ba 'yan... nadulas na naman ang dila ko. Kainis!"*

Lumungkot ang mukha ni Anne, "I don't know. S-Siguro... kung ganoon ang age difference... hindi ko na gugustuhing magkaroon pa ng relasyon. I mean... parang masyado nang malaking gap 'yon."

"B-Bakit naman?"

"Bakit bigla ka yatang naging interesado kung ano ang dahilan ko?" nagtatakang tanong ni Anne.

"W-Wala lang... naitanong ko lang. Pero sa totoo lang, why make age a factor kung sino ang mamahalin mo? Sabi ko nga diba, age doesn't matter kung mahal n'yo ang isa't isa."

"Ang sarap pakinggan n'un, diba? Nakakakilig actually. Pero, parang sa pelikula lang pwedeng mangyari ang mga ito. For my part... realistic lang ako. Naand'yan ang takot ko na, sooner or later, the age difference will be a factor. Siguro, magiging masaya ang pagsasama namin in five o ten years... and then what... iiwanan din ako?

Ayoko ng ganoon... I don't want to take the risk... hindi ko kakayanin ang masaktan... ayoko ng masaktan."

"How about us?"

Huminga muna ng malalim si Anne bago sumagot, "Hindi ko rin alam, Allen. Hanggang ngayon may reservation pa ako between us. The fact na I'm five years older than you... parang mahirap i-process pa rin sa isip ko. Hmmp! Anyway, bakit ba natin pinag-uusapan ito? It seems... parang wala namang sense na pag-usapan natin ito."

"What do you mean? Ibig mo bang sabihin... wala akong pag-asa?"

Hindi sumagot si Anne at sa halip ay tumingin sa relos niya saka nagsalita, "Oops! Almost noon na pala!"

"Oo nga! Tara, let's eat na... treat kita. Eat all you can!"

"Sorry, Allen... can I take a rain check? May lunch date kasi ako ngayon... with Roger."

"LUNCH DATE? Kayo ni Roger... may lunch date? B-Bakit?"

49

Ganyan Na Lang Ba?

Laking gulat ni Allen nang malamang may date si Anne kay Roger.

"Wait, wait... tama ba yung narinig ko? DATE? May lunch date kayo ni... R-O-G-E-R?!!!"

"OO, BAKIT WALA NAMANG MASAMA DOON, DIBA? Dahil ba hindi ako tumuloy tumira kina Roger... dapat hindi na rin kami magkita? Parang mali naman yata 'yon. Roger will always be a part of my life... no question about that. Hindi mo siya pwedeng burahin sa buhay ko."

Nalungkot si Allen sa narinig at nasabi, "Hanggang ngayon ba ay mas matimbang pa rin ba siya sa iyo kaysa sa akin... sa puso mo?"

Tumingin sa kanya ng makahulugan si Anne, bago sumagot, "I don't think it's fair for any of you na maikumpara sa isa't isa. You and Roger are on a different level. Roger has been with me... for such a long, long time already. Samantalang ikaw ay... ngayon lang."

"Meaning... mas lamang s'ya sa akin? Iyon ba ang gusto mong sabihin?"

"Ikaw ang bahala kung 'yon ang gusto mong isipin. Gusto ko lang na malinaw ang lahat sa atin bago kami mag-usap ni Roger. I hope naiintindihan mo ako."

Napatango na lang si Allen, hindi maikubli ang nararamdamang matinding kalungkutan.

"You mean, Boss... makikipag-date pa rin si Anne sa hung-hang na 'yon? H-Hindi ko ma-gets... bakit pa?"

"I really don't know, Greg. Very cryptic yung sagot n'ya sa akin."

"(Sigh!) Don't tell me na mahal pa rin niya ito... after all these years?"

Malungkot na tumango si Allen, "Hindi ko alam. P-Pero... p-parang ganon ang gustong ipahiwatig ni Anne..."

"I don't believe it... I don't believe it! Ibig mong sabihin, Bro... balewala lang pala lahat 'yung ginawa natin?"

Hindi sumagot si Allen at yumuko na lang.

Pero hindi nakuntento si Gregory, "Anong gagawin mo, Bro? Pababayaan mo na lang ba lahat ang mga ito?"

"What do you mean?

"I mean... just like that... susuko ka na? You would just go... without a fight?"

"Paano, Greg... I've done everything I could, ano pa ba ang dapat kong gawin?" tanong ni Allen.

"Gumawa ka ng paraan. Don't just stand there... do something!"

"Paano?"

Mmmm teka, teka... saan ba yung lunch date ni Anne?"

"Huh... d'yan lang sa canteen natin," nagulat na sagot ni Allen. "May delivery kasi si Roger, so Anne suggested na dito na lang sila mag-lunch. Ayaw nga daw ni Roger... hindi raw romantic *(sheesh!)*, pero Anne was insistent. Pero, teka, teka... "anong connect noon?"

"Bingo! Tamang-tama... eksakto!"

"What do you mean?"

"Don't you get it, Bro? What I'm trying to say is... fight for Anne! Huwag mong bayaan na makuha siya ni Roger nang ganon-ganon na lang. Look... it seems lady luck is even smiling at you. Why? Of all places, dito naisipang mag-lunch nila Anne. A perfect opportunity for you. Sumunod ka doon kina Anne.... make up an excuse. Kunwari, you will also eat, magkakape or whatever. Try to hear kung ano ang pinag-uusapan nila. Try to use it to your advantage. Sa puntong ito, kahit maliliit na bagay ay importante."

"S-Siguro nga tama ka, Greg. Kailangang malaman ko ang competition ko."

"O, e ano pang hinihintay mo? Sumugod ka na doon!!!"

* * * * * * * * * *

Kasalukuyang kumakain sina Anne at Roger nang dumating si Allen. Sobrang engrossed ang mga ito sa pag-uusap kaya hindi siya napansin.

Nag-order ng kape si Allen at umupo sa hindi kalayuan sa dalawa. Tumalikod ito upang hindi siya mapansin.

Pero kahit anong pilit niyang gawin, wala siyang marinig dahil sa ingay sa canteen.

"Great! Hindi ko rin naririnig ang pinag-uusapan nila. Ahhhh... what now?" frustrated na nasabi nito.

Luminga-linga ito sa paligid at nakita niyang malapit sa CR ang pwesto nila Anne.

"Ummmm... teka... mayroon nga palang adjacent na sitting room doon. Tamang-tama, halos nasa likuran lang nila ito. Mas may pag-asang marinig ko ang pinag-uusapan nila kapag doon ako pum'westo," naisip ni Allen.

Maya-maya ay tumayo ito para pumunta sa CR. Sandaling pumasok ito at paglabas ay doon muna tumigil. May manipis divider na naghihiwalay dito sa mga kumakain. May mga kasabay din siyang naandoon. Ang iba ay naninigarilyo, nagsusuklay o nag-aayos lang ng gamit.

Dahan-dahang lumapit si Allen sa may dulo ng pader kung saan malapit nakaupo sina Anne. Mula dito ay naririnig na niya ang usapan ng dalawa. Si Roger ang una niyang narinig na nagsasalita.

"... I'm so glad na nagkausap ulit tayo," wika ni Roger, "akala ko hindi na tayo ng magkakaroon ng chance na makapag-usap pa muli."

"Bakit naman, Roger. Dahil lang ba... hindi ako tumuloy sa paglipat sa inyo... kakalimutan na natin ang isa't-isa? Hi! Hi! Hi! Hindi naman yata tama 'yun!"

"After what happened... akala ko... lubos mo na akong buburahin sa buhay mo."

"Roger, nai-explain ko na sa iyo ang dahilan. Sayang lang talaga 'yung chance to own our own house. Regardless, parte ka na ng buhay ko at hindi ka pwedeng mawala na lang ng basta-basta," sagot ni Anne.

Tuwang-tuwa si Roger nang marinig ito. Hindi niya akalain na magkakaroon pa siya muli ng pagkakataong maisakatuparan ang masamang balak nito.

Kunwari ay maiyak-iyak pa ito ng nagsalita, "Anne, Anne... pinasaya mo ako ng husto sa sinabi mong 'yan!"

Kung nagtutumalon sa tuwa si Roger nang marinig ang sinabi ni Anne. Halos gumuho naman ang mundo ni Allen nang mga sandaling iyon.

"Ibig mong sabihin, Anne... hanggang ngayon... naand'yan pa rin ako sa puso mo?"

"Minahal kita, Roger at forever kang naandito sa puso ko. Noong nagkahiwalay tayo... walang araw na hindi ko ipinagdasal na sana ay magkabalikan muli tayo."

"At naandito ako muli, Anne. Handang ituloy muli ang nasimulan natin," todo bolang sagot ni Roger sabay hawak sa mga kamay ni Anne.

"Alam mo ba na sa tinagal-tagal ng panahon... wala na akong ipinagdasal kung hindi magkita tayo muli," patuloy ni Anne.

"T-Talaga!"

Tumango si Anne, "Gusto ko kasing masigurado ang sarili ko. At ngayong ngang muli tayong nagkita... nagpapasalamat ako at gumawa ng paraan si destiny para masiguro ko ang nararamdaman ko."

Hindi na nakayanan ni Allen ang naririnig. Masamang masama ang loob nito at hindi na maikubli ang sakit ng loob na nadarama. Humawak siya sa pader para hindi siya matumba. Napansin nito na pinagtitinginan na siya ng mga nakapaligid kaya napilitan itong pumasok muli sa CR.

Pinilit nitong ikalma ang sarili at magpakatatag. Ayaw niyang kaawaan ng mga nakakakita sa kanya. Naghilamos ito at inayos-ayos ang sarili. Matapos huminga ng malalim, nagpasya na itong lumabas ng kwarto.

Paglabas niya ay inabot pa nito sina Anne at Roger na magkayakap sa may corridor. Hindi na halos makahinga si Allen. Lalong nadagdagan ang pighating nararamdaman. Napuno ng luha ang mga mata nito.

Tumakbo si Allen upang takasan ang nakikita. Pilit binubura sa isip ang nasaksihang tagpo pero hindi niya magawa. Para itong isang masamang panaginip na hindi niya kayang takasan.

((((((((O))))))))

"Ate Dang, Ate Dang... hmmm... wala ka bang balita kay... Anne?" nahihiyang tanong ni Dino.

Nagulat si Dang sa tanong na ito ng kapatid, "Hah? Balita tungkol kanino?"

"K-Kay... Anne. Si... si Anne... remember(?)... yung bestfriend mo nung simula ka pa lang ng college."

"Oo, alam ko. Hindi ko naman nalilimutan si Anne... bestfriend ko nga yun, diba? Ang nagulat ako e... after a long, long time ago... in a galaxy so far, far away... bigla mong naalala ito. Anyare?"

Kaga-graduate lang ni Dino sa High School at hindi nito maiwasang maalala ang Pers Lab niya. Nangulila ito kaya nang makausap ang kapatid, hindi nito mapigilan na itanong ito.

"Sobra ka namang OA, Ate! Para naitanong ko lang naman... masama ba 'yun?"

Tiningnan ng masama ni Dang ang kapatid bago sumagot, "Haaay, sige na nga, sige na nga. Mmmm...

sabi nung mga naka-meet sa kanya... nagtatrabaho na daw ito pero tumigil na sa pag-aaral."

"Ganon? Kawawa naman pala siya," malungkot na nasabi ni Dino. "Pero kamusta naman daw sila... yung mother..."

"Ay, naku, kapatid... sadly, wala na akong ibang alam tungkol sa kanya. Guilty na nga ako, dahil hindi ko man lang siya hinahanap. Hamo, sa susunod na magkita kami ng mga kabarkad ko... itatanong ko ng husto ang tungkol sa kanya at kung saan din ito makikita. Na mi-miss ko na rin talaga yung bestfriend kong iyon... kung sakali, baka pwedeng magkita na kami. Okay... masaya ka na ba... happy?"

Tumango si Dino.

Biglang may naalala si Dang, "Teka, teka, bunsoy... bakit para yatang interesado ka pa kay Anne? Parang naalala ko pa noon na sinabi mo na... mmmm... kesyo, hindi mo naman talagang love si Anne at limot mo na siya. And if I remember correctly, sabi mo pa nga, at kwidaw ha... according to you... paglaki mo, ipagyayabang mo pa kay Anne ang sangdamukmok na naggagandahang babae sa harapan nito. Diba, diba? Umamin!"

"A-Ate naman... n-nasabi ko lang naman 'yon, kasi... kasi... para naman huwag n'yo akong lokohin o pagtawanan. Hindi ko naman totohanin 'yun."

"G-Ganon ba?" nasabi ni Dang, sabay mahinang nawika, "Nakupow..."

"Anong sinabi mo, Ate?"

"W-Wala... wala!"

"Don't tell me... sinabi mo din kay Anne... yung mga sinabi ko?"

Nahiya si Dang at napilitang magsinungaling, "Hah? Hindi ah... anong palagay mo sa akin... madaldal? Bakit ko naman sasabihin 'yun... e, alam ko namang hindi totoo 'yun!"

"Totoo, Ate Dang?"

"Oo naman. A e, o sige na... d'yan ka muna at may gagawin pa ako," pagkasabi nito ay agad umalis si Dang para makaiwas sa kapatid.

Nang mapag-isa ay saka nito naisip, "Haaaiissss! Hindi pala totoo yung mga pinagsasasabi ni Bunsoy, to the max pa ang kwento ko kay Anne. Baka isipin din noon... totoo. Hindi naman siguro. Haaay, sana! Naku, itong katabilan ko talaga... nalalagay ako sa alanganin! Hmmp! Di bale, nungka namang magkita pa ulit silang dalawa kapag malaki na si kapatid. Saka, tulad ng sabi ni Anne, malamang... may asawa na siya pagdating ng araw na iyon. Okay... no worries na ako. No harm done, ika nga!"

((((((((O))))))))

Natagpuan na lang ni Dino ang sariling nasa harapan ng bahay ni Ate Dang. Biglang nagbago ang isip nito at akmang aalis na lang muli.

"DINO? Bunsoy, naand'yan ka pala... bakit hindi ka pumasok?"

Atubili si Allen. Hindi malaman kung titigil o aalis.

Nang makita ni Dang ang mukha ni Allen, naramdaman agad nito na may malaking problema ito. Mabilis niya itong nilapitan at hinawakan.

"Tara sa loob... doon tayo mag-usap.

Hindi na nakatanggi si Allen at parang maamong tupang sumama sa kapatid.

* * * * * * * * *

Ibinuhos ni Allen ang lahat ng sama ng loob nito sa kapatid.

"Ate... bakit ganoon? Bakit kung kailan ko pa muling nakita si Anne... bakit parang huli na rin ang lahat. Alam mo naman kung gaano ko siya kamahal. Pinaparusahan ba ako ni God?"

"Hindi naman siguro, kapatid. Siguro, nagkataon lang na... may ibang minamahal si Anne."

"Oo, inaamin ko... na talagang naging playboy ako. P-Pero... I've always been fair, sa mga babaeng naging girlfriend ko. I admit, half-hearted yung commitment ko... pero, I've never been unfaithful... nor I've never taken advantage of them. Diba, ipinangako ko pa 'yon sa iyo? Bakit ganoon... bakit pinarurusahan ako ni God?"

"Hindi, Dino... hindi vindictive si God... maunawain 'siya," paliwanag ni Dang. "Point is, kumbaga, nahuli ka lang talaga. Pero hindi naman ibig sabihin noon ay pinarurusahan ka ni God. Siguro may ibang dahilan ang nangyaring ito sa iyo."

"Ano?"

"Mmmm... siguro, this is God's way para sabihin sa iyong... to forget about Anne and this crazy Pers Lab notion of yours. Na lahat nang ito ay ilusyon mo lang."

"Ate, nagkakamali ka. This is as real as it can be. I've carried this flame for more than ten years... and not once... not even once, na tumigil akong mahalin si Anne. So, please, Ate... I'm begging you... huwag na huwag mong sasabihing ilusyon ko lang ito.

"I'm so sorry, Dino. I didn't know... hindi ko akalaing ganon mo pala kamahal si Anne. Pero... papaano na ngayon?"

"*(Sniff!)* Ngayon? Hah... ewan ko... hindi ko na talaga alam kung ano ang gagawin ko. I lost... ano pa nga ba ang gagawin ko short of killing myself? Hindi ko alam, Ate... at this point, parang balewala na ang lahat sa akin. *(Sob!)* I don't care kung mamatay man ako ngayon. Siguro, siguro... mas makabubuti pa 'yon. Ang sakit, Ate... ang sakit-sakit, e! Hu! Hu! Hu!" pagkasabi nito ay hindi na napigilan ni Allen ang umiyak.

50
Asumero Kasi

Matagal na hindi pumasok si Allen sa opisina. Gusto niyang makaipon ng lakas ng loob bago muling humarap kay Anne. Wala siyang tiwalang kakayanin niyang tumingin sa mga mata nito. Ayaw niyang ipaalam na narinig niya ang pinag-usapan nila ni Roger at ito ang pinili niya. Gusto niyang itago ang sakit na nararamdaman. Ayaw niyang kaawaan.

Hanggang dumating ang araw na nagdesisyon na siyang pumasok na muli.

"It's now or never. Hindi na pwedeng iwasan ko si Anne forever. Sooner or later, kailangang harapin ko ulit siya. So... ngayon na. No sense na patagalin pa ito. Kaya ko 'to... kaya ko 'to!

* * * * * * * * * *

Pagdating sa office agad siyang sinalubong ni Gregory at Anne.

"Bossing, welcome back! Akala ko hindi ka na babalik. Mabuti naman at pumasok ka na ulit!" bati n Gregory.

"Oo nga," sang-ayon naman ni Anne, "miss ka na nang mga tao dito. Bakit ka nga ba biglang nagbakasyon? Ni hindi ka tumatawag dito. Ano bang nangyari?"

Pormal na sumagot si Allen sa dalawa pero kay Gregory lang nakatuon ang kanyang atens'yon.

"How's the office habang wala ako? Wala ba namang problema? Ummm... you're looking good, Greg!

"Thanks, Bossing!" sagot ni Greg, "si Anne nga pala…"

"Let's talk later… marami akong dapat tapusin. Please don't disturb me," pagkasabi nito ay tuloy-tuloy na pumasok si Allen sa kwarto nila.

* * * * * * * * *

TOK! TOK! TOK!

Napaangat ang ulo ni Allen mula sa pagtatrabaho ng marinig niya ang katok sa pinto.

"Huh! Magta-tanghali na pala… masyado akong nalibang sa ginagawa ko," nasabi nito sa sarili.

Sumungaw ang nakangiting mukha ni Anne sa may pinto, "Knock! Knock! Bossing… lunch na! Let's eat na muna… baka masobrahan ka sa trabaho… mag-absent ka na naman bukas. Hi! Hi! Hi!"

Hindi tumingin si Allen at seryosong sumagot, "Go ahead… may tinatapos pa ako."

Natigilan si Anne, nawala ang ngiti sa mukha nito. Naninibago sa ikinikilos ni Allen. Kunwari na lang ay hindi niya ito napansin at muling ngumiti, "C'mon, Allen! Si Greg daw ang taya. Wow! Biruin mo… once in a lifetime lang mag-blowout yun. Dapat samantalahin nat…"

"Please go, A-Anne. Ayokong maistorbo… I have a business to run."

Tuluyan nang napahiya si Anne, "S-Sori, Boss… sori."

Dahan-dahan nitong isinara ang pinto.

* * * * * * * * *

Tuwing papasok si Anne sa kwarto, lagi nitong inaabutan na may ginagawa si Allen. Hindi siya nito pinapansin o tumitingin man lang sa direksiyon niya. Kapag may inaabot siyang mga trabaho o papeles, ipinaiiwan lang ito sa kanya sa mesa. Sinubukan niyang kausapin ito pero puro yes and no lang ang isinasagot nito at pinuputol agad ang usapan. Si Gregory ang laging tinatawag nito kapag may kailangan.

Nang dumating ang uwian, dire-diretsong umalis si Allen at hindi nagpaalam kahit kanino.

* * * * * * * * * *

Kinabukasan, masayang lumapit sa kanya si Gregory at Anne.

"Bro, guess what? Six months na si Anne dito. At alam mo naman ang tradisyon natin dito, diba? Dapat iblow-out niya ang buong staff. So mam'ya... magka-karaoke tayo! Yehey!!! Siguradong ang saya-saya natin mam'ya!"

"Hi! Hi! Hi! Naku, siguradong ubos ang sasahurin ko. Ngiiii! Tapos, obligado pa pala ang lahat na kumanta. Ngek, e boses palaka ako. Pero, di bale... kailangang i-uphold yung tradisyon... kaya kakanta ako! Huwag n'yo akong..."

"Sorry, hindi ako makakasama. Kayo na lang," sagot ni Allen.

"Bro, Bro... what happened to the tradition?"

"Hi! Hi! Hi! O, sige... hindi na lang ako kakanta. Natatakot ka yatang..."

Nagtaas ng boses si Allen, "I said, hindi ako sasama and that's final! Now can you just leave me alone. Marami pa akong tatapusin."

Namula ang mukha ni Anne na parang iiyak. Pero pinigilan niya ang sarili at mabilis na lang lumabas ng kwarto.

"Allen, what's wrong with you?" tanong ni Gregory. "Bakit pinahiya mo si Anne? Bro, that's uncalled for. She was just trying to be nice."

Pagkasabi nito ay lumabas si Greg para sundan si Anne.

* * * * * * * * * *

Lumipas ang mga araw at linggo pero walang pagbabago sa ikinikilos ni Allen. Pormal at malamig ang pakikitungo nito lalo na kay Anne. Hindi na ito sumasabay kumain at laging nagkukulong sa kwarto. Madalas na sinusubukan pa rin ni Anne na amuin ito, pero nanghinawa na rin ito dahil na-realize niya na walang balak si Allen kahit na makipag-usap man lang. Hindi na ito nagpumilit pa.

Isang araw, nagulat na lang si Allen nang may inaabot na papel sa kanya si Anne. Narinig niya itong pumasok, pero hindi niya ito pinansin.

"Just leave it on the desk," pormal na wika niya.

Pero hindi umalis si Anne at nanatiling nakatayo sa harapan ng mesa niya.

"What's this?" tanong niya pero hindi pa rin tumitingin kay Anne.

"Resignation letter ko, Sir"

Napapikit si Allen ng marinig ito. Nang magsalita ito ay pilit na itinatago ang sama ng loob, "Hmmm... kailan ang effectivity nito?"

"Effective today, Sir."

"Hmmp! Today? Are you in such of a hurry? Parang nagmamadali ka naman yata. Hindi ka na nagbigay man lang ng 15-days grace period. Okay, I get it. Maybe you want to be somewhere else rather than here! If that's what you want... then leave... hindi kita pipigilan."

Sandaling nanatili si Anne sa harapan ni Allen. Umaasang titingnan siya o kausapin man lang. Sa huli ay mabilis na lang itong umalis.

Bago ito nakalabas bahagyang sinulyapan ni Allen ang mukha ng dalaga at dumugo ang puso niya nang makitang puno ng luha ang mga mata nito. Pero, pinigilan niya ang sarili at binayaan itong makaalis.

* * * * * * * * * *

Hind pa nagtatagal makaalis si Anne nang sumusugod papasok si Gregory.

"Bro, anong nangyari? Anne told me she just resigned. What happened?"

"Wala... nothing! Ibinigay n'ya yung resignation letter niya at tinanggap ko naman... that's it."

"TINANGGAP MO ANG RESIGNATION NI ANNE?"

"Oo, bakit naman hindi. Kung hindi na siya masaya dito sa atin... bakit ko naman siya pipigilan?"

"Allen... this is Anne we are talking about. We fought tooth and nail to get her back... tapos ganon-ganon na lang... pababayaan mo siyang makaalis? What got into you? Nalilito ako... why are you doing this... why are you letting Anne go?"

Huminga ng malalim si Allen bago sumagot, "Greg, if she want to be with... someone else... like Roger... so be it. Kung doon siya masaya..."

Napataas ang boses ni Gregory, "WHAT? A-Anong pinagsasasabi mo, Bro? Anong koneks'yon ni Roger dito? P'wede bang liwanagin mo ang sarili mo at talagang nalilito na ako?"

"Anne chose Roger over me. I overheard... narinig ko noon sa canteen... remember nung sinabi mong sundan ko si Anne?"

"Oo! Oo! Tanda ko 'yon."

"It seems... si Roger pa rin ang mahal niya," paglalahad ni Allen.

"ANO?"

"Yup! At 'yan ang dahilan kung bakit iniiwasan ko si Anne. Ayoko nang ipagpilitan ang sarili ko. Ayoko na... suko na ako."

"Bro, hindi ko alam kung anong pumasok sa isip mo with regards to Roger, but you got it all wrong. Maling-mali ka sa iniisip mo!"

Si Allen naman ang naguluhan, "A-Anong mali... anong ibig mong sabihin?"

"Anne told Roger that everything is over between them... tinuldukan na ni Anne kung anuman ang inaasahan ni Roger. That's the reason kung bakit nakipag-lunch date si Anne dito... to tell him it's all over between the two of them."

"ANO?"

"Don't you get it? ROGER IS NOW OUT OF ANNE'S LIFE! ZILCH, KAPUT! NO MORE ROGER."

51
Dead Star

"**A-Ano, kamo, Greg? Are you sure? Tama ba** itong naririnig ko na... binasted ni Anne si Roger? Is that true?"

"Yes, Boss... 100% sure! Kaya nga ako nagtataka sa iyo kung bakit ganyan ang ikinikilos mo these past couple of weeks? Bakit indifferent ka kay Anne... and why you keep on ignoring her?"

"Binasted niya si Roger? Hindi ko maintindihan. Ang alam ko... si Roger ang pinili n'ya. Narinig ko 'yon... tapos... nakita ko pa silang magkayakap."

"Hindi ko alam ang pinagsasasabi mo, Bro... pero I think you got it all wrong... dead wrong!"

"Sigurado ka ba? Are you really that sure? Baka naman nagkakamali ka... paano mo nasisiguradong out na si Roger?"

"From Anne herself. That day, nakasalubong ko si Roger... looking so sad... parang naiiyak pa nga yata. I was curious, so nung nakita ko si Anne, tinanong ko kung bakit ganun ang itsura ni mokong. So Anne told me. Sinabihan daw n'ya si Roger na... tapos na ang lahat sa kanila at wala nang tsansang makikipag-balikan pa si Anne sa kanya."

"T-Talaga?" halos maiyak si Allen sa tuwa.

"Yup! Make it 200% sure. At here's what's funny. Tumawag yung supply officer nung company nila Roger. Ha! Ha! And you know what he said? Ahente na lang daw nila ang makikipag-transact ng business sa atin.

'Yung boss daw nila, which is Roger, is going abroad to attend to some important matters. Ummm... please bear with the inconvenience, daw. So, anong ipinahihiwatig nito? It's official... Roger is no more."

Pero hindi na nakikinig si Allen. Lumong-lumo ito dahil masyado siyang nagpadala sa emosyon. Sinisisi ang sarili kung bakit nagpadalos-dalos siya sa pagdedesisyon at hindi muna pinakinggan si Anne.

"Ahhh... napaka-TANGA KO!!! Why did I jump into that conclusion? Dapat sana kinausap ko muna si Anne to know the real score. Instead, para akong BOBO na kung anu-ano na lang ang inisip. Aaaaahhhh!"

"Bro, stop blaming yourself... wala nang magandang ibubunga 'yan. Tama ka... you are such a first class jerk. Pero, tapos na 'yan... you made a boo-boo... it's over and done. Nothing you can do to change it. Ang importante ngayon ay mapuntahan mo si Anne, makausap, makahingi ng tawad... and most importantly... ITAMA MO ANG GINAWA MONG KAPALPAKAN!! Pray, it's still not too late."

Na-realize ni Allen na tama ang kaibigan, "Oh, God please...tulungan Mo akong makapag-paliwanag kay Anne... please... please... just this once... give me this one last chance! Where's Anne... nasaan na nga pala si Anne?"

"Mmmm... Last time I checked... nasa supply roon siya. Probably, isinu-surrender yung mga gamit niya. THE USUAL PROCEDURE KAPAG NAG-RESIGN NA ANG ISANG EMPLOYEE, diba? Puntahan mo na agad siya doon. I think dala-dala na niya ang mga personnal belongings niya. Once na-clear na ito, sigurado ako... aalis na 'yon."

Halos takbuhin ni Allen ang papunta sa supply room.

* * * * * * * * * *

Palabas na nang kwarto si Anne nang makasalubong ni Allen. Mugto ang mga mata nito at may bakas pa ng luha ang mga mata.

"Anne, Anne, please... pwede ba tayong mag-usap?"

"(Sniff!) Bakit pa? As of now, I'm not your employee anymore. Naisoli ko na ang lahat ng gamit ko at cleared na ako," sagot ni Anne habang pinipigilan ang pagluha. "Tinanggap mo na ang resignation ko, diba? *(Sob!)* So, I'm free to go. Wala na tayong dapat pag-usapan pa."

Pagkasabi ay yumuko ito at akmang lalakad nang paalis.

Hinawakan ito ni Allen sa balikat at pinigilan.

"Please, Anne, please. I know, I've been such a first-class jerk. Alam ko... napaka-tanga kong tao. I don't deserve to be forgiven. But please, hear me out... please, pakinggan mo lang ako. Please, please... just this one last chance!"

"(Sob!) One last chance... na naman? Hindi ba ganyan din ang sinabi mo sa akin dati?" paratang ni Anne habang nagpupumiglas na makawala sa pagkakahawak sa kanya. "Ngayon... gano'n na naman? Ilang last chance ba ang kailangan mo? Nakakasawa na... paulit-ulit na lang? Pakiramdam ko, hindi ka totoong seryoso at pinaglalaruan mo lang ako."

"NO, NO! HINDING-HINDI KO MAGAGAWA SA IYO ITO, ANNE... PLEASE BELIEVE ME. I admit, I've been so unreasonable, so thoughtless... pero nagawa ko lang naman ang lahat ng mga iyon dahil... dahil sa sobrang pagmamahal ko sa iyo. Akala ko... mawawala ka na sa akin... I thought you will be gone again... for good. That's why I reacted that way. Natakot kasi akong mawala ka sa akin. Maniwala ka sana. Hindi ko gustong saktan ka or kahit ano pa man. I LOVE YOU SO MUCH!"

"(Sniff!) Mahal? Mahal mo ako? The way you treated me... parang ayoko nang maniwala," galit na isinagot ni Anne habang walang tigil ang luha nito.

"Please, Anne... pakinggan mo lang ako. Just this once. Kung hindi ka pa rin maniniwala sa akin... then hindi na kita pipigilang umalis. Please, Anne... I'm begging you."

Hindi sumagot si Anne, pero hindi na ito nagpumiglas kay Allen.

Dahan-dahang binitawan siya ni Allen.

"N-Nung nagpunta dito si Roger at nag-lunch kayo sa canteen... I followed you..." panimula ni Allen.

Tumaas bahagya ang kilay ni Anne pero hindi ito nagsalita.

Nagpatuloy si Allen, "Narinig kong sinabi mong... lagi mong ipinagdadasal na sana ay magkita kayo muli ni Roger. T-Tapos sa huli... sinabi mo pa na nagpapasalamat ka sa Diyos at... at ibinalik muli si Roger sa buhay mo."

"So, in-assume mo na si Roger ang pinili? On your own... without asking me?"

"B-Balak ko sana... pero nung bumalik ako... nakita ko kayo ni Roger na... magkayakap..."

Napailing si Anne. Unti-unting nauunawaan ang mga pangyayari. Matagal itong nag-isip, pinipili ang sasabihin

Sa wakas ay nagsalita na ito, "Dead star na para sa akin si Roger."

"Dead star...?"

* * * * * * * * * *

"Roger, parte ka na ng buhay ko at hindi ka pwedeng mawala na lang ng basta-basta."

"Anne, Anne... pinasaya mo ako ng husto sa sinabi mong 'yan! Ibig mong sabihin, Anne... hanggang ngayon... naand'yan pa rin ako sa puso mo?"

"Minahal kita, Roger at forever kang naandito sa puso ko. Noong nagkahiwalay tayo... walang araw na hindi ko ipinagdasal na sana ay magkabalikan muli tayo."

"At naandito ako muli, Anne. Handang ituloy muli ang nasimulan natin," sagot ni Roger habang hinahawakan ang kamay ni Anne.

"Alam mo ba na sa tinagal-tagal ng panahon... wala na akong ipinagdasal kung hindi magkita tayo muli," patuloy ni Anne.

"T-Talaga!"

Tumango si Anne, "Gusto ko kasing masigurado ang sarili ko. At ngayong ngang muli tayong nagkita... nagpapasalamat ako at gumawa ng paraan si Destiny para masiguro ko ang nararamdaman ko."

"Does that mean... tayo na ulit?"

Malungkot na tiningnan siya ni Anne, binawi ang pagkakahawak sa kamay niya bago nagsalita, "I'm sorry, Roger... you got it all wrong... nagkakamali ka."

"A-Ano... hindi ko maintindihan. Akala ko, masaya ka... at nagpapasalamat ka dahil muli tayong nagkita?"

"Oo, tama ka. Tulad nga ng sabi ko, thankful ako at muli tayong nagkita."

"Ganon naman pala! E, bakit sinasabi mong mali ako? Hindi ba ibig sabihin noon... mahal mo pa rin ako?"

"Inaamin ko, minahal kita noon. Nang magkahiwalay tayo, dala-dala ko pa rin ang pagmamahal na ito," pagpapaliwanag ni Anne. "Year in and year out, I always thought naand'yan lagi ang kinang mo sa puso ko."

Magsasalita sana si Roger pero pinigilan siya ni Anne, "Please, Roger, bayaan mo muna akong makatapos."

Nagpatuloy ito, "I always thought... you will always be there in my heart. Pero sa panahong lumipas, I'm not so sure anymore. That's why I prayed hard na sana ay magkita tayo muli... para masigurado ko ang sarili ko."

Hindi napigilan ni Roger na magtanong, "P-Para saan?"

"I want to be sure that I'm finally over you. Gusto kong makasigurado na wala nang mangyayaring lukso sa puso kapag muli kitang nakita. I don't want to have any doubts, I wanted to be sure. So noong muli kitang nakita... natuwa ako and I thanked God... dahil nasigurado ko... you're nothing but a dead star para sa akin."

"Dead star?"

"Oo. Nasa puso pa rin kita, Roger, pero, in all honesty, wala na ang kinang tulad ng dati... nothing but just vague memories of things long past gone. Walang spark... walang lukso ng puso... nothing... nothing at all. I'm sorry, Roger... wala na akong nararamdaman para sa iyo. Huwag ka nang umasang magkakabalikan pa tayo."

* * * * * * * * *

Sa corridor bago maghiwalay si Anne at Roger, nagtanong ang huli.

"M-Mayroon ka na bang bagong minamahal, Anne?"

Tumango ang dalaga.

"S-Si Allen ba?"

Tumingin sa kanya si Anne saka ngumiti.

"Congrats, paki sabi sa kanya.

Ngayong tuluyan ng nawala sa kanya si Anne, na-realize ni Roger ang tunay na kahalagahan nito sa kanya. Nagsisisi siya na pinakawalan niya ito sa pangalawang pagkakataon.

"Friends?" tanong ni Roger.

"Friends!' sagot ni Anne.

"(Sob!) Anne, p'wedeng makahingi ng isang request? As friends... bago tayo maghiwalay ng tuluyan?"

"Ano, yon?"

"Pwede ba kitang ma-hug... just for old times sake... please?"

"S-Sige."

Nagyakap sandali ang dalawa bago tuluyang naghiwalay.

* * * * * * * * * *

52

Sorry Na, Pwede Pa Ba?

"**D**ead star na para sa akin si Roger...nothing but just vague memories of things long past gone. Walang spark... walang lukso ng puso... nothing... nothing at all.

"I'm sorry, Anne... I should have known," ang tanging nasabi ni Allen.

Hindi umimik si Anne.

"Sa sobrang takot ko na mawala ka... na clouded na ang thinking ko," pagpapatuloy ni Allen. Pero, it is still no excuse sa mga ginawa ko."

Patuloy ang pagwawalang kibo ni Anne.

Urong-sulong si Allen, hindi malaman ang gagawin. Sa huli ay nagdesisyon ito na harapin ang problema.

This is it! Walang mangyayari kung magpapatumpik-tumpik ako," naisip nito, *"IT'S NOW OR NEVER... if I am to lose Anne, it's better I go down fighting... mabuti pang ipaglaban ko na."*

Muli nitong hinarap si Anne at nagwika, "Inaamin ko... I acted immaturely. Oo, totoo ito. Tulad nga nang nasabi ko na sa iyo... sobrang lungkot ko when I thought I was losing you. Sobrang na-depressed ako... so much that I forgot to think rationally..."

"Paano mo nasabing mawawala ako...?"

"Noong sinabi mo na may date kayo ni Roger... sinabi mo sa akin na iba ang level naming dalawa.

Nung tinanong kita kung mas mahal mo pa siya sa akin... ang isinagot mo ay... dapat unawain na lang kita. P-Papaanong hindi ko iisipin na... na si Roger pa rin ang nasa puso mo? To top it all, na-misinterpret ko yung usapan n'yong dalawa... tapos nakita ko pa kayong magkayakap... I totally lost it all. And so, nasabi ko na lang sa sarili ko... dapat pakawalan na kita. Masakit pero, tinanggap ko na. In a way... ayokong kaawaan mo ako. I acted that way, kasi ang gusto ko... if and when you finally leave me, hindi ka magkakaroon ng guilty feeling. If ever, gusto kong magalit ka sa akin para... wala kang regret kapag iniwan mo na ako. No matter how hurt I am... I am setting you free."

Nabalot ng katahimikan ang paligid.

Nanlulumong lilisan na si Allen nang magsalita si Anne.

"Noong sinabi ko sa iyo na iba ang level n'yo ni Roger, nagsasabi lang naman ako ng totoo. Mas matagal ko na siyang nakilala, samantalang ikaw ay nito pa lang. Pero, hindi sukatan ang tagal ng pagsasama kung sino ang mas magiging matimbang sa puso ng isang tao? P'wedeng kilala mo siya ng limang taon, sampu o mahigit pa... pero hindi ibig sabihin nito ay mas lamang ito kaysa sa taong sandali mo pa lang nakasama."

"Magiging sinungaling ako kung sasabihin kong nakalimutan ko na si Roger. Kalimutan ang isang taong naging parte ng buhay mo? Imposible ito. Lahat ng taong dumaan sa buhay natin ay nag-iiwan ng marka... gustuhin man natin o hindi... kahit na gaano kaliit ito ay hindi na p'wedeng burahin. Mananatili ito bilang isang ala-ala."

"Tulad ng pagmamahal natin sa isang tao... may mananatiling kumikinang... at may mawawalan ng kinang. Si Roger? Tulad ng nasabi ko... isa na siyang dead star para sa akin... wala na akong nararamdaman na kahit ano pa para sa kanya."

* * * * * * * * *

"Bro, you're back! P-Pero nasaan si Anne?" tanong ni Gregory kay Allen nang bumalik ito sa kwarto na hindi kasama si Anne.

"(Sigh!) I-Inaaayos lang niya yung mga gamit n'ya. Probably papaalis na rin 'yon," sagot nito habang naiiling.

"WHATTT?!!! Just like that, Bro... pababayaan mong umalis si Anne... to walk away from you?"

Hindi napigilan ni Allen ang sarili at napahiyaw, "AAAHHHH! Ano pang magagawa ko, Greg? I blew it... sinira ko ang lahat ng pagkakataon ko sa kanya. I blew it bigtime! She's gone... and it's all my fault. Kasalanan ko, kasalanan ko!!!"

Lumapit si Gregory sa kaibigan at pilit pinakakalma ito.

"There must be a way, Allen. Hindi pa siguro huli ang lahat. Mahal ka ni Anne. All the signs points to it. These past weeks, I have to admit... sobrang nakakainis ka. You have been a pompous, irritating jerk all throughout. Kahit ako, napipikon na rin sa inaarte mo. Kahit kaibigan kita, hindi ko na ma-tolerate yung mga ginagawa mo. Pero, not Anne... nagpupumilit pa rin siya to be there for you... na maibalik ka sa dati... kahit na s'ya pa 'yung lagi mong pinapahiya. Hindi s'ya sumuko sa iyo. Gagawin ba ni Anne 'yon kung hindi ka n'ya mahal?"

"Kaya nga, I blew it... sinira ko ang whatever chance I have left!" pagpupumilit ni Allen.

"You are wrong there, Bro. Anne is not that kind of a person. Hindi ang klase ni Anne ang susuko na lang ng ganon-ganon na lang sa minamahal niya. Right now, I'm thinking... na-saturate lang siya... frustrated... napuno na sa mga ginagawa mong ka hunghangan -- and who wouldn't be? Pero, it doesn't mean she give up... na bumitaw na siya sa iyo."

"S-Sa tingin mo ba... tama ang sinasabi mo, Greg... that there's still a chance na mapigil ko pa si Anne?"

"Siguradong-sigurado. Pero, Bro... DO SOMETHING NOW! Hurry or else, you will suffer the same fate like Roger na naging... isang dead star na lang kay Anne. Do it now... baka ito na ang pinaka-huling chance mo."

"Bro, but what can I do?" may pangambang nasambit ni Allen. "ANONG PWEDE KONG GAWIN PARA MANIWALA SA AKIN SI ANNE?!!"

* * * * * * * * * *

Patakbong lumabas ng kwarto si Allen para habulin si Anne. Pero nasa kalagitnaan pa lang siya nang bigla itong tumigil. Saglit na napahawak ito sa may bandang dibdib at kumapit sa malapit na table.

"Naalarma ang isang empleyado, "Sir? Sir? Are you alright? Parang hindi yata maganda ang itsura n'yo?"

"No, no, it's okay... I'm fine. M-Medyo nahilo lang yata ako kaya na off-balance somehow. Don't worry... it's of no concern to you."

Pagkasabi nito ay muli na namang lumakad ng mabilis si Allen. Pero hindi pa siya nakakalayo muli na naman itong tumigil. Napasandal ito sa pader at pilit ini-steady ang sarili. Pero tuluyan na itong nawalan ng malay at ilang segundo pa ay tuluyan na itong bumulagta sa sahig.

"SSSIRRRRR!" hiyaw ng isang nakakita.

"HELP, HELP... TULONG, TULONG... SI SIR ALLEN NAG-COLLAPSE!"

Naghiyawan ang mga empleyado sa paligid at nagtakbuhan para sumaklolo.

"NAKU! PUTLANG-PUTLA SI SIR ALLEN!!"

"TAWAGIN N'YO SI SIR GREG!!"

"ANG TAAS NG LAGNAT NI SIR!"

"TUMAWAG KAYO SA HOSPITAL... HURRY, HURRY!!!"

53
Huli Na Ba Ang Lahat?

Malungkot na naglalakad si Anne sa lobby papalabas ng building nang mapansin ang mga nagtatakbuhang tao. Napatingin ito at nakita niyang nangunguna dito sina Gregory at Alex.

"Alex, hurry, tumawag na kami ng ambulance at on the way na ito. Salubungin mo sila sa harap ng building at dumiretso na agad kayo sa taas!!! Babalik na ako sa itaas," hiyaw ni Gregory sa papalayong kasamahan.

"Greg, Greg... anong nangyari... bakit kayo nagtatakbuhan?"

"Anne? Oh, thank, God, naandito ka pa," sagot ni Gregory na hinihingal pa. "Si Allen... nag-collapse habang hinahabol ka. I think it's his heart saka ang taas-taas ng lagnat niya."

"HAH! N-Nasaan si Allen ngayon? Kamusta na s'ya... binigyan n'yo ba siya ng first-aid man lang?"

"First aid? W-Wala... wala kaming ginawa. Hindi namin alam ang gagawin..." bantulot na sagot ni Gregory.

"Ano? Nasaan si Allen ngayon?"

"Naandoon... iniwan kong nakahiga sa sahig..."

"WHAATTT!"

"I'm sorry, Anne... pero hindi ko alam ang gagawin. Tumawag na ako sa hospital at magpapadala na raw sila ng ambulansiya..."

Tumakbo pabalik si Anne habang higit-higit ang kamay ni Gregory.

"Greg, let's go, let's go! That's not good enough. Dapat mabigyan agad ng first-aid si Allen. Very critical ang timing dito. Allen's life maybe hanging in the balance!!!"

* * * * * * * * * *

Inabutan nila si Allen na nakahiga pa rin sa sahig at wala pa ring malay. Pinalilibutan ito ng mga empleyado doon.

Agad hinawi ni Anne ang mga ito.

"Layo kayo... magsilayo kayo... please!" pakiusap nito, "Dapat mabigyan natin ng space si Allen para makahinga siya ng mahusay... na ba-block n'yo ang air!"

"People, " dagdag naman ni Gregory, "please clear out, clear out! We need some cooperation here!"

Mabilis namang naglayuan ang mga tao doon pero nanatiling nakapaligid at nag-uusyoso.

Umupo si Anne sa lapit ni Allen at tinanggal ang kurbata, sabay niluwagan ang polo nito sa leeg. Kinalong nito ang ulo habang kinakapa ang pulso nito.

"May nakain ba siya... o nainom?" tanong nito.

Umiling-iling si Gregory.

"Wala... are you sure? What about symptoms? Wala ba siyang symptoms na ipinakita prior sa pagko-collapse niya?"

"W-Wala!" sagot ni Gregory, "Nag-uusap lang kami ni Allen and then, nag-decide siyang to run after you.

Nagulat na nga lang ako ng tawagin nila ako at sinabing nag-collapse siya."

"Hmmmm," wika ni Anne habang pinakikiramdaman ang pulso ni Allen, "it seems okay naman ang vital statistics niya. I hope! Pero, inaapoy siya ng lagnat. Ano bang nangyari, Greg?" nag-aalalang tanong ni Anne.

"Hahabulin ka sana ni Allen," sagot ni Gregory. "Bago pa ito, nung nag-uusap kami... napansin ko nang masama ang itsura niya. Nung hinawakan ko nga ay naramdaman kong sobrang init niya. Add to that is, I know for a fact na may heart problem si Allen. Irregular heartbeat or something... I really don't know the specifics?"

"Wala ba siyang sinabi nung nalaman mong mataas ang lagnat niya?"

"Wala. Okay lang daw siya... medyo stressed out lang because of what happened between you two. Pero, I can clearly see na he's in pain. Hinahawakan nga niya ang heart at medyo hirap na siyang huminga. Pero, ayaw papigil, e... hahabulin ka daw niya para makausap ka."

Parang nakonsensiya si Anne. Naiiyak na napatingin kay Allen at parang batang kinausap ito.

"(Sniff!) Huy, ano ka ba? Mas importante pa ba ako kaysa sa buhay mo? Masama na pala ang pakiramdam mo... gusto mo pa akong habulin! Pwede namang bukas, sa makalawa o kahit sa isang linggo! *(Sniff!)* Dapat mas inisip mo ang kalagayan mo!"

"N-Natatakot kasi si Allen na... baka hindi ka na niya muling makita o makausap," paliwanag ni Gregory.

"Sabi n'ya, kahit daw mamatay siya... mapatawad mo lang daw... okay na sa kanya."

"(Sniff!) (Sniff!) Huy, ano ba? Bakit kailangang mamatay ka pa? Nagtatampo lang ako sa iyo... hindi naman ako talaga nagagalit. (Sniff!) Sige, na huy... gumising ka na... please," wika ni Anne habang patuloy ang paghaplos sa mukha ni Allen.

"Ann, in all honesty... mahal na mahal ka ni Allen. Nagawa lang naman niya yung mga iyon, kasi sobrang nalungkot siya... nung akala niya... mawawala ka sa kanya."

Tuluyan nang tumulo ang luha ni Anne habang inaalog-alog ang ulo ni Allen, "(Sniff!) Huy, ano ba... gumising ka na! Ayoko nang ganyan, ha! Huwag ka nang malungkot... huwag ka nang mag-isip ng kung anu-ano d'yan. Hindi ako galit. Hinding-hindi ako magagalit sa iyo. Kung anuman yung nagawa mong kasalanan sa akin... wala na 'yun... pinatawad na kita. Hindi na ako aalis... hindi na kita iiwan. Hu! Hu! Hu! Please, Allen... please... gumising ka na!"

54
Is This Goodbye?

"**Uhmmm! Uhmmm!**" **Narinig nilang umuungol** si Allen.

"Bro, wake up... wake up! Naandito si Anne... hindi pa siya nakakaalis," nasambit ni Gregory

"Allen, Allen... please naman...gumising ka! Si Anne ito... si Anne!"

"Bro, stay with us... help is on the way," dagdag ni Gregory.

Hirap na hirap na nagmulat ng mata si Allen. Animo ay wala itong nakikita.

"Uhmmm... Anne? (Sniff!) Naandito si Anne? NOOO... nagsisinungaling lang kayo... niloloko n'yo lang ako. Hu! Hu! Hu! Umalis na si Anne... iniwan na niya ako," halos pabulong na nabigkas nito.

Niyapos ni Anne si Allen, "Hindi, Allen... si Anne ako talaga. B-Bumalik ako... naandito ulit ako. (Sniff!)"

"*(Sniff!)* Ikaw ba talaga 'yan, Anne," wika ni Allen sabay hinaplos ang mukha ni Anne.

Tumango ito.

"I-Ikaw nga... ikaw nga si Anne. S-Salamat... salamat at bumalik ka. S-Sori... so... sorry..."

Pinigilan ni Anne magsalita si Allen, "Shhhhh! Huwag ka na munang magsalita... makakasama lang ito sa iyo. Hintayin muna nating makarating 'yung ambulansiya."

Umiling si Allen at nagpatuloy, "No, kailangang malaman mo ito. A-Ayokong maging huli na ang lahat..."

"Shhhhhh! Allen, please! *(Sniff!)* " pakiusap ni Anne.

"Anne, I'm so sorry sa lahat ng nagawa kong mali sa iyo. *(Cough!) (Cough!)* Sorry, sorry, sorry!"

"Huwag ka na munang magsalita, Allen," awat ni Anne. "K-Kapag okay na ang pakiramdam mo, saka na lang natin pag-usapan ito... please."

"Ahhrraaay! Uhmm! Hindi, Anne... gusto kong malaman mo ito...," sagot ni Allen. Biglang napangiwi ito at napahawak sa dibdib niya.

"Allen! Allen!"

"Bro... stay with us... stay with us!"

Kahit hirap na hirap ay nagpilit pa rin si Allen na magsalita, "Anne... MAHAL KITA... I LOVE YOU WITH ALL MY HEART. *(Cough!)* Saksi ko ang lahat ng na'ndito. Greg, please... convince, Anne. L-Lahat kayo d'yan... naniniwala ba kayo sa akin?"

Halos sabay-sabay nagsagutan ang mga nakapaligid. May bahid na lungkot ang mga boses nila.

"Yes, Sir!"

"Yes, Boss!"

"Yes, Sir Allen... naniniwala kami."

"*(Cough!)* Anne," nasambit ni Allen, "naniniwala ka na ba sa akin?"

"Allen, hindi mo na kailangang gawin ito," paalala ni Anne, "I believe you... naniniwala ako sa iyo. Just relax... ipahinga mo ang katawan mo. Help is on the way..."

"No, Anne... I don't care if I die... balewala ang buhay ko kung mawawala ka sa akin. *(Cough!)* Right now, sa harap ng lahat ng tao dito... gusto kong i-prove sa iyo kung gaano kita kamahal... kung gaano ka kaimportante sa akin. Hindi ako nahihiyang malaman ng buong mundo ito. Please don't have doubts on me. Please, Anne... please, mahal kita... mahal na mahal kita!"

Pagkasabi nito ay bigla na namang sinapo ni Allen ang dibdib, "Aarray... ang sakit!" parang hinahabol nito ang hininga. Unti-unti na rin nitong isinasara ang mga mata niya.

Mahigpit siyang niyapos ni Anne, *"(Sniff!)* Please, Allen... huwag mo akong iiwan. Please... MAHAL DIN KITA... MAHAL NA MAHAL DIN KITA! Please, h'wag mo akong iiwan. Hu! Hu! Hu!"

* * * * * * * * * *

Muling nagmulat ang mga mata ni Allen, "T-Totoo, Anne? M-Mahal mo rin ako? Hindi ka nagbibiro?"

"Oo, Allen... Oo! Mahal din kita at ayoko ring mawala ka sa buhay ko."

Waring biglang lumakas si Allen nang marinig ito, "Greg... narinig mo... narinig n'yo bang lahat? MAHAL DIN AKO NI ANNE! MAHAL DIN AKO NI ANNE!!!"

Nagtanguan ang mga nasa paligid. Karamihan ay hindi na mapigilan ang pagluha.

"Yes, Sir... narinig namin!"

"(Sniff!) Mahal kayo ni Anne, Sir... huwag na kayong mag-alala."

"Anne loves you, Sir Allen!

Muling ibinaling ni Allen ang atensiyon niya kay Anne, "Thank you, Anne. Pinasaya mo ako. Ito na ang pinaka-masayang araw sa buhay ko. I love you, Anne. Kahit mamatay na ako sa araw na ito, masaya na ako..."

Hindi na napigilan ni Anne ang damdamin, "Hu! Hu! Hu! Huy, ano ka ba? Ayoko ng ganyan. Gagaling ka, diba? *(Sniff!)* Promise mo... hindi mo ako iiwan. Naandito lang ako... walang iwanan, diba? Please, Allen... huwag mo akong iiwan. Hu! Hu! Hu!"

* * * * * * * * * *

Nasa ganito silang tagpo nang biglang dumating si Alex.

"Alex, Alex! Thank God, you're here!" sigaw ni Anne sabay luminga-linga, "P-Pero... nasaan na ang mga medic? Diba, sinalubong mo 'yung ambulans'ya? N-Nasaan na sila? Please tell them to hurry... kailangang madala na agad si Allen sa hospital."

"Hah?" parang nagulat na sagot ni Alex, "medic... a-ambulans'ya?"

Napatingin ito kay Gregory na pasimpleng sumesenyas na umalis siya. Nakita ito ni Anne at naguluhan.

"Greg, ano 'to? What's happening?"

Hindi naman nakuha ni Alex ang isinesenyas ni Greg at nakuha pang magtanong, " Greg, tatawag ba talaga ako ng ambulansiya? Akala ko, kunwari lang at mag-stay lang ako sa harapan ng building? Diba, sabi mo fire drill lang ito? E, nainip na ako doon kaya..."

Napasampal sa noo niya gi Gregory, "Ahhiii!!!"

Muling napatingin si Anne kay Gregory na hindi mapakali sa pagkakatayo habang pinagpapawisan ng husto.

Nakita nitong nakatingin sa kanya si Anne, "A-Ano... mukhang nagkalituhan lang kami ni Alex. Heh! Heh! S-Sa sobrang nerbiyos at excitement... hi-hindi lang kami nagka-intindihan... He! He! He! Go na, Alex... tumawag ka na ng ambulansya... (Groan!) Sige na... tumawag ka na..."

Nagduda na si Anne sa ikinikilos ng dalawa at napatingin kay Allen.

Eksaktong sumisilip ito nang magsalubong ang mata nilang dalawa.

"PAKTAY!" nasabi ni Allen sa sarili at biglang isinara muli ang mga mata. Nakiramdam ito. Nang magtagal at wala ng ibang narinig ay na-curious ito at unti-unting sumilip muli. Pero huling-huli siya dahil nakatutok nang husto ang atensiyon ni Anne sa kanya. Napilitan siyang imulat na ang mga mata habang nginingitian si Anne na parang bata.

Sinubukan pa nitong mag-kunwari muli, "Ehheeemm! M-Mukhang gumaganda na yata ang pakiramdam ko... He! He! He! Parang okay na ako..."

"Hmmp! May heart problem pala, ha!" galit na isinagot ni Anne, "kesyo hindi na makahinga at masakit ang dibdib. Ganon ha... ganon pala!!!"

Bigla itong tumayo.

"LOKOHIN N'YO ANG LELONG N'YONG PANOT!!!"

Bagsak ang ulo ni Allen sa sahig.

BLAGGG!!!

"AREKUUUP!" hiyaw nito.

Nagulat naman ang lahat ng taong nakapaligid doon. Ang iba ay hindi maiwasan ang matawa.

"A-Anong nangyari?" bulong ng isa.

"Hi! Hi! Hi! Nagda-drama lang pala sina Boss!"

"Ha! Ha! Ha! Ganon?"

"Weh? Talaga? Nagda-drama lang?

"Ho! Ho! Ho! Akalain mo... hindi pala totoo 'yon!"

Hindi malaman ni Gregory ang gagawin.

"People, people... back to work na... back to work!" naisipan nitong ihiyaw. Pagkatapos ay mabilis niyang inalalayang maka-angat si Allen.

"Bossing, okay ka lang?"

"Haaiisss! Aray! Nakalog yata ng husto ang utak ko!" sagot ni Allen.

Lalong nagtawanan ang mga nasa paligid.

"Hmmp! Buti nga sa iyo! Halos mamatay na ako sa takot, tapos puro panloloko lang pala ang ginagawa n'yo!" paratang ni Anne.

Pagkasabi nito ay mabilis itong umalis.

"ANNE, WAIT... HINTAY! MAGPAPALIWANAG AKO SA IYO," sigaw ni Allen habang humahabol.

55
Finally, My Heart Gave In

Inabutan ni Allen si Anne malapit sa may sakayan ng elevator.

"Wait, Anne... please, please, let me explain?"

"Explain, explain na naman... ulit? Ano... paulit-ulit na lang ba tayo? What will you think of next? Magdadrama ka ulit... aarte... kesyo may terminal illness ka na or dying soon na? Grabe, a... hindi ko alam... magaling ka palang umarte. Wow... pang-Famas ang acting... pati ako naniwala! O, ano... ano na naman ang idadahilan mo ngayon... may brain tumor ka... may cancer ka... or whatever? Hindi nakakatuwa 'yung ginawa mo, Allen... HINDI NAKAKATUWA... alam mo ba kung gaano ako nag-alala... kung gaano ang nerbiyos ko? I almost died myself..."

"Alam ko... alam ko, Anne... kaya nga... labis akong natuwa nung makita ko ang pagbalik mo... na kahit papaano... nag-alala ka sa kalagayan ko."

Natigilan si Anne. Gustong dedmahin ang sinabi ni Allen, "Hmmmp! Nag-alala... sinong nag-aalala? A-Ako? Hindi... ahh... ahh... bakit ako mag-aalala? Naawa lang ako kay Greg at parang hindi alam ang gagawin. Umm, uhmm... saka dun sa mga empleyado mo na nerbiyos na nerbiyos na. Uhmm, uhmm... s-saka hindi ka ba nahiya sa mga empleyado mo? Sigurado ko, pinagtsi-tsismisan ka na ng mga 'yun. Ano na lang ang sasabihin ng mga tao..."

"I don't care, Anne. I don't care kung ano pa man ang sabihin nila... kung anuman ang isipin nila. Ang importante... naandito ka... naandito ka sa tabi ko."

Namula ang mukha ni Anne. Nag-alangan sa susunod na gagawin. Sulong-urong sa kinatatayuan niya.

Sinamantala ito ni Allen para magpatuloy, "Desperado na ako, Anne. REALLY, REALLY DESPERATE. Wala na akong ibang maisip para mapigilan kang umalis. Kaya naisip namin ni Greg na magkunwaring nag-collapse ako at..."

"... at lokohin ako... at paglaruan," dugtong ni Anne, "'yun ang gusto mong sabihin... tama, diba?"

"H-Hindi, Anne. Wala akong planong lokohin ka o paglaruan. All I wanted is a chance to prove myself to you. Ito na lang ang naisip kong paraan para... ahhhh... how do I say it... ang ibig kong sabihin... h-huling sugal ko na itong ginawa ko. Kasi, kasi... kung hindi ka bumalik... ibig sabihin noon ay balewala na ako talaga sa iyo..."

Hindi nakaimik si Anne.

"Tama ba ako?" tanong ni Allen habang hinahabol ang tingin ni Anne.

Pilit na iniiwas ni Anne ang mga mata at hindi rin makuhang makasagot.

"I don't want to lose you, Anne," muling pagpapatuloy ni Allen, "iyon lang ang naisip naming paraan para mapigilan ka. Hindi mo lang alam kung gaano ako natuwa nung makita kitang tumatakbong pabalik... deep in my heart, naramdaman ko... na kahit papaano... hindi mo ako natiis at binalikan mo ako."

Sukol na si Anne pero nagpipilit pa rin itong dedmahin ang sitwasyon, "E, so ngayong nalaman mo na... masaya ka na... happy ka na? Hmmmp! O, anong susunod mong gagawin... ipagyayabang mo sa lahat?"

"Oo, Anne... masayang-masaya ako... higit pa sa akala mo," sagot ni Allen. "At, Oo... hindi ako mahihiyang ipagsigawan sa lahat... na nag-aalala ka sa akin. That alone is enough for me. Masayang-masaya na ako doon."

Walang malamang sagot si Anne. Ilang nakakailang na sandali ang namagitan.

Maya-maya ay bumukas na ang elevator.

"Going down," wika ng operator.

Humakbang si Anne para sumakay dito.

"Anne...please?" pagsusumamo ni Allen. "Please stay..."

* * * * * * * * * *

Papasok na si Anne sa elevator nang biglang huminto ito.

Bumuntong-hininga at napapikit. Maya-maya ay umatras pabalik.

"Ma'am," tanong ng operator, "sasakay ba kayo o hindi?"

Tiningnan muna nang matagal ni Anne ang operator bago umiling.

Muling sumara ang elevator at naiwan si Anne.

* * * * * * * * * *

Nang dumating ang elevator at nakita ni Allen lumakad na si Anne para sumakay dito, napapikit na lang ito. Kaya laking gulat niya nang makitang nasa lapit pa rin niya ito pagmulat ng mga mata niya.

Hindi ito halos makapaniwala sa nakita, "Anne... naandito ka... hindi ka umalis?"

Masungit na tiningnan siya nito sabay inirapan siya, "Ayy, hindi... wala po ako dito at ilusyon n'yo lang ako! Haaaiiissss!!!!"

Bagama't nalilito, laking tuwa ni Allen, "Anne, hindi ka umalis... ibig bang sabihin nito ay pinatawad mo na ako... na hindi ka na galit? Na... na may pag-asa pa rin ako sa iyo?"

"HMMMMP! HAAY, NAKU... EWAN KO SA IYO!" inis na sagot ni Anne.

Naguluhan si Allen, "A-Ano... bakit pa-parang galit ka... parang naiinis ka sa akin... hindi ko maintindihan? May nagawa na naman ba akong kasalanan?"

"(Sigh!) Haay, naku... KAINIS!!! 'Yan kasi ang nagagawa ng mahilig mag-akting... hindi na alam ang totoo... nagiging manhid na ang pakiramdam -- HINDI NA MARUNONG MAKIRAMDAM!!!," maangas pa ring sagot ni Anne pero mababakas sa mukha nito ang panimula nang matamis na ngiti.

"Manhid... AKO?!!"

"OPO! WALA KA BANG PAKIRAMDAM? Hindi pa ba sapat 'yung mga ginawa ko? Heto na nga ako sa harapan mo... kahit sangkatutak na.... Haiiisss... mga ewan at kung anu-ano pang hindi ko maintindihan ka-ekekan ang pinaggagagawa mo. Ano pa ba ang gusto mo? Hindi na nga ako sumama kay Roger... binasted ko na nga ito... nagtatakbo na nga ako na parang tanga sa pag-aalala sa iyo... tapos ngayon ngang NAANDITO AKO at hindi umalis... NAGTATANONG KA PA KUNG MAY PAG-ASA KA SA AKIN?!" litanya ni Anne. "KAILANGAN KO PA BANG ISPELINGIN 'YUN?!! ANO PA BANG TAWAG MO DOON? GRABE, GRABE KA SA PAGKAMANHID!!! Aiigooooo!!!"

Napatingin si Allen sa mukha ni Anne. Ngayon lang niya napansin na kahit nakasimangot, halatang nanunukso lang ito at pinagkakatuwaan siya. Saka pa lang nagliwanag ang lahat sa kanya. Patakbong niyakap nito si Anne.

"HINDI, HINDI AKO MANHID!!! Ha! Ha! Ha! Thank you, Anne... thank you! Totoo ba ito... hindi ba ako nananaginip?"

Tiningnan siya ni Anne, sumimangot muli bago sumagot na nangtutukso, "Ngiiii! Nakakainis ka talaga. Gusto mo ba talagang maging panaginip na lang ito? Sabihin mo lang... gagawan ko nang paraan..."

"Naku, hindi, hindi! Totoo ito, totoo ito! Wala nang bawian... WALA NANG BAWIAN! Yeeheeheeey!!! Mahal mo ako, mahal mo ako!!! Yes, yes, yes... MAHAL AKO NI ANNE!!!"

56
Mayroon Bang Forever?

"**Well, how about it, Bro?**" tanong ni Gregory kinabukasan nang mapag-isa sila ni Allen. "Kahit na nagkapalpak-palpak 'yung plano natin... at least yung end result is what we wanted. Sa wakas, nakuha mo din ang matamis na OO ni Anne. Ha! Ha! Ha!"

"Oo nga, Greg!" sagot ni Allen. "Thankfully... no matter how clumsy we were, all the pieces fit... and it's all worth it... lahat nung hirap at Ha! Ha! Ha!... kapalpakan natin. Thanks to you and Alex."

"Epic yung naisip natin. Ha! Ha! Ha! Ano, masakit pa ba yung kili-kili mo gawa nung bawang?"

"Ha! Ha! Ha! Medyo inflamed pa but it's getting better. By the way, saan mo ba nakuha yung idea?"

"We used to do that at school... kapag gusto naming makapag-cutting class or you want to skip school altogether. One bawang in the kili-kili... BOOM!... instant lagnat!"

"Effective, Bro... very effective! Ha! Ha! Ha! Pero, saan ka naman nakakuha ng bawang... at such a short notice."

"He! He! He! Leftover nung lunch kong adobo."

"Ngiiii! Kadiri... kaya pala mabasa-basa pa ito. Eeeewww! Bakit dala-dala mo pa?"

"Sayang kasi... balak ko sanang iuwi. He! he! He! Anyway... stop complaining... nakatulong naman, diba?

"Oo na, Oo na! Yuck... kadiri talaga! Pero, grabe ha, wala akong masabi... talagang effective ito... ang taas ng temperature ko noon. Kahit si Anne naniwalang may lagnat ako."

"Yup... and the look of the faces nung mga naandoon... priceless! Talagang paniwalang-paniwala sila na na-heart attack ka... kaya lalong na-convince si Anne pagdating namin."

"It's good, hindi na natin sila isinali or else baka nagkawindang-windang pa yung drama natin."

"Time is the essence kasi, Allen... and we don't have that much time. Saka, mas magiging convincing kapag yung emotions noong mga nasa paligid... totoo at hindi fake."

"Sa totoo lang, Bro... hiyang-hiya ako and at the same time, pigil na pigil yung pagtawa ko. Akala ko nga, hindi ko makakayang to go through it hanggang sa dumating si Anne. Grabe, first time kong umarte ng ganoon... not even on school plays."

"Si Alex Ha! Ha! Ha! Si Alex ang may kasalanan kaya nabuko tayo. Okay na sana ang lahat... kaya lang hindi ito marunong sumakay sa drama natin... shu-shunga-shunga!"

"Bro, hindi natin masisisi yung tao. Biglaan lang yung plano natin... hinaltak mo lang siya at very sudden yung instructions mo. Talagang clueless 'yung tao sa nangyayari. Anyway, all is well... that ends well," masayang pagtatapos ni Allen.

"Okay, Bro, now that everything is settled... at girlfriend mo na si Anne... what's your next move?"

"Next move? What more will I have to do? Ahh... yes, yes... 'yung mga dapat kong gawin para mas lalong ma-in-love sa akin si Anne. Don't worry, Bro... I'm not forgetting about that... I'm way ahead of you... planado ko na ang lahat, from start to finish. First... endless dates, flowers, sweet messages... "

"Allen, wait, wait! Bro, nakalimutan mo na ba? First and foremost, ang dapat mong asikasuhin ngayon is... revealing your true identity... the Dino thing... remember?"

"Haaiisss! Oo nga pala. Sa sobrang saya ko kasi, nalimutan ko na ang tungkol doon."

"Which is a must... or lahat ng ginawa mo... baka sa kangkungan lang mapunta," warning ni Gregory.

"I know, I know... don't worry about it. Let me savor the moment muna, Bro. That thing can wait. Ang importante... tan-tara-tan!!!... marami kaming dapat i-enjoy muna ni Anne... especially me. I've been dreaming of this day eversince I can remember. Ngayong nagkatotoo na ito, I don't intend to waste a single minute of it. Ha! Ha! Ha! Dates, gala, pasyal, manood ng sine, kumain... the list is endless. Feeling ko, kulang ang isang linggo para magawa namin ang mga ito."

"Pero, Bossing... I don't want to burst your bubble... pero hindi ba dapat i-resolve mo muna 'yung true identity mo... while everything is good?" paalala ni Gregory.

"In time, Greg, in time. Don't be a spoilsport. Right now, may date kami after work. Yes, our very first official date. Anyway, okay na ang lahat, what else can go wrong?"

Hindi na kumibo si Gregory pero hindi pa rin ito kumbinsido sa desisyon ng kaibigan, *"I hope you're right, my friend... I hope nothing goes wrong... at sana tama ang desisyon mo."*

Tulad ng sinabi ni Allen, araw-araw ay wala itong pinalampas na hindi kasama si Anne. Walang tigil na date, panood ng sine, kain sa labas ang ginawa nila.

"Allen, hindi ba sobra na ito, "wika ni Anne habang nagi-stroll sila makatapos manood ng sine, "halos araw-araw na lang ay wala na tayong ginawa kung hindi mag-date, mamasyal at kumain sa labas."

"Sobra? Para sa akin... kulang na kulang pa ito. Kung pwede nga lang... buong araw tayong mamasyal. Unfortunately... we have work to do."

"Hi! Hi! Hi! Syempre, naman. Ikaw nga, pwedeng-pwedeng hindi pumasok sa office. Naandoon naman si Greg at pwedeng mong i-delegate ang mga trabaho mo sa kanya. Paano naman ako... mam'ya n'yan... i-fire out mo ako! E, di jobless na naman ako."

"Weh, at bakit naman kita sisisantehen? Pwede ko ba namang gawin 'yun sa... future Misis ko? No way, diba? Saka, parang nasa work ka rin, since kasama mo si Boss mo!"

"Ganon, e bakit wala akong overtime pay? Hi! Hi! Hi!"

"Hamo mam'ya... sampung goodnight kiss ang ibibigay ko sa iyo pag hatid ko," biro ni Allen.

"Ahiiii... ang kuripot naman ng Boss ko! (Giggle!) Magre-resign na lang ako kung ganoon."

"Wait, wait... hindi naman kita pababayaang mag-resign," sagot ni Allen.

"At bakit naman hindi? (Giggle!) Aba, karapatan ko 'yon. Idedemanda kita."

"Kasi... baka pag nag-resign ka sa amin... mag-apply ka na naman kina Roger. He! He! He! Biro lang. Papayagan ba naman kitang mag-resign. Ikaw yata ang number one employee ko!"

"Hi! Hi! Hi! Hindi ko naisip yun, a! Pero, teka... now that you mention it..."

"Hoy, hoy, Anne... don't even think about it..."

"Mmmm... sigurado ako, tatanggapin pa rin ako ni Roger," tukso ni Anne sabay tumakbo papalayo. "Hi! Hi! Hi!... with open arms pa... siguro mas mataas pa ang sahod ko dito... tapos may mga... AAAYYYIIII!!!"

Hindi na natapos ni Anne ang mga sasabihin dahil hinabol na siya ni Allen at niyapos ng mahigpit.

* * * * * * * * *

"Bro, palagay ko... iiwasan ko na muna ang chocolates at mga sweets," biglang nabanggit ni Gregory habang break time at nagpapahinga sila sa kwarto.

"Oh, ibig mong sabihin, Greg... mag di-diet ka?" tanong ni Allen.

"Good for you, "sang-ayon naman ni Anne, "mukha ngang tumataba ka na. You are getting big on the sides. Baka kailangang mag-exercise ka na rin."

"No, no... it's not for those reasons?"

"Huh, bakit? May problema ka ba sa health mo?" tanong ni Allen.

"Actually, yes... medyo nasosobrahan na ako sa sweets... nauumay na ako," pahayag ni Gregory.

"Nasosobrahan? How come... hindi naman kita nakikitang kumakain ng chocolates or candies?"

"Oo nga, Greg... paano kang mauumay e, hindi ka naman mahilig sa mga ito?" tanong ni Anne.

"Nauumay na kasi ako... sa inyong dalawa," panunukso ni Gregory. "Sobra kasing S-U-W-W-W-I-I-I-T-T-T n'yo sa isa't isa... He! He! He! SWEET, SWEET, SWEET! Nakakaumay na! Pwede ba maghiwalay naman kayo paminsan-minsan! Itong si Allen, akala mo bubuyog lagi na lang umaaligid kay Anne, daig mo pa si Jaworski mag-bantay."

"Haisss! Ang corny mo, Greg," wika ni Anne pero hindi mapigilang matawa.

"Asus, akala ko pa naman... seryoso ang usapan... 'yun naman pala mang-aalaska lang ito si Mister Corny," banat naman ni Allen. "Ang corny mo talaga, Greg. You and your corny jokes!"

"Ha! Ha! Ha! Got you! Anyway, hulaan ninyo ito. Anong mas corny pa sa jokes ko?"

"Ahiiii, meron pa ba? Wala na, diba?" paratang ni Allen.

"Just bear with me, people... sige na... ano ang mas corny pa sa mga jokes ko" muling tanong ni Gregory.

"E, di mais mismo," hula ni Anne.

"Mas corny sa jokes mo? Jokes ni Alex? Jokes ni Willie Nep? Jokes ni Allan K?"

"Nope, nope, nope... definitely not... mas grabe pa!"

"Ang hirap naman... wala akong maisip... sirit na!" hiling ni Anne.

"Oo nga, Greg... sirit na... anong sagot?"

"Ano pa, e di... yung mga sweet, sweet nothings na ibinubulong mo kay Anne araw-araw! Naku, Bossing... medyo bagu-baguhin mo naman ang style mo... parang panahon pa ni Metusalem ang istilo mo. Tapos 'yung mga sinasabi mo kay Anne, NGIIII! Nakakakilig ng balahibo. Hoy, Bro... mag-Gogggle ka naman ng mga bagong pickup lines. Ahiii, ganyan ka bang manligaw... paano mo naloko... AARRAAYYY!"

Hindi na natapos ni Gregory ang mga sasabihin dahil binato siya ng folder ni Allen.

"Haaaiiss! Ikaw talaga, Greg... wala ka nang maisip na matino! Ha! Ha! Ha!"

Hi! Hi! Hi!" hindi naman mapigilan ni Anne ang sarili sa kakatawa.

* * * * * * * * *

Naglalakad si Allen at Anne papunta sa kotse nito nang salubungin sila ni Alex.

"Boss, Boss... may problema!"

"Hah... ano yon?" tanong ni Allen.

"Kasi yung mga idedeliver naming mga props para sa presentation natin mamaya, natanggal 'yung iba sa pagkakadikit. Kailangang maayos natin ulit ang mga 'yon bago ideliver."

"E, di sige, go... go and fix the problem. Bakit sa akin ka lumalapit?"

Bantulot ang pagsagot ni Alex, "E... e... kasi sabi ni Gregory... sa iyo daw ako humingi ng tulong?"

"Ano? Bakit sa akin? Dun sa supply officer... dun ka pumunta... siya ang puntahan mo, hindi ako. Mag-request ka ng glue or whatever. Bakit naman sa akin ka pinapapunta ni Gregory?"

Biglang lumabas si Gregory na kanina pa pala nagtatago.

"KASI, SOBRANG DIKIT MO KAY ANNE... DAIG MO PA ANG SUPER-GLUE!!! HA! HA! HA!" sabay hiyaw ng dalawa. Pagkatapos nito ay mabilis na tumakbo ang mga ito papasok ng opisina.

"Haaiisss! Bumalik kayo dito... mga hung-hang! Wala na kayong ginawang matino! Bumalik kayo..."

"Hi! Hi! Hi! Stop na, Allen... nakatakas na ang mga mokong! Wala ka nang magagawa. Hi! Hi! Hi!"

* * * * * * * * * *

"Kapatid, balita ko... sa wakas(!)... nasungkit mo na rin ang matamis na OO ni Anne," bati ni Dang nang minsang dumalaw ito sa bahay nila.

Ngiting-ngiti si Allen nang sumagot, "Yes, Ate... finally! Grabe ang feeling ko... sobrang saya ko... hindi ko mai-describe! Basta ang alam ko... at long last, natupad din sa wakas ang lifelong dream ko! Teka, paano mo nalaman ang tungkol dito?"

"Weh, paano pa? E, di syempre... dahil sa makakating dila ni Gregory! Iyong tao bang 'yon, palalampasin ang pagkakataong i-tsismis kayo sa akin? Hah, Nevah!!!"

"Ha! Ha! Ha! Oo nga, tama ka doon... daig pa noon ang babae pagdating sa pagkakalat ng tsismis!"

"Congrats, kapatid! I'm so happy for you. Hopefully, tuloy-tuloy na ito. I can't wait na maka-kiskisang siko ulit ang bestfriend ko" sabi ni Dang. Bigla itong may naalala, "Wait, Wait, bunsoy... nasabi mo na ba kay Anne... ang tungkol sa totoo mong identity? You know... that Dino-Allen double identity?"

"H-Hindi pa, Ate... for the moment kasi... I'm just trying to enjoy the moment."

"Mmmm... according to Greg, nag-warning na siya tungkol dito... and up to now, hindi mo pa rin ginagawan ito ng paraan? Bakit naman?"

"Okay naman na kami ni Anne. Masaya kami... and after all that we've gone through... parang ayoko munang i-tackle ito. Saka na lang muna."

"Pero, bunsoy... kwidaw... hindi ba dapat ito na agad ang inaasikaso mo? I'm just saying... mabuti na yung habang maaga ay malaman na ni Anne ang totoo. Heaven forbid, baka may dumaan na masamang hangin at malaman pa ito ni Anne in a bad way. Huwag mo nang patagalin, bunsoy... the earlier, the better."

"Sabagay, you have a point there. Sige, Ate Dang... I'll plan on something para masabi ko na kay Anne ang katotohanan."

"Yes, 'yan ang gusto kong marinig sa iyo. Saka, miss na miss ko na talaga si Anne. Natatakot akong makipag-tsika-tsika ng husto sa kanya dahil baka madulas ang taklesang dila ko at mabulgar 'yang sekreto mo. Once malaman na ni Anne ang tungkol sa iyo... whew!... makakahinga na rin ako ng maluwag."

"Don't worry... I'll see to it ASAP. Just give me a couple of days. Anyway, why worry Ate? After all... what can go wrong? Walang chance na malalaman ito ni Anne without us saying it. Our secret is safe," panigurado ni Allen.

57
Don't Be Too Sure

"**A**lam mo Allen... hanggang ngayon hindi ko pa rin maalis ang mailang sa ating dalawa," sabi ni Anne.

"Huh? Anong... mailang? Bakit ka naman naiilang?" tanong nito.

"Ummm... yung age difference natin. Hindi ko pa rin ma-reconcile yung fact na you're... what... four, five years younger than me.

"Bakit ka naman maiilang. E mas mukha ka pa ngang bata kaysa sa mga ibang babae d'yan. Anyway, what's the difference kung mas matanda ka sa akin? Para sa akin, it doesn't matter."

"Ewan ko. Hindi ko talaga maubos-maisip... that I will fall in love with a guy... na mas bata pa sa akin. Siguro... one or two years younger... carry ko pa... pero, yung katulad mong 5 years ang age difference natin... I still feel the chills. S-Siguro, matatagalan pa para makasanayan ko ito... if ever," makahulugang pagtatapat ni Anne.

"Anong ibig mong sabihing... if ever? Hindi ka ba naniniwalang magtatagal tayo? Ako, I'm very much certain. If you want, pakasal na tayo agad ngayon -- right here, right now!"

Napangiti si Anne at nailing, "I wish it could be that easy... how I wish I could be that confident."

"Bakit... why... hindi mo ba ako mahal... hindi ka ba ganoong kasigurado sa akin?"

Syempre... mahal kita... sasagutin ba kita, kung hindi kita mahal, pero..." nag-aalangang sagot ni Anne.

"Pero, what... are you having second thoughts?"

"No, it's not that. I'm just being realistic. Your age... my age... plus mayaman ka and..." hindi na tinapos ni Anne ang sasabihin.

"So what kung mayaman ako? Why does age matter? Ibig mo bang sabihin... for example... kung mas matanda ka sa akin ng twelve... fifteen years... lalong magiging imposible sa iyo... na maging tayo?"

"Twelve, fifteen years age difference? I really doubt it. Maybe it worked on other people... and I'm happy for them... pero, in my case... lalo na kung ganoon kalaki ang age gap... I would find it hard na... you'll still fall in love with me... much more... stay in love with me. Marami na akong kilala na... same case as ours, and they didn't worked out. Somewhere along the way, the age difference got in the way... and ruined everything. Siguro, if it's the other way around, ikaw ang mas matanda sa akin... baka -- I'm saying 'baka,' hindi pa rin sigurado -- baka mag-work out."

"Bakit... anong diperens'ya nito?"

"Iba kasi... iba ang dating kung yung guy ang mas matanda. Pag yung babae ang matanda, parang it looks weird. Ewan ko ha, pero that's the way I feel."

"Okay, okay, I give you that. Pero may mga exception to the rule, diba? Tulad nga ng sabi mo, it worked on other people. Bakit hindi pwedeng mag-worked sa iyo... at sa atin? Why can't we be an exception?"

Medyo nahiwagaan ng konti si Anne sa tanong na ito pero isinangtabi nalang niya ito at nagpatuloy sa pagpapaliwanag.

"The age gap is too big. Sooner or later... yung culture nung isa, magka-clash sa culture nung isa. The result will be like a bomb waiting to explode. Before you know it... they will be hating each other. I don't want to take that risk... ayokong dumaan sa ganoon. Marami nang lamat ang puso ko... one more at baka mag-break down na ako... completely!"

"Pwede namang pag-usapan 'yun, diba? Pwede namang give and take ang isang relationship. W-Why not give it a try?"

"Sabi ko nga, pwedeng na-worked ito sa ibang tao... yung malalakas ang loob. Pero, in my case... h-hindi na kaya ng puso ko to go through it all... again. Marupok na ang puso ko... as I've said, anything more... I'll completely lose it. Hindi ko na kaya... I don't think kakayanin ko pa ulit masaktan... I'm not that strong enough."

"Pero, Anne..."

Hindi na napigilan ni Anne na magduda, "Wait, Allen. Five years lang naman ang age gap natin... not twelve or fifteen. Bakit parang masyadong ipinu-push mo sa akin 'yung scenario? What's in it for you? Is there something you're not telling me?"

"Hah? Ah, e... wala, wala! Ummm, ano... na-na... napag-usapan lang naman natin," patay-malisyang sagot ni Allen.

Hindi kumbinsido si Anne at makikitang puno ng pag-aalinlangan ang mukha nito.

Pilit inilihis ni Allen ang usapan, "W-What I'm trying to say is... kapag mahal mo ang isang tao... dapat, there's no reservation. Yung bang ibuhos mo lahat ang pagmamahal mo... as if there's no tomorrow. Diba, dapat ganoon?"

"Oo naman... pero..."

"O, kita mo na... may reservation ka. 'Yun ang hirap sa iyo. You're holding back. Hindi katulad ko, I'm going all-out with you. No reservations... no second thoughts... no holding back. O, ikaw... why are you holding back?"

"Because I'm afraid... na kapag dumating 'yung araw na magkakahiwalay din tayo... hindi ako handa," malungkot na pag-amin ni Anne. "Hinahanda ko lang ang sarili ko for that day. I would not be surprised kung bukas-makalawa... may makita kang another girl na mas magugustuhan mo kaysa sa akin -- and I want to be ready for it."

"WHAT?!!," gulat na nasambit ni Allen. "I can't believe I'm hearing this. Akala ko ba... mahal natin ang isa't isa... and I'm already thinking of the future with you. But in your case, mas iniisip mo pa kung kailan tayo magkakahiwalay? Hindi ko yata maintindihan 'yon, Anne?"

Tinitigan muna nang husto ni Anne si Allen bago sumagot, "I'm sorry, Allen. Hindi ko rin alam kung bakit ako ganito and I hate myself for being like this. Pero, I'm really at the edge. Pakiramdam ko, my heart couldn't take any more pain and sufferings. For as long as I can remember, yung magagandang bagay na nasa akin... nawawala... more like, taken away from me -- and that makes me miserable. That's why, takot na ako... takot na akong magmahal... kasi lahat nang minahal ko... nawala lahat sa akin. Just like with us... ayokong umasa... I know, kahit gaano ako kasaya ngayon... that day will come... na iiwanan mo rin ako. (Sniff!)"

Hindi mapigilan ni Allen na yapusin ang kasintahan, "Anne... Anne... please... h'wag kang mag-isip ng ganyan.

Mahal na mahal kita at hinding-hindi kita iiwanan, kahit ano pa ang mangyari. Please don't cry. Okay, okay... nararamdaman ko ang pinanggagalingan mo... and I can't blame you. Sobra-sobra ang sakit na pinagdaanan mo and I thank God, naand'yan ka pa rin, hindi ka nag-give-up. I promise you... I will do everything... gagawin ko ang lahat para maibalik sa iyo ang tiwalang nawala sa puso mo. Aalisin ko ang lahat ng agam-agam at takot na nabubuhay sa isip mo. I will always be here for you."

"Ewan ko, Allen... ewan ko kung..."

"You know what? If you really think na magkakahiwalay din tayo... na hindi tayo magkakatuluyan... then so be it."

Napatingin si Anne na parang nagtatanong.

"Pero, as of now... let's just enjoy what we have and let's not worry what's going to happen..., paliwanag ni Allen. "Let's not think about the day kung saan magkakahiwalay tayo. I-enjoy natin itong mga araw na magkasama tayo. Why worry sa isang bagay na hindi pa nangyayari? Also, it's not just about you... but also about me. Who knows, one of these day, mamamatay na pala ako..."

"Don't say that, Allen. Please don't even joke about it," pagtutol ni Anne.

"No, I'm serious, Anne... I'm not joking. When I was young, I almost died from dengue. If not... for somebody special to me, I would have... but that's another story," sandaling natahimik si Allen.

Parang may bumagabag sa ala-ala ni Anne. Pilit niyang iniisip kung ano ito pero hindi niya maalala.

Nagpatuloy si Allen, "What I'm trying to say is... I wouldn't be here talking with you kung namatay ako then. Hindi ba what a waste 'yun kung nangyari. There I am, so young and full of plans, tapos mamamatay lang pala ako. Hindi ba ironic yun? Nagpaplano ako para sa wala lang pala."

"Oo, pero anong koneks'yon noon sa atin?"

"Hindi natin alam what's in store for us in the future. Pwede tayong magplano, we need to plan for our future... pero nothing is cast in stone... walang kasiguruhan ang lahat. So if that is the case, let's make the most of what we have... let's cherish and enjoy every single moments na magkasama tayo. The long and short of it... LET'S ENJOY WHAT WE HAVE TODAY AND FORGET WHAT WILL HAPPEN IN THE FUTURE. Malay mo, pwedeng magkasakit ulit ako ng dengue or I get run over by a truck pagtawid ko ng kalsada. The same goes for you. Pwede tayong magkahiwalay, not only by choice... but for other reasons as well, diba? So, if it does happen either by fate or by choice, then so be it. But right now, let us not waste our time worrying about it. If it comes, then it comes. Today is what's important. Let's cherish the time na magkasama tayo... that we are happy together... hindi yung araw na magkakahiwalay tayo. LET'S MAKE EACH DAY THAT COMES, THE HAPPIEST FIRST DAY OF OUR LIVES."

* * * * * * * * * *

"In all honesty, Allen... bakit ako ang napili mo? Not that I'm selling myself short pero... I mean... sabi ko nga sa iyo noon, maraming mas bata, mas maganda at mga mababait naman na mga babae na pwedeng mong pagpilian kaysa sa akin... why me?"

"SIMULA PA LANG NANG BATA AKO, HINDI MO ALAM NA IKAW NA ANG MINAHAL KO."

"A-ANOOO? Anong sinasabi mo? Anong... simula pa lang nang bata ka... e ngayon lang naman tayo nagkita??? A-Anong ibig mong sabihin doon?"

"HAAIIISSSS! PATAY..." hilakbot na naisip ni Allen, "nadulas na naman ako! Ano na naman bang kapalpakan itong nagawa ko?!!!"

Hindi maiwasan ni Anne na magduda, "Allen, mayroon ba akong hindi alam... may inililihim ka ba sa akin?"

"OH, NO!" panic-na panic na si Allen, *"ANONG ISASAGOT KO?"*

58
Truth Or Consequence?

Hindi malaman ni Allen ang isasagot kay Anne. Sa itsura nito ay hindi siya tatantanan hanggang hindi siya nagsasabi ng totoo.

"Bossing!" biglang humiyaw si Greg mula sa table niya, "hindi mo ba nasasabi kay Anne yung tungkol sa dream girl mo noong bata ka pa?"

Nabaling ang atens'yon ni Anne kay Gregory, "Dream girl... ano 'yon?"

"Uhummm... naikwento kasi sa akin ni Allen na... yung katulad mo raw -- maganda, mabait, maaalahanin and all that sorts -- ang hinahanap niyang katangian ng dream girl niya... kahit na noong bata pa siya," paliwanag nito.

Mabilis namang sinang-ayunan ito ni Allen, "Tama, tama! 'Yun nga ang ibig kong sabihin. Na kahit bata pa lang ako noon... yung mga katangian mo... ang hinahanap ko sa dream girl ko... na gusto kong mahalin."

Naibsan ang paghihinala ni Anne, "Ah, ganon ba? Akala ko kasi..." pero hindi na nito tinapos ang sasabihin.

"Uhumm, by the way, Anne... naihanda mo na ba yung presentation namin bukas with the 'LoseYourWeight' company," wika ni Allen upang mailihis ang usapan.

"Tsk! Oo nga pala," sagot ni Anne, "I've done the preparations, pero ipa-finalize ko pa pala today. Maiwan ko muna kayo, I'll go to the audio-visual room to make sure everything is okay."

Pagkasabi nito ay lumabas si Anne sa kwarto.

Nakahinga ng maluwag si Allen at Gregory.

"Greg, thanks... you save me, Bro!" wika ni Allen, "akala ko, mabibisto na ako ni Anne. Hindi ko na alam ang isasagot ko. Haaiiss! Nawala ako sa sarili ko, kaya ganon ang nasabi ko!"

"That was close, Allen," sang-ayon ni Gregory, "actually, hindi na nga sana kita sasaluhin. I really wanted Anne to know about you being Dino. Pero... wrong timing kasi... you are being caught in a lie. Para kasing lalabas na... all along niloloko natin siya. Me... you... all the people around her... and even Dang. Syempre... anong iisipin niya?"

"Tama ka doon, Greg. Wrong timing talaga. No matter how... Anne might even think na all the people here in our office ay kasabwat natin. At kapag nalaman niyang pati si Ate Dang is in on the whole thing... na nagsinungaling din ito sa kanya... iisipin niya talaga, niloloko natin siya."

"Bro, I'm saying this again, and again, and again... dapat sabihin mo na agad kay Anne ang katotohanan. You got lucky this time, pero how about next time? Just say it, Bro... sabihin mo... Anne, ako si Dino. I'm all grown up and I'm now this guy Allen that you know."

"Parang ang daling sabihin, ano? Pero in reality, it's not that simple. Bakit pinatagal ko pa?... yun ang unang itatanong ni Anne -- kung magtatanong pa 'yon. Baka, mam'ya bigla na lang mag-walk-out 'yon."

"Kasi naman ikaw, Bro... pinatagal..."

"I know, I know... hindi mo na kailangang sabihin ito sa akin. Dapat talaga, noon pa sinabi ko na agad kay

Anne ang tungkol dito. But the circumstances prevented me from doing so. Ngayon, habang nagtatagal... lalong bumibigat yung pagsisinungaling ko."

"Okay, let's get past that... ano na ngayon ang plano mo para masabi natin kay Anne ang totoo?" tanong ni Gregory.

"Gusto ko sana, I will invite Anne to our place, kunwari to meet my Mom..."

"Your place? E, diba alam mismo ni Anne yung bahay n'yo?" babala ni Greg. "Aba, pagpunta pa lang n'yo doon malalaman na niya ang totoo."

"No, Greg... hindi doon sa old house namin. We've sold that a long time ago. Dito na kami nakatira... close to the office in case nalimutan mo na."

"Shucks... Oo nga pala. I kinda forgot all about it. Okay, okay... so iimbitahan mo si Anne to meet your Mom... then what's next?"

"Well, naandoon din dapat si Ate Dang... and of course you and Alex... since partners in crime tayo... at sabay-sabay nating sasabihin sa kanya ang totoo. Siguro naman, with us all together there, mako-convince natin si Anne na I truly meant well at hindi ko siya niloloko."

"Mmmm... it looks good, it might really work. Besides, wala na akong maisip na iba pang paraan. So, when do you intend on doing this?"

"This coming Saturday. Magli-leave ako ng Friday, to help with the preparations... s'yempre dapat may konting salo-salo man lang. Then I'll invite Anne early Saturday morning. What do you think, Greg?"

"Uhumm... good. Pero, anong idadahilan mo kay Anne kapag hindi ka pumasok ng Friday?"

"Sasabihin ko na lang na masama ang pakiramdam ko, just a slight fever or something and that I just decided to stay home and rest. Nothing serious para mag-alala siya and then, sasabihin ko rin sa kanya na may lakad kami the next day. Palagay mo, okay ba 'yon?"

"So far, so good... mukhang okay naman yung plan mo. Hopefully, matapos na lahat itong subterfuge natin come Saturday. I for one, can breath a sigh of relief. Nakaka-stress na rin 'yung paglilihim natin kay Anne."

"I coudn't agree more, Greg. Well, rest easy... come Saturday, all of this will be over."

Maaga pa lang ay tinawagan na ni Allen si Anne sa cell nito.

"Anne, I won't go to the office today. Uhmm, medyo masama ang pakiramdam ko... just a slight fever, I'm taking the day off."

"Hah? Fever, baka na-dengue ka na naman... did you check your temperature? Gaano kataas ang fever mo?"

Hindi inaasahan ni Allen ang mga tanong na ito ni Anne kaya hindi agad nakasagot.

"Allen... are you still there?"

"Oo... Oo! 'Yung tungkol sa sakit ko... hindi naman dengue ito... siguro"

"Anong ibig mong sabihing 'siguro?' May fever ka, so p'wedeng dengue 'yan... hindi pwedeng ipag-walang bahala 'yan... dapat pa-check-up ka just to be sure," pagpupumilit ni Anne.

"Uhm... ano... actually... wala naman akong fever. M-Mabigat lang yung pakiramdam ko. Siguro dahil nag-workout ako kahapon. Tama! 'Yun nga kaya mabigat ang pakiramdam ko. He! He! No worries, wala akong fever."

"Pero... bakit sabi mo kanina, may fever ka?" nagtatakang tanong ni Anne.

"Yun ba ang sinabi ko? N-Nagkamali lang siguro ako. Medyo nahihilo lang..."

"Nahihilo ka?!! Allen, baka hindi na basta-basta 'yan. Gusto mo puntahan kita d'yan at samahan kitang magpa-check-up?"

"NOOO!"

"B-Bakit yata... sobra naman ang pagtanggi mo? Meron ka bang hindi sinasabi sa akin?"

"No, no, no... you got it all wrong. Ah, ano... na-nakatapak kasi ako nang... nang... putik kaya ako napahiyaw ng sagot sa iyo," pagpapalusot ni Allen. "It's really nothing, Anne... huwag ka nang pumunta dito. I think I'll just sleep so okay na ang lahat... there's no need for you to come."

"Sigurado ka ba?" pagsisiguro ni Anne. "I can drop by..."

"Hindi, hindi na Anne. Okay na ako. Just take care of yourself. I'll be fine. Sige na, baka ma-late ka na sa office. Bye... I love you!"

"Bye... I love you, too. Pagaling ka!"

"I will, I will! Love you, too"

CLICK!

Pagkababa ng phone ay nakahinga ng maluwag si Allen.

"Whew! That was close. I hope, hindi na-suspetsa si Anne ng kung ano. Anyway, I'll call her up again bago siya umuwi, para hindi na siya mag-isip pa nang kung ano. Hopefully, all of this will end tomorrow."

Hindi naman mapigilan ni Anne na mag-isip na hindi nagsasabi ng totoo si Allen.

"Ano kayang problema ni Allen. Nakapagtataka naman kasi... may fever daw siya tapos biglang-bigla, wala naman daw. Putik? Putik sa loob ng bahay? Paanong nangyari 'yon? Saka, paano siya mag-wo-work out... madaling-araw na kaming nakauwi kagabi. Sabi pa nga niya, diretso na siyang matutulog? Nakapagtataka talaga. And then ayaw pa niyang pumunta ako doon.. parang nag-panic pa nung sabihin kong pupunta ako sa kanila. Ano ito? Bakit parang kinakabahan ako... para kasing may hindi tama sa nangyayari. May itinatago ba siya sa akin?"

59
Coincidence or Simply Bad Timing?

Sabado. Maaga pa lang ay bising-bisi na si Allen sa pag-aayos ng bahay. Katulong ang mga kasambahay, maayos at malinis na ang buong kabahayan.

Nasa kuwarto si Allen at nag-iimis ng mga gamit nang mapagtuunan nang pansin ang isang maliit na kahon sa loob ng cabinet niya. Kinuha niya ito at tiningnan ang laman.

"Haaiisss! Mga picture pa pala ito ng mga naging girlfriends ko!" nagulat na nasambit nito.

Naging gawi ni Allen na ilagay sa nasabing kahon ang mga picture ng mga girlfriend niya. Bilang respeto niya sa mga ito, hindi niya itinatapon ang mga naturang litrato, at sa halip ay pinagsasama-sama niya. Balak niyang ibaon o sunugin ang mga ito pagdating ng tamang panahon.

"Naku, I've totally forgotten all about this. Yikes, baka makita pa ito ni Anne, kailangan mai-dispose ko na ang mga ito."

Napagdesisyunan nito na sunugin sa likod bahay ang mga litrato.

Kasalukuyang dala-dala nito ang mga litrato at papalabas ng bahay ng makita siya ni Mommy.

"O, anak... ano 'yang dala-dala mong kahon?" tanong nito. "Itatapon mo ba? Bakit hindi na lang kay Manang Letty mo ipagawa?"

"Mga pictures ng mga naging girlfriends ko, Mom," sagot ni Allen.

"Hah? Ano naman ang gagawin mo sa mga 'yan?"

Naisipan ni Allen na manutil at nakatuwaang biruin si Mommy. Alam kasi niya na galit si Mommy sa pagiging playboy niya.

"Ahumm... ipapa-frame ko, tapos ididisplay ko dito sa salas natin para makita ng lahat."

Tulad ng inaasahan ni Allen, tumaas ang alta-presyon ni Mommy at pinagalitan siya.

"HOY, ALLEN! HUWAG NA HUWAG MONG GAGAWIN 'YON AT MALILINTIKAN KA SA AKIN!!! Susmaryosep, hindi ba sinabi ko na sa iyo na tigilan mo na yang pagkababaero mo at walang patutunguhang maganda 'yan? Tapos, balak mo pang idisplay yang mga litrato ng mga babae mo. Hmmmp! Bakit, kanino mo gustong magyabang, ha! Tigil-tigilan mo yan. Subukan mo lang, anak at sinasabi ko sa iyo, malilintikan ka sa akin."

Pagkasabi nito ay parang batang pinagpapalo niya ang anak sa puwet.

"Aray, aray, Mom! Masakit 'yan, masakit! Awat na, awat na!"

"Hinihingal na tumigil si Mommy, "Ikaw talaga, Allen, wala ka nang ginawang matino kundi pag-initin lang ang ulo ko."

Papaluin pa sana nito ulit si Allen pero mabilis itong nakatakbo papalayo.

"Ha! Ha! Ha! Easy lang, Mommy... baka mam'ya atakihin ka pa sa puso n'yan. Nagbibiro..."

TI-DI-DING!!! TI-DI-DING!!! TI-DI-DING!!!"

Hindi natapos ni Allen ang sasabihin ng tumunog ang cellphone nito.

"Ooops, wait lang, Mom! Baka importante 'tong tawag."

Wala sa loob na ibinaba nito ang dala-dalang kahon sa mesa at sinagot ang tawag.

"Ye, yes... speaking?"

Galing sa caterer ang tawag. Dahil gusto din ni Allen na sorpresahin si Mommy, hindi nito ipinaaalam dito ang mga balak.

"Mom... wait lang sandali... I have to take this call," pagkasabi nito ay pumunta sa labas ng bahay si Allen para makipag-usap.

"Oh, yes... bakit kayo tumawag?" tanong ni Allen sa kausap sa phone.

"Sir, kasi... yung cordon bleu kasing ulam na kasama dun sa package na ni-request ninyo, e hindi available."

"Hah, bakit... anong nangyari?

"Nagkaroon kasi ng mix-up at hindi nai-prepare ito. We're very sorry Sir, pero we'll make it up to you. We'll replace it with another one of your choice and we'll include an additional dish at no extra cost."

"(Sigh!) Ano pa ba ang magagawa ko? Okay, so... paano na?"

"Sir, you can check our website para makapili kayo ng gusto n'yong replacement or to be sure, you can drop by at our main store. Which do you prefer?"

Tiningnan ni Allen ang oras, "Ummm... mas maigi siguro kung pumunta na lang ako d'yan para sigurado. Okay lang ba kung mga after lunch ako pumunta d'yan... around 2 to 3? Meron din kasi akong dadaanan... para isang lakad ko na lang."

"Perfect, Sir! Dinner pa naman yung appointment ninyo... we'll have ample time to prepare and set-up everything."

"Great! Okay, then it's all set. See you then," sagot ni Allen.

"Yes, Sir... thank you! We'll be expecting you. Goodbye, Sir."

CLICK!

Pasipol-sipol pa nang pumasok si Allen. Masayang-masaya at nasa cloud-nine ang pakiramdam.

"Yes, everything is turning out as expected. Woweee, I'm so excited... I can't wait for tonight!"

Mabilis na pumasok ito sa kwarto niya para maghanda. Hindi niya napansin na wala na sa table ang kahon na naglalaman ng mga picture ng girlfriends niya.

* * * * * * * * * *

"Mommy, lalabas lang ako sandali. May bibilhin lang ako sa mall," paalam ni Allen.

"Sa mall ka ba kamo pupunta?" tanong ni Mommy.

"Opo. Bakit may gusto ka bang ipabili?"

"Wala naman, anak... pero, pwede bang pakipa-repair mo itong salamin ko? Naupuan ko kasi, nabali yung pangsabit sa tenga, hindi ko tuloy maisuot nang mahusay, laging nahuhulog. Kung hihintayin ko pa si Dad mo, baka bukas o sa makalawa pa namin maipagawa ito. Eh alam mo namang hirap ako kapag wala akong salamin."

"No problem, Mom. Tamang-tama pag-uwi ko, dala-dala ko na ulit ito. Madali lang namang gawin ito."

"Naku, salamat naman, anak. Hirap na hirap na nga ako talaga. Kapag hindi ko kasi suot 'yang salamin ko, malabong-malabo ang paningin ko. Kahit ikaw nga ay hindi ko mamukhaan kapag wala akong salamin."

"Ganon ba, Mom? Itong pogi kong ito, hindi n'yo mamumukhaan? Ha! Ha! Ha! Joke lang! Sige... ipapa-rush ko para siguradong ayos na at dala-dala ko na ito pag-uwi ko. Ba-bye, Mom!"

"Sige, anak... mag-iingat ka!"

* * * * * * * * *

Sa office, kasalukuyang busy si Anne nang may isang sosyalerang babae ang naghihihiyaw na biglang pumasok sa kwarto nila.

"Where's that S!#^*#!!B!!! Where's Allen?"

"I'm sorry, pero wala si Sir Allen dito," magalang na sagot ni Anne.

"Don't give me that crap! Alam ko naand'yan lang 'yan at nagtatago lang sa akin. The nerve of that guy!"

"Excuse me," wika ni Anne, "Who are you and why do you want to see our Boss? Do you have an appointment?"

Tiningnan si Anne mula ulo hanggang paa ng babae bago ito sumagot, "Hmmmp! Who the heck are you to ask me? And just so you know... I don't need an appointment to see him -- klaro ba sa iyo 'yon?!!! Anyway, go... go away before my patience runs out... I'm running out of patience here at baka samain ka pa sa akin!!!"

Bago pa nakasagot si Anne ay humahangos na dumating si Gregory.

Namukhaan naman agad nito ang bisita, "Cris, Cris... l-long time no see!" atubiling bati nito.

"Anong 'long time, long time no see" kang sinasabi d'yan, Greg... nasaan yung amo mo? I want to see him. Where's that S!#^*#!!B!!!"

"W-Wala... ummm masama daw ang pakiramdam," sagot nito.

Lalong nagputok sa galit ang babae, "Masama ang pakiramdam? Since when? Everytime na lang ba na hahanapin ko siya, lagi na lang siyang wala at may excuse? What will he think of next? Talaga bang ina-avoid na niya ako?"

Sinamantala ito ni Anne para magtanong, "Greg, sino siya?"

"Oh, I'm sorry... hindi ko pala na-introduce ang sarili ko," may pangungutyang sagot ng babae, "I'm Cris... and I AM ALLEN'S GIRLFRIEND!!!"

60
Judgement Time

Shock si Anne sa narinig at hindi na nakuhang maka-react.

"Didn't you hear what I said... I'M ALLEN'S BEAUTIFUL AND SEXY GIRLFRIEND. Hi! Hi! Hi! Satisfied?"

"Ex-girlfriend na, diba, Cris?" pagtatama ni Gregory. "It's been a while na since you and Allen have spoken. Ang alam ko... Allen's not going out with you anymore."

"Wow, Ex na pala ako ngayon! Hindi ako informed. Parang kahapon lang, ako ang apple of the eye niya... pero ngayon -- EX na! Ibig mong sabihin, ganon-ganon na lang 'yon... no formal break-up or something? Kahit message sa FB o kahit tweet man lang?"

Napailing na lang si Greg.

"Okay, I get it. 'Yun pala ang ibig sabihin ng... no communication, not returning my call or messages, the disappearing acts and everything -- brush off na pala 'yon!!! Ho boy! The nerve of that guy. I should have known na hindi kami magtatagal! Okay, okay, I get it! Hmmmp! It's my fault na naniwala ako sa mga pambobola niya. Well, what do you expect from that low-lying !#$*#@!!! Casanova!!! Ahhhh, he really makes me furious!!!"

Biglang napag-diskitihan nito si Anne at itinuro.

"And who the hell is she? tanong nito. "bakit naandito 'yan sa loob ng kwarto ni Allen?"

Bantulot na sumagot si Gregory, "Uhumm! She's Anne... ummm... ummm... Allen's... girlfriend."

Nanlaki ang mata ng babae at muling inuri si Anne mula ulo hanggang paa.

"Aha, aha! The lover boy's NEWEST CATCH! I might have guessed... s'ya na pala ang new flavor of the month ni Allen. That explains everything... kaya pala itinapon na ako just like that!!!"

Hindi makakibo si Anne. Pakiramdam niya ay natutunaw siya sa pang-uuri ng babae.

Nagpatuloy ito sa pagsasalita, "Wow, look it there. Bago na pala ang taste ni Allen when it comes to woman. Before, it was the young and the restless, then mga wild and wooly and then now... Hmmp! Wala akong masabi!!"

Umirap ito bago biglang umikot para umalis na.

"Well, good luck, deeariiee! Don't think I envy you. On the contrary... parang naaawa ako sa iyo. You looked so nice, so sweet... sooo naive. I pity what will become of you kapag nagsawa na sa iyo si Allen. Well, I hope magtagal-tagal ka naman kahit konti. In fairness, naiiba ang looks mo and, whew... you look classy and elegant. I'm not surprised kung bakit ka nagustuhan ni Lover Boy -- bagong putahe ka na naman para sa kanya. Hmmmp! Ewan ko nga lang how long your novelty will last. Take my word for it, girl... huwag mang magtitiwala dun sa !@#^*#@! na 'yon. He's got a sweet, sweet mouth... sobrang magaling mambola 'yun. He'll promise you the moon, the sun, the stars --- and everything... just to make you believe him -- exactly what happened to me. Don't say, I didn't warn you!"

"Cris, come on," awat ni Greg, "you're being ridiculous."

"Uhumm, as usual, the ever dependable sidekick, pinagtatanggol ang Bossing niya. The perfect Batman and Robin partnership. Naku, girl, huwag na huwag ka ring maniniwala dito sa kumag na ito... kasabwat ito ng boyfriend mo sa mga kalokohan niya. Don't even think na he's on your side. You'll be making a big, big mistake if you do that."

Hinila na papalabas ni Gregory ang babae, "P'wede, Cris, stop it! C'mon, ang maigi pa, let's talk outside and settle this."

"Well, fine by me," sagot ng babae habang inistima si Gregory, "Mmmm... you're not so bad looking yourself. Hi! Hi! Hi! Hindi naman ako choosy... you will do as a replacement! Let's go! Bye, girl. Hi! Hi! Hi!"

Bago lumabas ay nagbilin si Gregory, "Anne, please take care of things here while I'm out. Baka mag-lunch na rin ako. I'll be back in an hour or two."

Naiwan si Anne na tulala pa rin sa mga pangyayari.

* * * * * * * * * *

Hindi pa natatagalang umalis si Gregory nang pumasok sa kuwarto ang Account Manager.

"Miss Anne... Nasaan si Boss?"

Waring nagising si Anne, "Huh? Sorry, sorry... what did you say?

"Tinatanong ko lang kung nasan si Bossing. Hindi ko kasi siya nakikita... kanina ko pa siya kailangang makausap."

"W-Wala, nag-day off kasi medyo masama daw ang pakiramdam," sagot ni Anne.

"OH NO! Malaking problema ito!"

"Bakit... anong problema?"

"I've brought some documents na kailangan ng approval niya. Naghihintay yung client ng feedback from him."

"How about Greg? Kalalabas lang siya, pwede ko siyang habulin."

"No can do. The client insisted the Boss sees this... not anyone else."

"Ganon ba... Tsk! Problema nga 'yan... (Sigh!) can't it wait until Monday?"

"Naku, it might be too late! Yung kliyente kasi, bound for Golden State tomorrow and will not be back for a month or two. If they do not hear from Sir Allen... most likely, ma-pu-push back yung launching date nung product nila. Siguradong madi-disappoint 'yung client and baka magbago ang isip nito sa atin. Sayang kung magpu-pull out... medyo big account din sila. Can't we do anything else... wala ba tayong magagawa para ma-contact si Boss?"

"Wait, try kong tawagan siya sa cell."

Matagal nag-hintay si Anne pero hindi sumasagot si Allen sa tawag niya. Kasalukuyan maingay sa kalyeng dinadaanan nito at hindi napansin ang pag-ring ng cell niya.

"(Sigh!) He's not answering. B-Baka natutulog," wika ni Anne.

"Tsk! This is not good... we will lose a bundle here. W-Wala bang ibang paraan para ma-contact si Bossing?"

Nag-isip si Anne, *"Mmmm... si Greg sana ang pwedeng pumunta kina Allen, pero wala s'ya and who knows kung anong oras ang balik noon. Baka mam'ya hindi ito pakawalan nung babae at hindi na bumalik. Time is the essence here."*

Nagdesisyon si Anne, "C'mon, give me the papers at ako na mismo ang magdadala kay Boss. I suppose, alam naman niya lahat ang tungkol dito?"

"Yes, yes! In fact, matagal na rin niyang hinihintay ito. Naku, salamat, Miss Anne... hulog ka ng langit. Just tell Sir Allen na hinihintay nung client ang call niya. Importanteng magkausap silang dalawa ngayon bago pa ito umalis."

"Sige, sige... I'm on it... ako na ang bahala. Dadalhin ko na agad ito sa kanila," sagot ni Anne. Nang makaalis na ang manager, nag-intercom ito.

"Alex... si Anne ito. Pwede mo ba akong ipag-drive papunta kina Allen? May dadalhin kasi akong importanteng papers na dapat niyang aprubahan. You know naman Allen's house, diba? Good, sige... hintayin kita sa harap ng building."

Sa pagmamadaling makaalis, hindi napansin ni Anne na naiwanan ang cell phone niya sa ibabaw ng table.

61

Nasaan si Anne?

Matagal-tagal nang nakaalis si Anne nang bumalik si Gregory. Napansin agad nito na wala sa table niya ang dalaga.

"Naku, nasaan si Anne? B-Baka nagtampo at sumama ang loob noon...?"

Lumabas ito para maghanap.

"Has anyone of you seen, Anne? She's not in the room... anybody knows kung saan siya nagpunta?"

Eksakto naman na naandoon ang Account Manager.

"Sir Greg, umalis si Miss Anne. Pupunta siya kay Boss."

"WHHAAATTTT! Pupunta siya kay Bossing? Bakit, bakit?"

"Is there any problem? Mayroon kasing papers na kailangan ng approval niya. The client is due to leave for abroad tomorrow. It's a big account, so nag-decide si Miss Anne na dalhin sa kanya yung mga papers."

Napahataw sa noo niya si Gregory, "OH, NO! This is a BIG catastrophe!!"

"Sir Greg, Sir Greg... what's the problem?"

Hindi sumagot si Gregory. Parang wala sa sarili naglakad pabalik sa kwarto nila.

"It might not be too late," nasabi ni Gregory habang mabilis na inilabas ang cellphone at tinawagan si Anne.

TI-DI-DIT!!! TI-DI-DIT!!! TI-DI-DIT!!! TI-DI-DIT!!!

Nagulat ito nang marinig ang tunog. Inikot ang kanyang mga mata para hanapin ang pinagmumulan nito. Laking panlulumo niya nang makita ang cellphone ni Anne sa ibabaw ng table nito.

"Haaiiissss!!!"

Lumabas ito at binalikan ang Account Manager.

"Paano pupunta si Anne doon?"

"I think, ipagda-drive siya ni Alex. That's what I heard."

Nakakita ng pag-asa si Gregory. Mabilis na pumasok ito sa kwarto at tinawagan si Alex sa cellphone niya.

TI-DI-DIT!!! TI-DI-DIT!!!

"Hello?"

"Alex, Alex..."

"Greg? Bakit... pakilakasan ang boses mo, hindi ko marinig. Maingay sa kalye at choppy... choppy ang dating mo!"

Nagtaka naman si Anne kung bakit tumawag si Gregory.

"Don't say anything, Alex... makinig ka lang sa akin," babala nito. "huwag mong pabayaang makapunta si Anne kina Allen. Bumalik ka dito sa office. Make up an excuse or whatever."

Pagkasabi ay mabilis na pinutol nito ang koneksyon at sinubukang tawagan si Allen.

Hindi niya alam na hindi lubusang naintindihan ni Alex ang mga ipinagbilin niya.

"... (bzzzz!) pabayaang makapunta (bzzz!) Anne kina Allen. Bumalik (bzzzz!) dito sa office. Make (bzzzz!) an excuse or whatever."

"Alex, may problema ba," tanong ni Anne, "bakit tumawag si Greg?"

Tuluyan nang nalito si Alex.

"H-Hindi ko rin alam. Wala namang problema, pero pinababalik niya ako sa office. Bumalik daw ako agad," sagot nito.

"Hah? Bakit... papaano ako?"

"A-Ang sabi n'ya... bayaan na lang daw kitang makapunta kina Bossing. Pero, ako daw ay kailangang bumalik. Wala namang sinabi kung bakit..." paliwanag nito.

"Ganon? Ah, baka may kailangang puntahan si Greg at kailangan ng company car."

"Siguro nga. Hindi ko rin alam."

"Well, in that case, you can drop me here. Magta-taxi na lang ako. I have the address naman... magtatanong-tanong na lang ako."

"S-Sigurado ka ba, Miss Anne. Pwede kong tawagan ulit si Greg para magkaliwanagan kami."

"No, no problem. Sige na, ibaba mo na ako dito. (Giggle!) Don't worry, laman din ako ng kalsada... I can find my way. Palagay ko naman, mahahanap ko ang bahay nila Allen."

Kahit nag-aalangan ay pumayag si Alex. Makababa ni Anne ay mabilis itong umalis pabalik sa opisina.

* * * * * * * * *

Hindi din naman ma-contact ni Gregory si Allen sa cellphone nito. Makatapos ang ilang pagtatangka, sumuko na rin ito.

"Hah! Di bale, pabalik na naman sina Anne dito. Damage averted, nothing to worry about. Saka ko na lang sasabihin sa kanya ang tungkol kay Cris... it can wait," nasabi nito at kinalma ang sarili.

Nang magtagal, hindi na naman ito mapakali kaya tinawagan ulit si Alex.

"Hello?"

"Alex... pabalik ka na ba sa office?"

"Oo, pabalik na ako. Ano bang problema at pinabalik mo ako?"

Nakahinga ng maluwag si Gregory, *"(Sigh!)* Thank God! Don't worry, I'll tell you about it later. O, sige, drive carefully. Pagdating n'yo dito, dalhin mo agad si Anne sa akin. Ako na ang bahalang mag-explain sa kanya."

"Hah? A-Anong ibig mong sabihing... dalhin ko sa iyo si Miss Anne? Hindi ko naman kasama siya?"

Shock si Gregory. Halos lumabas ang mga mata nito sa pagkagulat.

'WWHHAATTTT! ANOOO... HINDI MO KASAMA SI ANNE? BAKIT HINDI MO SIYA KASAMA... NASAAN SI ANNE?"

62

Nagkaloko-loko Na!

"**A**lex, what do you mean na hindi mo kasama si Anne?" tanong ni Gregory.

"Ibinaba ko pagkatapos mong tumawag. Magta-taxi na lang daw siya. Marunong naman daw siya sa direks'yon."

"Ano? Bakit mo ginawa 'yon? Diba sabi ko..."

"Sabi mo," pagpipilit ni Alex, "pabayaan ko lang na makapunta si Miss Anne kina Bossing tapos bumalik ako. 'Yun ang narinig kong sinabi mo kanina. So, bumaba na lang si Miss Anne at nag-taxi papunta kina Boss."

"Oh, no!!!" ang tanging nabigkas ni Gregory. Nanghihinang napaupo ito. Wala nang saysay para magpaliwanag o makipagtalo pa kay Alex. Pinutol na lang nito ang koneksyon.

Maya-maya ay biglang tumayo ito. Sinubukang tawagan muli si Allen.

TI-DI-DIT!!! TI-DI-DIT!!! TI-DI-DIT!!! TI-DI-DIT!!!

Nakakailang-ring na ay wala pa ring sumasagot. Idi-disconnect na sana nito ang tawag nang...

"Hello? Greg, is that you? O, bakit ka napatawag... may problema ba sa office?"

"*(Sigh!)* Allen, Whew! Thank God at sumagot ka na!"

"Huh! Kanina ka pa ba tumatawag? Sorry, sorry, ngayon ko lang napansin. Naandito kasi ako sa caterer," wika ni Allen nang mapatigil ito, "Wait, wait... may miss call din sa akin si Anne... bakit kaya?"

"Haaiiss! That's why I'm trying to contact you. May malaking problema tayo. Big time! Papunta ngayon si Anne sa inyo... she's on her way now right as this moment!"

"WWHHAATTT? Ano? Hindi ko maintindihan... anong nangyari?" dire-diretsong pagtatanong ni Allen. " Bakit, bakit siya pupunta dito? Haaiisss, no way! Hindi pa handa ang lahat. Baka masira ang lahat ng plano ko?"

"It's about some papers you have to approve," sagot ni Gregory, "wala kasi ako nang dumating yung Account Manager natin. I was with Cris..."

"CRIS! As in..."

"Yup, you guessed right, Bro... another one of your EX. She's saying a lot of bad things about you in front of Anne, sigurado ako naapektuhan ito. You have a lot of explaining to do, Bro. Anyway, that's the least of your problem. So ganun nga, nagwawala ito sa office and I have to pacify her, so napilitan akong ilabas siya para mapatigil lang 'yung bruha. When I came back, wala na si Anne. Anyway, that's the long and short of it. I tried na tawagan siya, pero naiwan ni Anne ang cellphone n'ya. Tapos tinawagan ko si Alex, siya kasi ang nag-drive, pero... Ahhh, I'll tell you about it later. Ang importante ngayon ay mapigilan mo si Anne sa papunta sa inyo."

"Oo, Oo, tama ka! I'm supposed to be sick, remember(?)... kaya nga ako hindi nakapasok! Ano na lang ang iisipin niya kung darating siya doon na wala ako? Also, hindi ko pa ipinaaalam ang tungkol dito sa bahay. Siguradong sasabihin ni Mom, nasa galaan ako and probably kung anu-ano pa ang maling masasabi ni Mom."

"'Exactly, 'yun din ang ikinatatakot ko! Do you think mapipigilan mo si Anne na makarating sa inyo?"

"Kailangan, Bro... for my sake! Luckily, I'll be heading in the opposite direction. Traffic doon sa side nila, so baka maunahan ko siya. I'll wait for her at the corner near the next intersection. Siguradong makikita ko siya doon."

"Sige, Bro... just bring her somewhere near at tawagan mo ako. I'll take it from there."

Sige, Greg. Thanks for calling. I'll head there na."

"Sige, I really hope you catch her in time."

* * * * * * * * * *

Habang nagda-drive, tumawag sa kanila si Allen para makasigurado. Si Manang Letty, ang kasama nila sa bahay ang sumagot.

"Natutulog po si Ate. Tapos na kasi yung pinanonood nitong tele-serye at gusto daw niyang magpahinga."

"Ma-May dumating ba d'yan na bisitang babae? Maganda, maputi, mahaba ang buhok..."

"Wala po, Kuya. Wala po akong alam."

"Whew! O, sige, sige, salamat," sagot ni Allen at ibinaba ang phone. Nakahinga ito ng maluwag.

"So far, so good. I hope my luck holds on."

Mabilis naman na nakarating si Allen sa intersection na malapit papunta sa kanila.

"Whew, made it! Buti na lang traffic. Dalawang lane lang ang nadadaanan papunta sa amin, ang iba ay paliko na... madali kong makikita si Anne."

* * * * * * * * *

Ma'am, traffic po," abiso ng driver kay Anne.

"Oo nga. Naku... nagmamadali pa naman ako."

"Kung gusto n'yo, Ma'am... may alam po akong side-street na pwede nating daanan para makaiwas tayo sa traffic. Taga dito rin po ako nakatira kaya alam ko ang mga pasikot-sikot. Alam ko din po mismo kung saan ang bahay na pupuntahan ninyo. Kung okay lang po sa inyo, doon tayo dumaan.

Tiningnan ni Anne ang driver ng taxi.

"Ummm... mukha naman siyang nagsasabi ng totoo," naisip nito. *"(Sigh!) Bahala na, tutal maaga pa naman at dala ko naman yung stun gun ko, importanteng makita ni Allen itong mga papers."*

"Sige po, Manong... doon po tayo dumaan sa sinasabi n'yong makakaiwas tayo sa traffic."

* * * * * * * * *

Inip na inip na si Allen. Pagod na siya katitingin sa mga nagdadaanang mga sasakyan. Tiningnan nito ang relos sa kamay niya.

"Tsk! Almost two-thirty na ng hapon. Anne should have been here by now. What's keeping her?"

Matiyaga pa rin itong nagbantay. Maya-maya ay may narinig itong dalawang lalakeng nag-uusap.

"Pare, grabe 'yung traffic ngayon. Almost one hour bago ako nakalampas dito," paghihimutok ng isa.

"Hah? Bakit pare... hindi mo ba alam 'yung short-cut papunta dito? Iwas-traffic ka don."

"Short-cut... meron bang short-cut papunta dito? Hindi ko alam..."

"OH NO, I FORGOT!" malakas na nasambit ni Allen. "Oo nga pala, may daan nga palang papunta sa amin na iwas dito... at mas malapit pa!!!"

Mabilis na tinakbo nito ang kotse niya at pinaharurot papunta sa kanila.

* * * * * * * * * *

Hindi nagtagal ay huminto ang taxing sinasakyan ni Anne sa isang malaki at magandang bahay.

"Ma'am, naandito na po tayo,"

Tiningnan ni Anne ang address na nakasulat sa papel na hawak niya.

"*(Gulp!)* Eto na nga ang bahay nila Allen. Ang laki pala... t-talagang mayaman pala sila!" nasabi nito sa sarili.

Iniabot nito ang bayad, "Kuya, eto na po yung bayad. Salamat po."

Hindi nagtagal ay nakatayo na si Anne sa labas ng gate. Urong-sulong ito sa gagawin. Hindi nito maiwasan ang mag-alinlangan sa sarili.

"*A-Ang yaman pala talaga nila Allen,*" nasambit na naman nito habang wala sa sariling inaayos ang sarili. "*P-Parang nakakahiya. Hindi naman alam ni Allen na pupunta ako dito. Naand'yan din kaya ang parents n'ya... mababait kaya ang ang mga ito? Hindi kaya nila ako uriin?"*

"Hmmp! Bahala na," sa wakas ay nasabi nito, *"kaya naman ako nagpunta dito ay dahil kailangang makita ni Allen itong mga papers na dala ko. Wala naman akong ibang intens'yon sa pagpunta ko dito. Hindi naman siguro sila magagalit."*

Nagdadalawang-isip pa rin ito nang may makita itong kotse na humaharurot papunta sa kinaroroonan niya.

* * * * * * * * * *

Tumigil ang kotse sa may harapan ni Anne at lumabas ang sakay nito.

"Allen?"

63
Too Late The Hero

May tumigil na kotse sa may harapan ni Anne. "Allen?"

Pero hindi ang inaasahan nito ang bumaba. Isang binatilyong estudyante ang nagmamadaling lumabas sa sasakyan at pumasok sa kalapit na bahay.

"Ngek, hindi pala! Oo nga pala, bakit mapapalabas si Allen e, maysakit nga ito? Haaiisss!"

Lumapit na ito sa may pinto ng gate at nag-door bell.

Hindi naman nagtagal ay bumukas ang pinto.

"Sino po sila... ano pong kailangan n'yo?" tanong ni Manang Letty na siyang nagbukas.

"Mmmm... empleyado po ako ni Allen... I mean, ni Sir Allen. Mayroon lang kasi akong dala-dalang mga importanteng papeles na kailangang makita niya. Importante kasi ito."

"Naku, wala po dito si Kuya... umalis po! Bumalik na lang... ummm, teka, teka... tumawag po kasi kanina dito si Kuya at nagtatanong kung may pumuntang babae dito na naghahanap sa kanya. Kayo po ba 'yon?"

"Hah! A-Ano??? Tumawag dito si... si Sir Allen. Ibig n'yong sabihin, wala siya dito... akala ko may sakit siya?" naguguluhang nasabi ni Anne.

Biglang tumawag mula sa loob si Mommy at hindi na nakasagot ang kausap.

"Manang Letty... sino 'yan?"

Kinabahan si Anne. Kilala niya ang boses na narinig. Matagal nang hindi niya naririnig ang boses pero kilalang kilala niya ito. Hindi siya puwedeng magkamali. Napapikit ito, nananalanging mali ang ang iniisip. Hindi niya maiwasang mapaurong.

"NOOOO! Nooo! God, please... don't tell me this is happening! This can't be true! Hindi totoo ito, hindi totoo..."

"May naghahanap kay Kuya... babae at empleyado raw niya. May dala raw siyang mga papeles na para ibigay kay Kuya."

"Ganon ba? Aba, e... papasukin mo dito... kainit d'yan sa labas. Dito na lang siya maghintay sa loob habang wala ang anak ko."

"Ma'am... pasok muna daw kayo sa loob," sabi ni Manang Letty.

Urong-sulong si Anne, hindi malaman ang gagawin. Sobra siyang naguguluhan sa mga pangyayari. Ayaw nitong harapin ang katotohanan. Kung maaari lang ay gusto nitong tumakbo paalis at kalimutan na lang lahat ang nangyari.

"Ma'am, ma'am? Tuloy na po daw kayo sa loob. Doon na po raw kayo maghintay. Naghihintay po si Ate sa inyo doon."

Desidido si Anne na tumakas na lang pero sa huling sandali ay napigilan nito ang sarili.

"NOOO... THIS IS NOT RIGHT! Niloloko ko lang ang sarili ko kung tatakas ako ngayon. Kung totoo ang lahat ng ito, I have to go through this," napag-isip-isip

niya. *"One way or another, this has to end... kailangang malaman ko ang totoo... kailangang harapin ko ito."*

Dahan-dahang lumakad ito papasok sa loob. Surreal ang pakiramdam niya, parang hindi totoo ang lahat. Napakabigat ng kanyang mga paa at hirap na hirap siyang ilakad ito.

Nasa may pinto na siya ng bahay ng muling nagsalita si Mommy.

"Pasok iha! Naku, napakainit sa labas... dito tayo sa loob para malamig."

Nakayuko si Anne. Ayaw masilayan ng mga mata ang mukha ng kumakausap sa kanya. Natatakot itong mapatunayang totoo ang hinala.

"Halika na dito... huwag ka nang mahiya. Doon tayo umupo sa salas at presko dito. Magpapahanda ako ng konting makakain at pampalamig kay Manang para makapag-miryenda tayo habang naghihintay."

Unti-unting inangat nito ang mukha at dahan-dahang tumingin. Takot na takot sa makikita. Hinihiling na sana ay mali lahat ang kanyang iniisip. Pero hindi pinagbigyan ang hiling nito. Sa huli, halos madurog ang puso ni Anne ng tumangbad sa pagmumukha niya ang kinatatakutang katotohanan.

SI MOMMY... ANG MOMMY NI ALLEN. Kahit tumanda na ito, ganoon pa rin ang mukha nito tulad lang ng naaalala ni Anne. Maamo, masayahin at laging may nakahandang ngiti kahit kanino man. Kaytagal din niyang inasam-asam na makita ito muli, pero hindi sa ngayong pagkakataon. Nangilid ang luha niya, ang lahat ng kinatatakutan... ang lahat ng pinangangambahan... muling nagbalik upang saktan siya. Muling nagbalik sa kanyang ala-ala ang nasambit ng nanay niya;

"Yung mukha nung boss mo... lalo na nung nakangiti siya... kamukhang-kamukha ni... DINO!"

"Halika na dito, iha," nakangiting tawag muli sa kanya ni Mommy.

Parang robot na lumakad si Anne patungo sa kinaroroonan ni Mommy. Umupo siya sa harap nito, gusto pa ring pabulaanan ang nakikita.

"Ano ba 'yang dala mo para sa anak ko? Napaka-importante ba n'yan at napagod ka pa sa pagdadala dito?"

"O-Opo," wala sa loob na sumagot si Anne. " Mga designs po ito na kailangang maaprubahan ngayon din pong araw na ito. Aalis po kasi papunta sa abroad yung kliyente namin."

"Ganon ba? Naku, importante nga pala 'yan... mabuti na lang at naisipan mong dalhin ito mismo dito," sagot ni Mommy.

Pansamantalang natigil ang kanilang usapan nang lumapit sa kanila si Manang Letty. May dala-dala itong tinapay at softdrinks. Habang inayos ito, sinamantala ni Anne ang pagkakataon para pagmasdan ang paligid.

Nakita niya ang mga picture ni Allen na naka-frame at naka-display sa pader. Ang iba ay family picture, may solo o kasama si Dang. Lalong nagdugo ang puso ni Anne sa natunghayan.

"(Sob!) Napakatanga ko... bakit hindi ako naniwala sa nauna ko nang pag-aalinlangan? Si Greg... si Alex... kasabwat din ba sila? At si Dang... kahit ba ang bestfriend ko... nagsinungaling din ba siya sa akin? Lahat ba sila

nagtulong-tulong... para lamang lokohin ako? Bakit... bakit?"

Napukaw ang pagmumuni nito nang muling magsalita si Mommy.

"O, iha, mag-miryenda muna tayo. Sigurado ko, init na init ka sa biyahe at nauuhaw ka."

"S-Salamat po."

"Mmmm... parang pamilyar ang boses mo, iha... kilala ba kita?" tanong ni Mommy.

Hindi nakasagot si Anne.

"Pasens'ya ka na kasi hindi ko suot yung salamin ko... nasira kasi at ipinagagawa ko pa. Si Allen pa nga mismo ang nagdala nito sa pagawaan."

"W-Wala po si Allen... si Sir Allen... wala po ba siya dito?" gusto pa ring siguruhin ni Anne.

"Wala. Nagpunta lang sa mall... mayroon lang daw siyang bibilhin. Naku, sigurado ko, mag-gagala lang 'yon."

"A-Akala ko po... may sakit siya?"

"SAKIT? Sinong may sakit? WALA, walang sakit ito. Maaga pa nga lang ay kung anu-ano na ang kinukutingting noon dito sa bahay. Hindi nga mapakali... ayos ng ayos ng bahay... akala mo may bisitang dadating."

"Wala ngang sakit si Allen?" nasabi ni Anne sa sarili. *"Bakit kailangang magsinungaling pa siya sa akin? Bakit kailangang maglihim pa siya? Ano 'to... laro-laro lang kunwari may sakit pero hindi pala? Ano pang itinatago niya sa akin? Bisita? Sinong bisita ang inaasahan niya? Si Cris ba... si Millie... o baka naman... bago na?"*

Napansin ni Anne na may inaayos na kahon si Mommy. Hindi naiwasang makita niya ang laman. Hindi niya napigilan ang magtanong.

"Mommy... ah, Misis Locsin... ano po 'yan?"

"Huh... ito ba?" sagot ni Mommy habang itinuturo ang kahon. "Naku, wala... mga litrato ng mga naging girlfriend ni Dino. Oo nga pala, baka malito ka... yung Dino... pangalan din ng Sir Allen mo 'yun. Ayaw na kasi niyang gamitin ang pangalang Dino... Allen na ang gustong itawag sa kanya."

"Picture ng mga girlfriend ni... Dino... Allen? Ano pong gagawin n'yo d'yan?"

"Susunugin ko. Aba, e yang dyaskeng anak ko, balak pang ipa-frame ang lahat ng ito at idi-display pa daw dito sa loob ng bahay namin!!! Kayabang talaga ng anak kong 'yan."

Biglang-biglang sumingit sa pag-iisip ni Anne ang mga sinabi ni Dang sa kanya...

"Hindi ka naman daw niya talaga love. Nakikipagbiruan lang din daw siya sa iyo."

Magpaparada daw siya sa harap mo ng sanglibong magagandang chicks para magyabang lang."

Hindi napigilan ni Anne ang maluha.

"(Sob!) All along pala... talagang niloloko lang ako ni Allen. T-Talagang gusto lang niya akong paghigantihan. Pati si Dang... kinasabwat din pala niya. Hu! Hu! Hu!"

Muli niyang naalala ang huling binitawang salita ni Cris;

"Huwag mang magtitiwala dun sa !@#^*#@! na 'yon. He's got a sweet mouth... sobrang galing mambola non. He'll promise you the moon and the sun, just to make you believe him.

"Iha, iha... umiiyak ka ba?"

"(Sniff!) H-Hindi po... hindi po. Sorry po sa abala. Tutuloy na din po ako... marami pa po akong gagawing trabaho sa office. Thank you po, thank you! Sige po, aalis na po ako."

Hindi na hinintay nito na sumagot pa si Mommy. Mabilis itong tumayo at halos patakbong nilisan ang lugar.

Naiwan naman si Mommy na takang-taka sa biglang pag-alis nito.

64
Sayang Talaga!

Pagdating ni Allen sa kanila, napilitan itong sa may kanto mag-park. Bukod sa puno ng sasakyan sa magkabilang kalye, may isang kotseng nakatigil mismo sa tapat nila. Mahihirapan siyang magmaniobra kung pipilitin niyang pumasok sa driveway nila at kung sa harap naman magpa-park ay mado-double parking siya. Sa tant'ya niya, siguradong nakarating na sa kanila si Anne at ang nasa isip na lang nito ay maabutan ito para makapagpaliwanag.

Patakbo na siya nang may tumawag sa kanya.

"Allen, Allen!"

Napatigil siya at napatingin sa tumatawag.

"Tito Maurice... bakit po kayo nasa labas? Wala po ba kayong kasama?"

Si Tito Maurice ay kapitbahay nila at nakatira makalampas lang ng ilang bahay mula sa kanila. Isa sa senior citizen sa lugar nila. Pala-kaibigan ito at masayahing tao kaya kahit hindi kamag-anak ay nakasanayan nang tawaging Tito ito ng karamihan. Kahit matanda na ay masigla pa rin ang pangangatawan nito at palabiro pa rin.

"Naku, tumakas ako sa bahay at naghahanap ako ng bagong chicks na ibabahay. Ha! Ha! Ha!" sagot nito.

"Ha! Ha! Ha! Si Tito Maurice talaga, puro kalokohan. Sige kayo... isusumbong ko kayo kay Tita Zeny!" biro naman ni Allen. "Sige po..." paalam niya at akmang tatakbo nang pigilin siya.

"Allen... pwede bang paki-alalayan mo lang ako sandali pauwi. Natapilok kasi ako d'yan sa may kanto habang nag-jo-jogging. Medyo masakit at hirap lang ako maglakad. Pero kung nagmamadali ka, sige lang... pwede naman akong dahan-dahang lumakad."

Nag-aatubiling sumagot si Allen. Gustung-gusto na nitong takbuhin ang sa kanila pero naaaawa naman siya sa matanda. Tumingin ito sa harap ng bahay nila at sa paligid. Hindi naman niya nakita si Anne kahit saan. Nagdesisyon siyang tulungan ito. Kung sakali naman ay makikita niya si Anne paglabas nito sa kanila.

"No problem, Tito Maurice. Humawak po kayo sa akin para hindi kayo mahirapang maglakad."

Nagbiro ang matanda nang napadaan sila sa isang Minimart.

"Gusto mo Allen, dumaan muna tayo d'yan sa Minimart? Maganda yung cashier d'yan... tingnan mo!" sabi nito sabay turo.

Hindi maiwasang mapatingin si Allen sa itinuturong Minimart at inaninag ang loob nito. Dahil nagre-reflect ang liwanag ng araw sa salamin nito, walang masyadong makita si Allen. Tanging ang customer na nakatalikod sa may counter ang nabanaag niya. Napatingin siya sandali dito. Parang pamilyar sa kanya ang itsura ng nasabing customer, pero pilit man niyang isipin ay hindi niya malaman kung ano ito. Dahil nagmamadali ring maabutan si Anne, ipinagwalang-bahala na lang niya ito at tinanggal sa isip.

"Wala naman, Tito... wala naman akong nakita... saka hindi naman ako interesado!"

"Huh... bakit, may girlfriend ka na ba?"

Tumango si Allen at ngumiti.

"Asus, kaya naman pala! Sayang, irereto pa sana kita. Feeling ko kasi, type ako nung cashier. Para kako hindi ma-broken-hearted, ipakikilala kita. Kaso, may girlfriend ka na pala... so ako na lang... kawawa naman kasi. Pareho naman tayong g'wapo, diba? Ha! Ha! Ha!"

"Ha! Ha! Ha! Naku, kayo talaga, Tito... chickboy. Pipilay-pilay na nga kayo, puro chicks pa rin ang nasa isip n'yo. Hala, talagang isusumbong ko na kayo kay Tita Zeny!"

Masayang nagtatawanan ang dalawa habang naglalakad.

* * * * * * * * * *

Matapos maihatid ang kapit-bahay, humangos na umuwi si Allen.

"MOM! MOM!"

"O, anak, bakit yata parang may hinahabol ka? Anong nangyari?"

Luminga-linga si Allen, hinahanap si Anne.

"M-May dumating bang babae dito... na galing sa office namin? Maganda, maputi..."

Oo, Oo!" takang-takang sagot ni Mommy. "May dinalang mga papeles na kailangan mo raw maaprubahan. Empleyado mo raw siya. Bakit, anak... may problema ba?"

"Ikaw ba mismo ang humarap sa kanya, Mom?"

"Oo naman. Sino pa ba ang ibang haharap sa kanya... wala ka naman dito?"

Hindi masabi ni Allen na si Anne ang nagpunta at siguradong nakilala nito si Mommy.

Wala sa sariling napatingin siya sa paligid. Napagmasdan ang mga naka-frame na picture nilang pamilya. Sigurado siya, hindi nakalusot sa paningin ni Anne ito.

Nabaling ang pansin nito sa kahon na may lamang mga picture ng mga naging girlfriend niya sa ibabaw ng mesa. Nilapitan niya ito.

"N-Nakita din ba niya ang mga laman ng kahon na ito?"

Bagama't nagtataka, naramdaman ni Mommy ang paghihinagpis sa boses ni Allen. Pinili nito ang isasagot.

"Oo, anak... kasi, tinanong niya. Mali ba ako?"

Tumango na lang si Allen.

"Uhummm..." pagpapatuloy ni Mommy, "nasabi ko rin sa kanyang... mga picture yan ng mga naging girlfriend mo..."

"... na ipapa-frame ko sana... at ididisplay?" pagtatapos ni Allen.

Nahihiyang napatango si Mommy.

Nanlulumong napasadlak si Allen sa isang silya at isinubsob ang mukha sa mga kamay niya.

* * * * * * * * * *

Lingid sa kaalaman ni Allen, si Anne ang nakita niyang nakatayo sa loob ng Minimart habang dumadaan sila sa harapan nito.

Nang makalabas si Anne sa bahay nila Allen, gulong-gulo ang pag-iisip nito. Hindi nito malaman ang gagawin. Nakita niya ang Minimart at naisipang sumaglit muna dito para kalmahin ang sarili. Upang hindi maging kapansin-pansin, bumili siya ng tissue at tubig. Kasalukuyan siyang nagbabayad sa counter ng dumaan ang dalawa. Nakilala agad niya si Allen at tumalikod siya ng makita niyang tumitingin ito sa bandang kinatatayuan niya. Dinig na dinig pa ni Anne ang halakhak nang mga ito habang dumadaan.

Pinilit niyang silipin ang mga ito at nakitang nagbibiruan at nagtatawanan ang dalawa habang naglalakad.

"(Sniff!) Totoong nagsinungaling lang si Allen sa akin. W-Wala talaga siyang sakit."

Hanggang sa oras na ito ay nag-aasa pa rin si Anne na hindi totoo ang lahat. Gusto pa rin niyang magbulag-bulagan. Pero sa natunghayan, tuluyan nang nalusaw ang pag-asang ito. Mabigat ang loob na hinabol niya ng tingin sina Allen.

"(Sob!) Alam n'yang pumunta ako sa kanila... na matutuklasan ko na ang panloloko niya sa akin. Pero... at the same time, mukhang okay at balewala lang ito sa kanya... he just doesn't care. (Sniff!) Whatever... ano pa bang dapat kong asahan? I'm just one of his conquest. Bagong putahe... bagong novelty lang para maging laruan. No more, no less. And the novelty has worn out... pinagsawaan na. Kung nag-aasa ako of something grand... I'm terribly mistaken. (Sniff!) It seems, ganon lang naman talagang kadali sa kanya ang manloko at magpalit-palit ng babae. Tama ang sinabi nung babaeng nagpunta sa office... magaling talaga mambola si Allen... and the hopelessly romantic me... fell for him. I knew this is too good to be true... pero naniwala pa rin ako sa kanya. Hu! Hu! Hu!"

65
Goodbye To Love

Sinubukang tawagan ni Allen sa cellphone niya si Anne. Pero puro tunog lang ng pag 'ring' sa kabilang cellphone ang naririnig niya at walang sumasagot dito.

Dumating si Dang at sinubukan din nitong tawagan ang kaibigan pero bigo rin siya.

Nang dumating sina Gregory at Alex ay sinubukan din nilang tawagan si Anne pero pareho din ang naging resulta.

"Most likely, pinatay na nito ang cellphone niya," hula ni Gregory.

"What do we do now?" frustrated na nasabi ni Allen. "Puntahan ko kaya sa kanila? Palagay n'yo ba makakatulong 'yon?"

"Hindi ko alam," sagot ni Dang, "pero... ikaw, bahala ka... kung ano sa palagay mo ang makakabuti... 'yun ang gawin mo."

* * * * * * * * * *

Magkakasama ang apat na pinuntahan si Anne sa bahay nila.

Si Mommy ang nagbukas ng pinto sa kanila. Halatang hindi ito nagulat ng makitang magkasama ang apat lalo na si Allen at si Dang.

"M-Magandang hapon po, Mommy," bati ni Allen, "pwede po bang makausap si Anne?"

"Si Anne? Aba, e... hindi pa umuuwi si Anne dito. Wala ba sa office n'yo?"

"A, e... umuwi na po siya. Hindi pa po ba siya dumadating? O baka tumawag man lang?" muling tanong ni Allen.

"Wala pa s'ya dito, at hindi naman siya tumatawag. Bakit n'yo s'ya hinahanap? May problema ba... may kailangan ba kayo sa kanya?"

"Ho? A, e... wala... wala naman po. May sasabihin lang sana kami sa kanya."

"Importante ba at napasugod kayong apat dito?"

"Hi-Hindi naman po. Ano... ah... nagkasabay-sabay lang kaming apat," pagkakaila ni Allen.

"... na pumunta dito? E, iisa lang naman ang kotseng sinakyan n'yo... paanong nangyari 'yon?"

"Nagkataon lang po. Kami lang ni Greg ang totoong pupunta dito, nadaanan at nakita lang namin sina Alex at si... si... Mrs. Criselda... kaya isinama na namin."

"Ganon? Ganyan ba kayo ka-close ni... Mrs. Criselda ba kamo(?)... para sumama s'ya sa inyo?"

"Ah, ah... bestfriend po daw kasi silang dalawa... nabanggit ito minsan sa akin ni Anne. So, nung nakita ko siya... niyaya ko... para pumunta dito."

Hindi kumibo si Mommy. Bakas sa mukha nito ang lungkot at galit habang nakatingin ng husto kay Allen.

Hindi makatingin ng diretso si Allen. Nanliliit ito sa tingin ni Mommy.

"Naku, pasens'ya na't wala pa s'ya dito," sa wakas ay nasabi ni Mommy. "Hindi ko rin alam kung saan nagpunta ang batang 'yon?"

"Pwede po bang hintayin na lang namin si Anne dito?" pakiusap ni Gregory.

"Ha? H-Hindi pu-pwede. Kasi... kasi... ummm... aalis ako. Oo, tama... aalis nga pala ako. May pupuntahan lang ako at baka gabihin na ako pagbalik. P-Pasens'ya na."

"Naku, okay lang po. Sige po, tutuloy na rin kami. Pa-Pakisabi na lang kay Anne na pumunta kami dito. Pakisabi na rin po na kung pwede ay makausap namin... ko, ako po... siya."

"Sige! Uhhh... maiwan ko na muna kayo at papasok na ako sa loob para maghanda."

"Sige po, Mommy, salamat po... tutuloy na rin po kami."

* * * * * * * * * *

Habang nasa biyahe at pauwi na sila, nagsalita si Allen.

"Nakauwi na si Anne. Ayaw lang niyang harapin tayo."

"Hah? Paano mong nalaman? Diba sabi ni Mommy, wala pa ito? Bakit naman magsisinungaling 'yun sa atin?"

Napailing si Allen, "Hindi n'yo ba napansin na hindi man lang nagulat si Mommy nang makita kaming magkasama ni Ate Dang? Ibig sabihin noon, alam na niya ang pagiging magkapatid namin. Alam na niya ang sekreto namin..."

"... at ang ikaw bilang si Dino!" pagtatapos ni Dang.

"Oo nga ano," sang-ayon naman ni Alex, "hindi ko naisip yun."

"At 'yun din ang dahilan kung bakit hindi ito pumayag na hintayin natin si Anne. Naandoon na ito at ayaw na nitong makausap o makita man lang tayo."

"*(Sigh!)* Paano na 'yan, kapatid," tanong naman ni Dang, "mukhang sobrang nasaktan si Anne sa natuklasan n'ya? Ano na ang next move mo?"

"Ewan ko, Ate... hindi ko naman kasi inaasahan itong nangyari."

"Hmmmp! Ayoko sanang manisi... pero ikaw din ang may kasalanan nito. May mga pa-grand-grand revelation ka pa kasing alam d'yan... ayan nagkaloko-loko pa ang lahat! Kung nagsabi ka na kasi sa kanya noon pa..."

"Oo na, Oo na, Ate Dang! Huwag mo na akong sisihin! Alam ko namang kasalanan ko. Gusto ko lang naman kasi na... hmmmm... 'yung masorpresa at matuwa si Anne sa gagawing kong pagtatapat ng tunay kong pagkatao. Minalas lang talaga..."

"People, people... wala na tayong magagawa kahit magsisisihan pa tayo," payo ni Gregory. "Ang importante ngayon ay mapaliwanagan natin si Anne. Kailangan ma-convince natin siya na... good intentions yung ginawa nating paglilihim sa kanya... at, yun nga... sasabihin din naman natin sa kanya yung totoo."

"So, paano na nga kung ayaw na nitong makipag-usap sa atin?" tanong ni Alex.

"*(Sigh!)* Siguro, for now... we might as well all go home," wika ni Dang. "Wala na rin naman tayong maa-accomplish ngayong araw na ito. Just keep everybody posted kung sakaling may makakausap kay Anne."

"Hmmp! Palagay ko, tama si Dang," sangayon ni Gregory, "as of now, galit pa si Anne and she won't listen to reason. Mas makabubuting kumalma muna ito bago natin kausapin. Baka, by that time, makinig ito sa atin."

"Tama! Sangayon ako d'yan!" dagdag naman ni Alex.

Bagama't ayaw ni Allen, wala na siyang nagawa kung hindi sumunod sa desisyon ng grupo.

* * * * * * * * * *

"Anak, bakit hindi mo hinarap sina Allen at ang mga kasama nito?" tanong ni Mommy. "Naandoon pa naman din si Dang."

"Hmmmp! Allen, Mommy? DINO... si Dino siya... and all along... niloloko lang pala niya ako! *(Sob!)*"

"Oo, alam ko 'yon. Hindi nga makatingin ng diretso si Allen habang kausap ko. Pero, hindi ba mas tamang hinarap mo sila. Mabuti yung magkausap kayo para mas magkalinawagan kayo?"

"*(Sniff!)* A-Ayoko, Mom," sagot ni Anne, " parang hindi ko na kaya. Masyado na akong nasaktan sa ginawa nila sa akin... parang wala nang dahilan para harapin ko pa sila.

"Parang ang bilis ng pangyayari... paano mo nasabing niloko ka nila?"

"Mom, nagsab'watan po silang lahat para lokohin ako."

"Ang ibig mong sabihin, pati si Dang ay nagsinungaling din sa iyo?"

"Lahat sila, Mommy *(Sniff!)*... lahat sila. Hu! Hu! Hu!"

"B-Bakit naman nila ginawa 'yon? Hindi ko maintindihan... may nagawa ka ba... o tayo... ng masama para gawin nila 'yon?"

"G-Galit pa rin sa akin si Allen... si Dino."

"Baka naman nagkakamali ka, anak... matagal na 'yon, diba?"

"Pero bakit, Mom... bakit ginawa nila ito? At bakit kailangang itago n'ya sa akin na siya pala si Dino... bakit?"

"Nakapagtataka nga 'yon... pero bakit hindi si Allen mismo ang tanungin mo tungkol dito?"

"Para saan pa? Para lokohin lang niya ako ulit? Huling-huli ko na siya, ano pa ang pwedeng idahilan niya? ANO PANG KLASENG PANLOLOKO ANG INIISIP NILA??? Tama na... paulit-ulit na... NAKAKASAWA NA!"

Hindi nakakibo si Mommy.

"You want more proof, Mom? NAANDOON AKO MISMO. ALAM NI ALLEN NA NAANDOON AKO... AND YET... PARANG BALEWALA LANG SA KANYA NA MALAMAN KO ANG PAGSISINUNGALING NIYA! At ngayon, hahabol-habol sila dahil siguro nakaisip na naman sila ng bagong ipambobola na naman sa akin? Ayoko na, Mommy... I had enough!"

"Parang napaka-immature naman yata 'yung ginawa nila...kung totoo ang sinasabi mo, Anne. Yung nangyari naman sa inyo... matagal na 'yon at bata pa siya..."

"Do you think it's immature? Not with Allen... hindi matanggap ng pride niya na may babaeng tumanggi sa kanya. It's a big, big NO-NO... and a big, big embarrassment to him. Remember, he has this

CASANOVA image to protect... and what better way para makabawi siya sa akin? What else, kung 'di paibigin at paasahin ako... and afterwards ay itapon na parang basahan. It just unfortunate for him... nalaman ko ang tunay na balak niya."

"A-Ano na ngayon, anak... paano ka na?" tanong ni Mommy.

"*(Sniff!)* Ewan ko, Mom... sobra akong nasaktan... Hu! Hu! Hu! Hindi ko na rin alam ang gagawin ko..."

* * * * * * * * * *

Buong Sabado at Linggo ay hindi tinigilan ni Allen na piliting ma-contact si Anne. Pero tulad ng dati ay bigo pa rin siya. Sinubukan din nitong puntahan muli sa bahay nila pero saradong-sarado ito at walang lumalabas kapag nagdo-door bell siya.

Natagpuan na lang ni Allen na nasa simbahan siya at nagdarasal.

"Dear God, please, please... don't let me lose Anne again. Alam N'yo naman kung gaano ko siya kamahal. Please, God... please, nakikiusap po ako sa Iyo... ayokong mawala muli si Anne sa akin. Help me... please help me! Hindi ko na po alam ang gagawin ko... please God... I beg You... parang awa N'yo na po. Ibalik N'yo ulit si Anne sa akin. Please, please... PLEASE!!!"

* * * * * * * * * *

Maagang-maaga ng Lunes ay pumasok na agad si Allen. Gusto niyang naandoon na siya bago pa dumating si Anne. Nagulat ito ng salubugnin siya ng guard at may inabot na sobre sa kanya.

"A-Ano ito?"

"Sir, ipinabibigay po ni Ma'am Anne."

"ANO? Paano? I mean... kailan niya ito ibinigay sa iyo?" gulat na tanong ni Allen.

"Nung Sabado pa, Sir. Nagpunta siya ng maagang-maaga dito. Nagulat nga po ako dahil walang pasok. May kukunin lang daw siyang mga personal na gamit na naiwan niya kahapon. Nagpasama nga sa akin sa loob ng office para kuhanin ang mga ito. Nagtataka nga ako, dahil halos wala naman siyang kinuha. Tapos, inabot n'ya sa akin 'yang sobre."

"G-Ganon ba? A, e... o, sige salamat na lang," pagkasabi nito ay lulugu-lugong tumuloy na si Allen a loob.

Pagkapasok sa kwarto ay saka lang tiningnan nito ang sobreng hawak. Parang nahuhulaan na nito kung ano ang nakasulat doon.

Umupo muna siya bago binuksan ang sobre at binasa ang sulat. Maikli lang at pormal ang nakasulat dito. Walang emosyon, parang sulat na para sa isang taong hindi kilala.

To Mr. Locsin,

I hereby tender my irrevocable resignation effective immediately.

Anne San Juan

66

Is It Really Over?

"**Greg, Anne has resigned.**" Ito ang unang narinig ni Greg nang pumasok siya sa kwarto. Nadatnan niya si Allen na nakasalampak sa silya nito. Tulala at malayo ang iniisip.

"What... nag-resign na... ? Paano, paano... did you see her -- nagkita ba kayo?"

"Nope! I didn't even get to see her... it seems ayaw na talaga niyang makita tayo. *(Sigh!)* Sabi nung guard, pumunta dito si Anne early Saturday morning, cleaned up her desk at tapos nga, ini-hand in yung resignation n'ya."

"Dapat hindi tinanggap nung guard..."

"Actually, hindi naman alam nung guard kung ano 'yung ibinigay sa kanya ni Anne. Basta ang sinabi daw sa kanya ay ibigay ito sa akin. Nung ibinigay nga sa akin... parang may premonition na ako sa laman nung sulat. Well, as it turns out... tama ako."

Parang nagalit si Gregory, "Anne's being irrational. Dapat hinintay n'ya munang makausap tayo -- to hear our side -- bago siya nagdesisyon ng ganito. I think she's being unreasonable! After all that we've..."

"*(Sigh!)* Pero, what can you expect, Bro? Ikaw man ang lumagay sa lugar niya.... 'yung malalaman mo na you'd been lied to all of these times... masisisi mo ba siya kung bakit ganon ang reaks'yon n'ya? Hindi naman n'ya alam ang totoong istorya. Ang alam niya... niloko natin s'ya... and most likely, inisip nito na pinaglalaruan ko lang siya."

Hindi sumagot si Gregory. Tinitimbang ang mga sinabi ni Allen.

"Kung ako man ang lumagay sa lugar niya," pagpapatuloy ni Allen, "masasaktan din ako nang sobra-sobra. At kung pareho din n'ya na dumaan sa masakit na karanasan... I will feel crushed. In fact, she's already traumatized. I was lucky, na-convince ko siya, to give ourselves another chance -- and then matutuklasan niya na... niloloko ko din pala siya... na katulad din ako ng ibang lalakeng nanloko sa kanya... na nagpaluha sa kanya... a-ano sa palagay mo ang magiging reaks'yon n'ya?"

"Okay, okay, naiintindihan ko na si Anne. Pero, what now... what about you... ano na ang gagawin mo?"

"I've been trying to call her, pero walang sumasagot. Either pina-cut na niya ang linya or nagpalit siya ng number. Balak kong puntahan ito sa kanila -- to clear the air. Hinintay lang kitang makarating para ikaw na lang muna ang bahala dito sa opisina."

"Ganon ba? O, di sige, go ahead! Ako na ang bahala dito sa office. Just keep me posted on any developments... at kung kailangan mo nang back-up... tawagan mo lang ako."

"Thank you, Greg... I'll do that... I know, I can count on you.

* * * * * * * * *

Dinatnan ni Allen na saradong-sarado ang bahay nila Anne. Matagal na siyang nagkakakatok at nagdo-door bell pero walang sumasagot sa kanya. Maya-maya ay may sumilip sa kanyang kapitbahay.

"Mister, wala pong nakatira d'yan. Umalis na nung Linggo pa!"

"U-Umalis na? S-Sigurado ba kayo?"

"Ay, opo. Tinulungan pa nga sila ng mga anak ko na magbuhat ng mga gamit nila."

"Sinabi ba nila kung saan sila lilipat?"

"Naku, wala namang sinabi. Hindi ko rin naman naisipang itanong kasi nga, parang nagmamadali silang umalis."

"Ganon ba? Ahh... sige, salamat na lang... tutuloy na rin ako."

* * * * * * * * * *

Isang buwan na ang nakakaraan ay wala pa rin silang balita kay Anne. Animo'y parang bula itong nawala. Walang nakakaalam kung saan ito lumipat ng bahay. Wala ring nakakaalam kung saan ito nagtatrabaho o kung pumapasok pa ito.

Walang araw na pinalagpas si Allen kundi hanapin si Anne. Pinuntahan nito ang mga kaibigan o kakilala pati na ang mga lugar na madalas nitong puntahan. Pero kahit anong pagsisikap niyang makita ito ay bigo pa rin siya. Naglakas loob din siyang tawagan si Roger, nagbabakasakaling naandoon si Anne.

"Wala dito si Anne," sabi ni Roger.

"Totoo ba ang sinasabi mo, Roger? Hindi ka ba nagsisinungaling... hindi mo ba itinatago si Anne? Just tell me. Gusto ko lang malaman kung safe siya. If she chose to go to you, it's okay as long as she's okay... hindi ako manggugulo sa inyo."

Natawa si Roger, "How I wish Anne is here... pero she's not here. And don't think I won't help her, because I will. But sadly, I don't think she'll be coming over here. No, Allen... I know Anne... unless it's a matter of life and death, hindi pupunta dito 'yon to seek my help. Whatever happened between you two... hindi si Anne ang tipong pupunta dito -- kahit galit na galit ito sa iyo -- dahil... mahal ka noon... and she will not do anything na ikasasama ng loob mo."

"Salamat, Roger."

"Allen, take my advice. Don't lose, Anne. She's a gem and she's one of a kind. Don't make the same mistake I did... or you'll regret it, as I'm doing now."

* * * * * * * * * *

"Bro, I think you have to stop looking for Anne," sabi ni Gregory kay Allen habang kumakain sila.

"Why, Greg?"

"Bro, napapabayaan mo na ang sarili mo? Just look at yourself -- you look like a mess! Pati na office napapabayaan mo na rin."

"Alam ko naman na hindi mo ito pababayaan, Greg. That's why you are my right-hand man. Lahat ng alam ko, alam mo rin."

"(Sigh!) Be as it may, iba pa rin pag ikaw. I'm not selling myself short, pero mas magaling kang dumiskarte sa akin. You have that thing when it comes to designs. C'mon, Bro... it's over a month now. Kung makikita mo si Anne -- dapat noon pa!"

"I know, I know! I'm just not being systematic... medyo harag lang ako because of what happened. But I'm not giving up... just give me time, I know I can find her... Hindi naman pwedeng mag-disappear na lang si Anne sa thin air nang basta-basta.."

Umiling si Gregory, "No, Allen... it's been a long time already and... it's not that she disappeared... it's just that, SHE DOESN'T WANT TO BE FOUND. Hindi mo ba naiisip 'yon? AYAW NA NI ANNE NA MAKITA PA NATIN SIYA MULI. Ergo, so stop looking for her!"

Natahimik si Allen. Parang ngayon lang pumasok sa kanya ang lahat ng nangyayari.

"It's time to stop, Bro. I know you're hurting... but it's time to move on. Tanggapin mo na ang katotohanan na WALA NA SI ANNE... and she's never coming back!"

"(Sob!) A-Alam ko naman 'yon! Kaya lang... kaya lang... ayaw tanggapin ng isip ko na... wala na si Anne... (Sniff!) na hindi ko na siya makikita. Kahit wala nang pag-asa... ayaw pa rin ng puso ko na sumuko. Ayokong tumigil ng paghahanap. Pakiramdam ko... kapag tumigil na akong maghanap... isinuko ko na rin ang pag-asang makita ko ulit si Anne. Hu! Hu! Hu! Ayoko, Bro... ayoko... ayokong sumuko!"

Lumapit si Gregory sa kaibigan at tinapik-tapik ito sa balikat.

"It's okay, Bro... it's okay! (Sigh!) Calm yourself. Kung yan ang gusto mo... sige, ituloy mo. Take all the time until you get over it."

67

Dino o Allen?

"A-AKO SI... AKO SI... DINO."

"Allen... h-hindi ko gusto ito... hindi ko gusto itong biro mo. Whatever it is na gusto mong palabasin... stop it!"

"Hindi ako nagbibiro, Anne. I'm really telling the truth... ako talaga si Dino."

"Tigilan mo 'to, Allen... TIGILAN MO! Don't you dare mock my feelings! Kahit sinabi kong hindi ako magagalit... sobra na 'to. Don't ever play with my emotions... H'WAG NA HWAG MONG PAGLALARUAN ANG NAKARAAN KO! Please Allen, stop it."

"Pero, totoo talaga ito, Anne. Ako si Dino. I'm that little boy who loves you before..."

Hindi na natapos ni Allen ang sinasabi dahil bigla siyang nagising.

Nanlumo si Allen.

"(Sigh!) Kahit sa panaginip, hndi pa rin ako mapatawad ni Anne.

* * * * * * * * *

"Wow, Bro... I have to hand it to you," biro ni Gregory, "record setter ka... one second, girlfriend mo na si Anne... and the next -- break na kayo? Bro, wala akong masabi! Ha! Ha! Ha!

"Greg, please... this no laughing matter."

Nagseryoso si Gregory, *"(Sigh!)* I know, I know. Sorry, Allen... medyo inilalabas ko din lang yung frustration ko sa nangyari. Okay na sana ang lahat... if not for that DINO thing. Happy ending na sana."

Muling naalala ni Allen ang panaginip at napabuntung-hininga sabay nailing na lang.

"Well, Bro," pagpapatuloy ni Greg, "at least it's now out in the open. No more hiding, no more secrets."

Napatango si Allen, "Yes, you're right, Greg. At least, alam na ni Anne na ako din si Dino. Problem is... hindi n'ya nagustuhan ito... and worse, I can't even talk to her. She's not answering my calls at hindi na s'ya pumapasok sa office. So, paano na? At ang pinaka-importanteng tanong... what's next for both of us?

Hindi nakasagot si Greg at tumingin na lang sa malayo.

* * * * * * * * * *

Nagulat si Anne nang makitang si Dang ang nagdo-doorbell sa harapan ng bahay nila. Iiwasan sana niya ito pero napag-isip-isip na dapat harapin na niya ang situwasyon.

Parang nabunutan ng tinik sa dibdib si Dang nang makita nitong lumabas si Anne.

"Anne, I'm sorry," bungad agad nito pagkalapit ni Anne, "dapat sinabi ko na sa iyo agad ang totoo. I should have... pero..."

"Alam ko, Dang... naiintindihan ko... at hindi kita masisisi. Sigurado ako, pinilit ka ni Allen na huwag sabihin sa akin ang lahat. Kung ako man ang nasa lugar mo... ganon din siguro ang gagawin ko."

"Salamat! Makakahinga na ako ng maluwag ngayon."

Nangiti si Anne,

"Still friends?" tanong ni Dang sabay abot ng kamay.

Nangiti si Anne, "Always naman. *(Sigh!)* Sobrang dami na nang ating pinagsamahan para masira lang ito... dahil kay Dino... I mean, Allen. You will always be my very bestfriend!"

"*(Sniff!)* Salamat, Anne, salamat!" sagot ni Dang sabay yumakap kay Anne.

"Huy, Anne!" hiyaw ni Mommy, "ano ka ba namang bata ka... bakit hindi mo papasukin si Dang dito sa loob? Ang init-init d'yan sa labas. Pumasok na kayo dito para makapag-miryenda man lang tayo.

"*(Sniff!)* Oo nga pala! Tara, Dang, pumasok na tayo sa loob at baka magalit si Mommy... paluin pa tayo ng walis tambo n'yan! Hi! Hi!"

"Hi! Hi! Hi! Sige, tara! Matagal-tagal mo na din akong hindi naii-blowout... kuripot ka kasi!"

"Hahaha! H'wag kang mag-alala, Dang, tamang-tama, mayroon kaming tirang panis na tinapay at tubig poso — sa iyong-iyo na lahat iyon!

"*(Giggle!)* Ang sama talaga ng ugali mo!"

* * * * * * * * * *

Madilim na ay wala pa ring tigil sa kwentuhan ang dalawang mag-bestfriend. Halatang miss na miss na nila ang isa't isa at excited malaman ang nangyayari sa bawa't buhay. Natigil lamang sila nang tawagin sila ni Mommy para kumain na.

Pagkatapos nilang kumain, pinagpahinga na nila si Mommy at sila na ang naghugas ng mga kinainan.

"Teka nga pala, Dang," tanong ni Anne, "paano mo nalaman na dito pa rin kami nakatira? Diba ipinaalam namin na lumipat na kami ng tinitirhan? Pati nga ang mga kapit-bahay namin, na-convince naming sabihing wala na kami dito."

"Ahiiii! Nalimutan mo na ba? Ginawa na natin ito nung college tayo? Ni-lock natin 'yung laboratory room at itinago yung susi para matapos natin yung project natin. Halos masira na nga yung pinto at bintana sa kakakatok at paghampas ng mga classmates natin, pero dinedma pa rin natin sila para maniwala silang walang tao sa loob, diba?"

"Huh! Talaga? Wala akong natatandaan ganun..."

"Hehehe! Hwag ka ngang magkunwari dyan! Hoy, bestfriend, sa katunayan, ikaw pa nga yung mastemind ng lahat. Hinatak mo lang ako. Akalain mo, napaniwala natin ang lahat na na-lock talaga yung room at walang tao! Nung natapos na natin yung project natin, tumakas na tayo at iniwan na lang nating bukas yung room. Diba, aminin mo!"

"Hihihi! Okay, guilty as charged!'

"O, fast forward today -- di ba same MO from the master? Ang tanga-tanga ko rin kasi hindi ko agad naisip 'yun. Nung naliwanagan na nga ako, sabi ko sa sarili ko, walandyoo talaga yung BFF ko, pati ako naisahan."

"E, bakit ka ngayon lang pumunta dito?"

"Aba, s'yempre gusto ko ring makasigurado. So parang secret spy, ta-dah-dah...nag-snoop ako dito kapag alanganing oras. Yung metro ng tubig at kuryente n'yo lagi kong binabantayan. Weh, meron ba namang bahay na tumatakbo ang kuryente at tubig na walang taong nakatira? Ano yun, may multo dito? Hihihi! Kung nakita mo lang ako nun, baka napagkamalan mo akong sira ulo."

"*(Giggle!)* Hindi ba?"

"Luko-luko ka talaga! Anyway, my turn, paano kayo nag-survive ni Mommy? Halos dalawang buwan na kayong nagtatago, a!"

"Hihihi! Tuwing gabi, kapag tulog na ang lahat, nag sneak out ako para bumili ng supplies namin -- food and miscellaneous needs. Milagro nga at hindi tayo nagkakasalubong at nag-uumpugan!"

"E, paano naman sa pera? Anong ipinang-gagastos nyo? May money tree ba kayo dito?"

"*(Giggle!)* Sira ka talaga! Meron naman akong konting naipon nung nagtatrabaho pa ako. Saka nakakakuha ako ng online jobs paminsan-minsan. Syempre, medyo tipid to the max muna kami ni Mommy."

* * * * * * * * * *

Nang tumagal, hindi maiwasang pag-usapan nila ang tungkol kay Allen.

"Dang, bakit hindi mo sinabi kay Allen na nandito pa rin kami?"

"Mas gusto ko kasing tayo munang dalawa ang magkausap...nang tungkol sa kanya."

"May dapat pa ba tayong pag-usapan tungkol sa kanya?" hamon ni Anne.

SPLAKK!

"Aray!" hiyaw ni Anne. "bakit mo ako binatukan, Dang?"

Sinimangutan ni Dang si Anne.

"Bestfriend, baka nakakalimutan mong, ako ang kausap mo! Hindi uso sa akin ang bolahan at lokohan. Kaya h'wag mo akong tingnan na parang, mambobola lang ako at hindi ka maniniwala. Masyado kang maraming Kdramang napapanood, pati ako dradramahan mo pa."

"Hihihi! Sori po!"

"Aaray-aray ka pa d'yan, e napakahina lang nung hampas ko. Nagiging OA ka na, ha!"

Hindi mapigilan ni Anne na tumawa.

"Hay, sa wakas, bumalik na muli ang bestfriend ko!" nasabi niya.

"At sa ayaw at gusto mo, forever na akong naandito," dagdag ni Dang. "Okay, okay, tama na ang drama. Balik tayo kay Allen..."

"*(Sigh!)* Napatawad ko na si Allen. H'wag ka nang mag-alala tungkol dito, Dang. H'wag na nating pag-usapan pa siya.""

"Oo, alam kong napatawad mo na siya, Anne — ikaw pa, e, napakabait mo. Pero, sa palagay ko, deserve mo rin na malaman ang buong katotohanan. Pwede ko bang ikwento sa iyo?"

"May choice ba ako?" tanong ni Anne pero nangingiti.

"SYEMPRE, WALA!" sagot ni Dang. "Sayang naman yung minemorize ko, no!"

Muling nagkatawanan ang magkaibigan.

* * * * * * * * *

Tahimik lamang si Anne habang nagkuk'wento si Dang pero makikita mo sa mukha ang kalungkutan. Matapos si Dang, pansamantalang nag-excuse siya at pumasok sa kwarto nito. Naiintindiahn naman ito ni Dang. Alam niyang maramng katanungan ang dapat sagutin ni Anne dahil sa mga nalaman.

Nagdesisyon na rin si Dang na umuwi. Kumatok siya sa kwarto upang magpaalam.

"Anne, tutuloy na ako. H'wag mo na akong ihatid. Alam kong marami kang iniisip ngayon. Pero sana, pag-isipan mo ng husto ang sasabihin ko ngayon. At hindi ko sinasabi ito bilang kapatid ni Dino pero bilang bestfriend mo..."

Bago pa siya nakapagsimula ay lumabas si Anne.

"(Sniff!) Ano 'yon, Dang?"

"Ngayong nalaman mo na ang totoo, lalayuan mo pa rin ba si Dino? Mahal na mahal ka ni Dino...at sa nararamdaman ko, mahal mo rin siya, diba?"

"(Sigh!) Bilang si Allen."

Tumango si Dang, "Oo... as Allen... alam ko 'yan. Pero, they are one and the same... iisa lang naman sila. So, does that make any difference? It's just a name, diba?"

"Sana nga, Dang... pangalan lang ito. Pero, unfortunately..."

"Dino or Allen loves you. At ikaw ay ganon din! So what's in a name?"

"Alam ko, alam ko! At naiinis ako sa sarili ko kung bakit ako ganito. Aaminin ko sa iyo... TAMA KA... mahal ko si Allen -- mahal na mahal..."

"Ganon naman pala... bakit nag-aalinlangan ka pa? Ano pa ang ikinatatakot mo?"

"Natatakot kasi akong iiwanan lang muli ako ni Allen," pag-amin ni Anne.

"IIWANAN? Bakit naman? Bakit mo naman inisip ito, samantalang mahal ka ni Dino. I know that for a fact."

"Oo, ikaw alam mong mahal ako ng kapatid mo. At ang alam din ni Allen... mahal din niya ako. Pero, what if... hindi pala totoo ang lahat ng ito?"

"Anong ibig mong sabihin, Anne... hindi ko yata ma-gets?"

"Na yung lahat ng nararamdaman niya, ilusyon lang. What if... 'yung nararamdaman pala sa akin ni Dino -- ay crush lang talaga... infatuation? Akala lang niya totoong love kasi bata pa s'ya noon."

"Pero, Anne... after all these years, hanggang ngayon ay sinasabi pa rin ni Allen na mahal ka niya. Hindi pa ba proof 'yon?"

"I know, I know... 'yan ang dahilan kung bakit galit na galit ako sa sarili ko. Why can't I take as it is and just be happy?"

"Bakit nga, Anne?

"*(Sniff!)* Kasi, natatakot ako... takot na takot na muling masaktan. May trauma na ako pagdating sa relationship. Nothing seems to work out right. Sa simula, masaya... pero in the end... palagi na lang akong nasasaktan... at lumuluha. Natatakot ako, Dang... I'm terrified na hindi ko na kayanin kung masasaktan muli ako. Pakiramdam ko, magbe-breakdown na ako o masisiraan ng ulo kapag nagkaganoon. Hu! Hu! Hu!"

Lumapit si Dang sa kaibigan at niyakap ito, "Tahan na, Anne... tahan na. Naiintindihan naman kita."

Isinubsub ni Anne ang mukha niya kay Dang at nagpatuloy sa pag-iyak.

"(Sob!) I'm trying to be strong, Dang. I'm really, really trying. Pinipilit kong magpakatatag kahit kung anu-ano pang sakit ang nadanasan ko. Pinipilit kong tiisin lahat ito and put on a brave face. Pero, may hangganan ang lahat... at pakiramdam ko narating ko na iyon. I'm at the edge... one push and I'll completely lose myself."

"Naiintindihan kita, Anne... alam ko ang pinagdaanan mo -- and I know you've been through the worst... at hindi kita masisi kung bakit ka nagkaganyan. Pero, iba siguro naman ang kaso ni Dino. Mahal ka niya simula pa nang bata siya... and up to now. Why not give it... a try?"

"Alam ko, Dang, and the more it makes me afraid. Tulad nga ng sinabi ko kanina... paano kung na-deceive lang si Allen ng sarili niyang emosyon. Akala niya mahal niya ako... pero ang totoo, childhood infatuation lang pala niya ito... na... na-sustain lang dahil bigla akong nawala."

"Anong ibig mong sabihin?"

"Parang naging imahe niya ako... isang idolo. Something na gusto niyang parisan... and in my case... maangkin... then suddenly bigla akong nawala."

"Parang hindi ko ma-gets 'yon?"

"Kung hindi ako biglang nawala, most likely... yung crush niya sa akin or infatuation or whatever... it will have died a long time ago. Pero dahil bigla akong nawala... nanatili sa kanya 'yung illusion niyang I"m her ideal girl. Sa mata ni Dino... isa akong bagong laruan na gusto niyang maging kanya. Kahit marami na siyang toys, gusto pa rin niya akong makuha. Pero, katulad din ng ibang laruan... sooner or later, the novelty will wear off at pagsasawaan."

"Natatakot kang... ganon din ang sasapitin mo later on. Na idi-discard ka rin ni Dino?"

Tumango si Anne, "Oo Dang... at ayoko nang hintayin pang dumating ang araw na 'yon. K-Kaya, habang maaga pa... I want to put an end to this madness... ayoko nang ituloy pa ang kung anuman ang mayroon kami ni Allen."

"Hindi ba unfair 'yon kay Dino... o kahit sa iyo?"

Umiling si Anne, "(Sob!) Siguro... hindi ko rin alam, Dang. Pero natatakot ako... natatakot akong isugal muli ng puso ko. K-Kaya... siguro mas mabuti na rin ang ganito."

Pansamantalang nanahimik ang magkaibigan. Kap'wa may malayong iniisip.

Maya-maya ay nagsalita si Dang.

"Anne, can I ask a favor? Again, not just as a sister ni Dino... pero bilang matalik mong kaibigan?"

"A-Ano 'yon?"

"P'wedeng bigyan mo nang chance si Dino... na magkausap man lang kayo? I think he deserves that -- I think he deserves an explanation. Nasasaktan din siya, and it's only fair... na malaman niya ang tunay na dahilan... kung bakit hindi p'wede kayong magkatuluyan."

Nasa mukha ni Anne ang pag-aalinlangan.

"Please?" Kahit para sa akin na lang, Anne... just one chance para magkausap kayo ni Dino. After that, wala ka nang maririnig sa akin ng kahit ano tungkol dito. Promise!"

Napatingin si Anne sa kaibigan at nakita ang pagmamakaawa sa mukha nito. Tuluyan ng naantig ang damdamin niya

"(Sigh!) Sige, Dang. Kakausapin ko si Allen. Tama ka, he deserves an explanation. Tamang-tama, pupunta ako sa office bukas para mag-resign officially at kuhanin ang mga gamit ko. Ito na ang chance namin para makapag-usap."

"Salamat, Anne... and I hope for your sake and Dino... maayos ninyo ang gusot na ito.

68

Is This Really... Goodbye?

Maagang dumating ng office si Allen bilang paghahanda sa napipinto nilang paghaharap ni Anne. Tinawagan siya ni Dang at ipinaalam sa kanya ang pagsang-ayon ni Anne na makipag-usap sa kanya. Sumunod na dumating si Gregory. Kinausap ito ni Allen tungkol sa sit'wasyon. Mga alas-diyes ng umaga nang dumating si Anne.

"Good morning, Allen... good morning, Greg!" bati niya.

"Good morning," sagot ni Allen na pilit ikinukubli ang panginginig na boses nito.

Kunwari namang deadma lang si Gregory sa nangyayari at masayang sumagot, "Good morning, Anne! Welcome back... na-miss ka namin nang sobra-sobra! Ready for work?"

Hindi sumagot si Anne at sa halip ay lumapit kay Allen at inabot ang resignation letter niya. Hindi naman kumibo si Allen pagkatanggap nito. Pagkatapos ay pumunta si Anne sa table nito at sinimulang ayusin ang mga gamit niya.

Hindi nagtagal ay nagpaalam si Gregory.

"Guys, maiwan ko muna kayo at may ipa-follow-up lang akong account. Baka matagalan ako, so don't wait for me for lunch. Diretso na rin akong magla-lunch kung sakali. Bye!"

Malapit nang magtanghalian ay hindi pa rin nag-uusap ang dalawa. Panay ang sulyap ni Allen kay Anne pero ni hindi ito tumitingin sa lugar niya. Nakasubsob ang ulo nito sa trabaho, halatang iniiwasan ang nahaharap na pag-uusap nila. Lalo namang hindi mapalagay si Allen, nalilito kung paano sisimulang kausapin ang dalaga.

Sa wakas ay nagkalakas-loob din itong magsalita, "K-Kumain ka na ba ng lunch, Anne? T-Tara, let's take a break... kumain muna tayo."

"Thank you, Allen pero huwag na lang," sagot ni Anne na hindi pa rin tumitingin, " hindi pa naman ako nagugutom. Saka, matatapos na rin naman ako dito sa mga ite-turn-over kong trabaho at... aalis na rin ako."

Nang marinig ni Allen ang salitang 'AALIS,' parang nagising ito. Lumapit ito at umupo sa lapit ni Anne.

"Pwede ba tayong mag-usap?"

Bahagyang umangat ang mukha ni Anne bago tumango.

"B-Bakit kailangang mag-resign ka? Wala namang problema sa akin kung naandito ka... kahit..."

"Allen, huwag na nating pahabain ito," pakiusap ni Anne, "let's not make it hard for both of us."

"Pero, bakit ganoon? Porke ba na nalaman mo na ako din si Dino, itatapon mo na lahat 'yung nabuo natin? Hind ko maintindihan..."

"Nabuong ano, Allen? Wala naman tayong nabuo dahil base lang sa kasinungalingan ang lahat nang namagitan sa atin."

"Anne, mahal kita. God knows how much I love you ever since. Huwag mo namang gawing dahilan ang pagsisinungaling ko sa iyo para mawala ang lahat."

Hindi kumibo si Anne.

"Age-gap... importante ba 'yon?" tanong ni Allen, "It's just numbers. Ang importante... mahal kita, at mahal mo din ako!"

Nagpatuloy sa pananahimik si Anne.

"Sabi ni Ate Dang, natatakot ka daw dahil baka ilusyon ko lang 'yung pagmamahal ko sa iyo... at later on... iiwanan din kita... tama ba 'yon?"

Napatingin si Anne, nangingilid ang luha pero hindi pa rin kumibo.

Nagbago ang tema ng boses ni Allen. Naging galit ito.

"Okay, fine... if you think na magkakahiwalay din tayo no matter what... then so be it! Sige, agree na ako na hindi tayo magkakatuluyan at hindi tayo magkakaroon ng happy ending!"

Halatang nagulat si Anne sa pagbabago ng pananalita ni Allen.

"S-Salamat kung ganon, Allen," sabi nito, "at least naintindihan mo ang nararamdaman ko."

"Oo, Anne... tinatanggap ko na ang assumption mo na magkakahiwalay din tayo," panimula ni Allen. "Pero, as of now... RIGHT NOW... bakit hindi na lang natin ituloy ang pagiging tayo?"

Bakas sa mukha ni Anne ang pagkalito, "Anong ituloy ang ibig mong sabihin?"

"Why break up... bakit kailangang maghiwalay tayo ngayon? Why do we have to avoid each other now? Kung magkakahiwalay din lang tayo... hindi ba mas dapat na i-enjoy natin kung ano 'yung meron tayo... ngayon... or hanggang bukas or kung kahit hanggang kailan pa man na masaya tayo sa isa't isa."

"Kung magkakahiwalay tayo -- saka na natin problemahin 'yon! Why waste our time agonizing about it? Bakit natin poproblemahin ang bagay na hindi pa dumadating?

"Fine, well... sabi mo masasaktan ka ng sobra-sobra? Okay, if that's the way you feel. Pero right now... bakit iniisip mo na agad yung pain... yung sakit ng paghihiwalay natin? Bakit pinangungunahan mong masaktan sa isang bagay na hindi pa nangyayari. Why torture yourself into something na hindi pa nangyayari?"

"Instead of thinking about the end, bakit hindi na lang natin i-enjoy ang mga araw na magkasama tayo. Let's enjoy it... let's be happy! Who knows kung kailan mangyayari 'yon at paano mangyayari 'yon. Pwedeng hindi kita iiwanan... pwede din namang, ikaw ang mang-iiwan sa akin... or for many other reasons... such as... baka mamatay ako... any moment from now."

"Don't be ridiculous, Allen... " pagtutol ni Anne.

"No, I'm serious, Anne... I'm not being ridiculous. Alam mo naman na noong bata pa ako, I almost died from dengue. If not for you... wala na, patay na ako... and I wouldn't be here talking to you. Hindi ba what a waste 'yun kung nangyari. Hindi ba ironic yun?"

"Allen, tapos na yon... naka-survive ka na doon. Wala nang koneks'yon ito sa nangyayari sa atin ngayon," sagot nito.

"No, Anne, konektado pa rin ito sa ating dalawa. Everything is connected. What I'm trying to say is... hindi natin alam for sure what's in store in the future. Pwede tayong magplano, pero nothing is cast in stone... one accident or whatever, it can change everything... pwede nitong baguhin ang lahat sa takbo ng buhay natin."

"So, bakit natin iiyakan agad ngayon kung kailan tayo magkakahiwalay -- kung p'wede naman na mas pahalagahan natin ang masasayang oras na magkasama tayo. Enjoy each moment we have NOW! Malay mo, pwedeng tamaan ulit ako ng dengue, mahulog sa stairs or I get run over by a truck -- and the same goes for you -- so kahit anong pagpaplano natin sa buhay natin... magiging balewala lang lahat if something like that happens."

"Kung magkakahiwalay tayo, then so be it... be it by choice or by fate. Pero, h'wag nating problemahin ito ngayon... h'wag nating iyakan ito ngayon -- saka na natin isipin ito -- when it comes. Why do we have to suffer now? If it comes, then it comes... pero sa ngayon... bigyan natin ang pagmamahal natin sa isa't isa ng pagkakataon. Mahirap ba 'yon... hindi naman, diba?"

Tuluyan ng lumuha si Anne, "(Sniff!) I'm sorry, Allen... I'm sorry... hindi kita pwedeng pagbigyan..."

Bigla itong tumayo at kinuha ang mga gamit sabay nagpaalam.

"GOODBYE, ALLEN... GOODBYE!"

69
It's All Coming Back

Kasalukuyang busy si Anne sa pag-aayos ng mga gamit nang mag-ring ang cell phone niya. Tiningnan niya ito at nakitang si Gregory ang tumatawag. Kahit na nagulat, hindi pa rin niya ito sinagot. Pinabayaan lang niya itong mag-ring ng mag-ring.

Ilang linggo na ang nakakalipas mula nang magkausap sila ni Allen. Simula nang araw na iyon ay hindi naman ito tumawag, nangulit o nagpunta sa kanila. Bagama't hindi niya maiikaila sa sarili na may kahalong lungkot ito, sa kabilang banda naman ay natutuwa naman siya at tila natanggap na ni Allen ang desisyon niya.

Narinig ni Mommy ang pagtunog ng cellphone kaya tinawag ang pansin niya.

"Anak, kanina ko pa naririnig na nagri-ring yang cellphone mo, bakit hindi mo sinasagot?"

"W-Wala naman po. Si Greg lang naman yung tumatawag."

"Hah? Si Greg ba kamo... yung ka-officemate mo? O, e bakit hindi mo sinasagot, e baka mam'ya importante 'yan?"

"Baka na-wrong number lang po, Mom. Hindi na po nila ako empleyado, kaya wala nang dahilan para tumawag pa sila o kausapin ako."

Hindi nakatiis si Mommy at kinuha ang cellphone sabay sinagot.

"Hello?"

"Mommy? Si Mommy po ba ito?"

"Oo, si Mommy nga 'to... sino ba ito... si Greg ka ba... bakit ka napatawag?"

"Naand'yan po ba si Anne? Gusto ko lang kasi siyang makausap... kung pwede."

Tumingin si Mommy kay Anne. Iminustrang sagutin ang phone. Panay naman ang iling ni Anne.

Napilitang magsinungaling si Mommy, "A, e... tungkol ba saan ito... importante ba? N-Nasa kabilang kwarto kasi siya at may ginagawa."

"T-Tungkol po ito kay Dino... kay Allen."

Tinakpan ni Mommy ang mouthpiece ng cellphone at bumulong kay Anne.

"Tungkol daw kay Allen, kaya siya tumawag."

Napangiti at napasimangot si Anne sabay umiling muli kay Mommy.

Muling kinausap ni Mommy si Gregory, "Ah e... kwan... baka pwedeng... tu-tumawag ka na lang bukas. Marami kasi talagang ginagawa si Anne... hindi makapunta dito para sagutin ka."

"Mommy, naand'yan po sa lapit n'yo si Anne, diba?" tanong ni Gregory, "please, Mommy... pakausap po kay Anne... importante lang talaga ito!"

Iniabot ni Mommy ang phone kay Anne kahit na anong pagtangging gawin nito. Sa huli'y napilitan ang dalagang sagutin ang phone."

"H-Hello, Greg... bakit ka napatawag? Tungkol ba ito sa trabaho... diba nag-resign na ako? Saka nai-turnover ko naman ng maayos yung mga..."

"No, Anne... hindi tungkol sa trabaho ito. Tungkol ito kay Allen."

"Tungkol kay Allen? Greg, tapos na ang lahat sa amin..."

"Nag-collapse si Allen and we're rushing him to the hospital..."

Bahagyang natawa si Anne, "Greg, kumita na yang drama n'yo before. Don't expect me to fall for it again. Tama na... tigilan n'yo na 'yan at hindi na nakakatuwa 'yan -- at never na akong naniniwala sa mga gimmick n'yo."

"Anne it's true -- please believe me. These past few days kasi, laging nakasubsob ng husto sa trabaho si Allen... just to get his mind off you. Kahapon, napansin ko na may fever siya. Pero, he insisted he's okay... sabi n'ya... wala daw 'yon."

"Greg, please stop it... I'm not believing any of this," pagtutol ni Anne.

"No, Anne... let me continue. Today, nakita kong masama na ang itsura ni Allen but he kept on working. Nung hinawakan ko, sobrang taas na ng lagnat n'ya... and later on during the day... that's when he collapsed. He's on the way to the hospital... I just thought... you'd want to know."

"*(Sigh!)* Okay, okay, Greg... so be it. Thank you for telling me. Bye!"

"Anne, wait...!"

At pinutol na ni Anne ang connection.

"Ano raw 'yon, anak... nag-collapse daw si Allen?" nag-aalalang tanong ni Mommy.

"Naku, Mommy... h'wag po kayong maniwala doon! Naloko na nila ako dati doon sa drama nilang 'yon... tapos ngayon, gusto na naman nilang ulitin? Ano sila... sine-swerte?"

"B-Baka naman totoo, anak? Bakit hindi ka magpunta para masiguro mo?"

"Umiling si Anne, "No, Mom, it's just one of their tricks at hindi na ulit ako paloloko sa kanila."

Hindi na kumibo si Mommy at nagpatuloy na lang sa pag-iimpake.

* * * * * * * * *

Ayaw mang aminin ni Anne, nabahala din siya sa ibinalita ni Gregory. Pero dahil sa naunang panloloko sa kanya, nagkaroon siya ng pag-aalinlangan.

"(Sigh!) Kung pupunta ako doon at niloloko lang nila ako tulad ng dati... malalaman nila... na nag-aalala pa rin ako kay Allen. A-Ayoko... ayokong magkaganoon. Dapat matapos na lahat ng ugnayan namin sa isa't isa."

Pero hindi pa rin ito mapalagay. Napag-isip-isip niya na hindi posibleng gawin muli nina Gregory ang naunang panloloko sa kanya dahil alam nilang hindi na siya maniniwala.

"K-Kung nagda-drama lang sila... bakit ganoon pa rin ang ginawa nila... dapat bago para mapaniwala nila ako. M-Maliban na lang kung talagang totoo..."

Hindi na nakatiis si Anne at tinawagan si Dang.

"Hello?"

"Hello, Dang... si Anne ito. Gusto ko lang malaman mo na... tinawagan ako ni Gregory at sinabing nag-collapse daw si Allen. Dinala na raw nila ito sa hospital. Paki sabi mo nga kay Gregory na tigilan na nila ang pangloloko sa akin at hindi na nakaka..."

"No, Anne... TOTOO ANG SINABI NI GREG! Allen really collapse and his condition is serious. Ang suspetsa nila, na-dengue na naman ito since may mga signs daw. I'm sorry, Anne... but let's talk later. I've got to go... we're rushing to the hospital now!"

CLICK!

70
It's Too Late To Say Sorry

Natulala si Anne. Hindi nito napansin na naputol na ang connection at wala na siyang kausap. Sobra itong na-shock at hindi makapaniwala sa narinig. Ilang segundo ang lumipas bago pa siya tila nagising at agad kumilos.

Palabas na siya ng bahay nang nakasalubong si Mommy.

"Anne, anak... saan ka pupunta? Bakit parang nagmamadali ka yata?"

"*(Sob!)* Mom, pupuntahan ko lang po si Allen sa hospital. *(Sniff!)* Totoo po ang sinabi ni Greg... maysakit po talaga si Allen... at malubha daw ito! Sige po, Mom... aalis na ako!!!"

Hindi na hinintay ni Anne na makasagot si Mommy. Dali-dali itong tumakbo papalabas.

* * * * * * * * * *

Madaling nakarating si Anne sa hospital. Parang wala ito sa sarili habang hinahanap ang kwarto ni Allen.

Natagpuan na lang niyang naglalakad sa isang mahabang pasilyo. Pakiramdam niya ay walang katapusan ito.

"Wait, wait... a-ano ito? P-Parang nangyari na ito sa akin," nasabi ni Anne. Pilit nitong inalala ang mga nangyayari.

"Noooo... parang ito 'yung panaginip ko noon!" nasambit niya. "No, no, no... hindi totoo ito... hindi totoong nangyayari ito! God please don't let it be!!!"

Pero, tulad lang sa panaginip niya, walang siyang magawa kung hindi baybayin ang kahabaan ng pasilyo.

May naririnig siyang mga boses. May mga umiiyak, may mga tumatangis.

"Hindi, hindi! Kalokohan ito, kalokohan ito!" naghihinagpis na nasabi ni Anne. "God don't tell me... totoong nangyayari ito!!!"

Napabilis ang lakad niya upang mahanap ang pinanggagalingan ng ingay, gustong pabulaanan ang nakikita.

Pero lalo siyang nasiraan ng loob dahil nanggagaling ang mga boses sa bandang dulo ng pasilyo kung saan may bahagyang liwanag -- tulad lang sa panaginip niya.

Halos patakbo niya itong pinuntahan kahit natatakot sa makikita. Ayaw niyang tanggapin na nagkakatotoo ang panaginip niya.

Nang makarating siya sa dulo ay lalo siyang nadismaya.

Tulad lang sa panaginip, naandoon si Dang, ang Mommy at Daddy nito, pati si Gregory at Alex. Lahat sila ay larawan ng kalungkutan at paghihinagpis habang mga nakatayo sa may bukana ng isang kwarto, nakatutok ang tingin sa loob nito.

Hinanap niya si Dino. Inisa-isa ang mga naandoon pero hindi niya ito makita.

NASAAN SI DINO?

Parang umuulit muli ang lahat sa kanya. Kahit natatakot sa makikita, pinilit ni Anne ang sarili upang makalapit. Hindi siya napapansin nila Dang.

Nakita niya na nagkakagulo ang mga doktor at nurse sa loob.

"Sh***t! We're losing him, we're losing him!"

"We're running out of option. Dapat nadala ito ng mas maaga before it got worse."

"Keep trying, keep trying!!!"

Pinanghinaan ng katawan si Anne. Napahawak ito sa gilid ng pinto para suportahan ang sarili.

"(Sob!) Ahh, ahh... ano ito... ano ito? Hindi ito tama... hindi ito totoong nangyayari!"

Maya-maya ay tumigil na ang mga doktor at nurse. Malungkot itong nagkatinginan. "We're sorry... we tried our best... pero nasa advanced stage na ang dengue niya. Ginawa namin ang lahat ng aming makakaya, but it's too late. Naapektuhan na ang internal organs niya. Hindi na namin siya nakayang maisalba."

Hindi matanggap ni Anne ang nangyari.

"Hindi, hindi! Hindi pwedeng mangyari ito. Buhay si Allen... buhay siya! Panaginip lang lahat ito. Hindi totoo ito... hindi totoo ito! Hu! Hu! Hu!"

Unti-unting napaatras siya, palayo ng palayo hanggang sa tuluyan na itong tumalikod at nagtatakbo.

Natagpuan na lang ni Anne na nasa loob siya ng kapilya at taimtim na nagdarasal.

"*(Sniff!)* God... bakit N'yo naman po kinuha si Allen? Hu! Hu! Hu! Mahal na mahal ko po siya... bakit kailangang kunin N'yo s'ya agad? *(Sniff!)* Okay lang... okay lang kahit iwanan niya ako.... kahit masaktan ako ng sobra-sobra... okay lang 'yun God -- basta buhay siya. S-Sana po... ako na lang ang kinuha ninyo... hindi siya. Please, God... buhayin N'yo po si Allen... please God... please!"

Parang tuksong naalala ni Anne ang mga sinabi ni Allen sa kanya ng huli silang magkausap.

"Instead of thinking about the end, bakit hindi na lang natin i-enjoy ang mga araw na magkasama tayo. Let's enjoy it... let's be happy! Who knows kung kailan tayo magkakahiwalay at kung paano mangyayari 'yon. Pwedeng hindi dahil iiwanan kita... pwede din namang, ikaw ang mang-iiwan sa akin... or for many other reasons... such as... **baka mamatay ako... any moment from now.***"*

*"**Nothing is cast in stone**... one accident or whatever, it can change everything... pwede nitong baguhin ang lahat sa takbo ng buhay natin."*

*"**P'wedeng magka-dengue ulit ako**, mahulog sa stairs, ma food poison or I get run over by a truck — and the same goes for you — so kahit anong pagpaplano natin sa buhay natin... magiging balewala lang lahat if something like that happens."*

"Kung magkakahiwalay tayo, then so be it... be it by choice or by fate. Pero, h'wag nating problemahin ito ngayon... h'wag nating iyakan ito ngayon -- saka na natin isipin ito -- when it comes. Why do we have to suffer now? If it comes, then it comes... pero sa ngayon... bigyan natin ang pagmamahalan natin sa isa't isa ng pagkakataon.

Bumuhos ang luha ni Anne.

"(Sniff!) Sorry, Allen... sorry. H-Hindi ko pinakinggan ang mga sinabi mo. T-Tama ka... hindi ko dapat inisip ang hindi pa nangyayari. Dapat, naging pinahalagahan ko yung ngayon at hindi ang bukas. Sorry, sorry! Hu! Hu! Hu!"

71

Paalam Na Aking Mahal

Matagal-tagal din bago nakakuha ng lakas ng loob si Anne para balikan si Allen. Nais niyang kahit sa huling sandali ay makapagpaalam sa kanya. Nanginginig ang bawa't hakbang niya papalapit sa k'warto nito. Hindi pa rin niya matanggap ang katotohanang patay na ang lalaking pinakamamahal niya.

Dahan-dahang sumilip siya sa kwarto. Kahit inihanda na niya ang sarili sa makikita, hindi pa rin niya mapigilan ang humagulgol nang makita niya si Allen na walang buhay sa kama. Walang siyang namataang ibang tao sa loob. Lalo siyang naghinagpis na makitang naiwang mag-isa si Allen.

Unti-unting lumapit si Anne sa kama hanggang sa makalapit. Gusto niyang masilayan man lang ang mukha ni Allen sa huling pagkakataon.

Parang natutulog lang si Allen. Payapa ang mukha nito at walang bakas ng pinagdaanang hirap.

"P-Paalam Allen... paalam na mahal ko. Hu! Hu! Hu! Sana maging payapa ka na, kasama si God. A-Alam ko naman... mas magiging masaya ka na doon... kasi... kasi, wala nang katulad ko na... magpapasakit pa ng kalooban mo. Huhuhu! Magpakasaya ka doon, ha? K-Kahit hindi mo na ako maalala... okay lang... basta masaya ka! Hu! Hu! Hu!"

Hindi na napigilan ni Anne ang sarili at niyapos si Allen.

"*(Sob!)* Sorry, Allen, sorry! Dapat nakinig ako sa iyo... dapat hindi ako naging selfish... dapat hindi ang sarili ko lang ang inisip ko. Dapat mas pinahalagahan ko ikaw. Sorry, sorry, sorry! Hu! Hu! Hu!"

"Tama ka... dapat hindi ako natakot... dapat ipinaglaban ko ang pagmamahalan natin... dapat naging masaya ako dahil naand'yan ka... dapat in-enjoy ko ang... Hu! Hu! Hu!"

"I love you, Allen. Oo tama ka... kasalanan ko ang lahat... natakot akong tanggapin ang pagmamahal mo, nahiya akong mahalin ka rin...na ipaglaban ang nararamdaman ko. I love you, Allen... mahal na mahal kita. Alam ko, huli na ang lahat, pero gusto ko pa ring malaman mo na... ikaw lang ang lalaking pakakamahalin ko sa buong buhay ko."

72
Never Ever Say Goodbye

Naramdaman ni Anne na may humawak sa kanya sa balikat. Luhaang iniangat niya ang ulo mula sa pagkakayakap kay Allen.

"Dang?"

"Anne? B-Bakit...?"

Yumapos ng mahigpit si Anne sa kaibigan.

"Hu! Hu! Hu! Sorry, Dang.. sorry! Masyado akong naging selfish. Ayaw kong aminin sa inyo na mahal na mahal ko si Allen. Sorry! Ngayon, huli na ang lahat. Hu! Hu! Hu!"

Hinaplos-haplos ni Dang ang likod ni Anne.

"Oh, tahan na, tahan na... baka naman mapasama ka n'yan. Relax ka lang... kalmahin mo ang kalooban mo. Bakit ka ba masyadong umiiyak d'yan?"

Nagulat si Anne sa tinuran ng kaibigan.

"Hah? Ano... bakit ako umiiyak? S-Si Allen... patay na siya... Ba-Bakit hindi ka ba nalulungkot na namatay ang kapatid mo?"

"PATAY? Sinong patay?"

Love Means...

"**Si Allen... si Dino... patay na siya!**" wika ni Anne. "Inabutan ko pa kayong umiiyak kanina habang naghihingalo siya. Ano ba, Dang... h'wag kang ganyan... anong nangyayari sa iyo... hindi kita maintindihan?"

"Ahhhh... kaya pala! Nakita mo pala kami kaninang umiiyak dito. Naiintindihan na kita, Anne," sagot ni Dang. "Totoong malungkot kami kanina at hindi naming mapigilang maiyak. Pero... HINDI SI DINO 'yung iniiyakan namin kanina."

"ANO?!!!"

"Oo! Hindi si Dino 'yon... pasyente din lang 'yon dito... d'yan sa kabilang k'warto. Akala mo siguro, si Dino yung iniiyakan namin kasi dun kami nakapaligid. Actually, nalungkot din kasi kami doon sa namatay... bata pa rin kasi ito... halos kasing-edad lang ni Dino -- kaya din siguro napagkamalan mo. Halos kasabay nga namin sila nung nagpa-admit dito. Kasa-kasama pa nga namin 'yung magulang nito. Syempre, kahit sandali lang naging close sila sa amin. Na dengue din ito, kaya naka-relate kami sa isa't isa. *(Sigh!)* Kaya lang, huli na nang nadala dito 'yung anak nila. Ayun nga, hindi na ito nakayang sagipin. Kaya naandoon kami para suportahan man lang yung magulang. Pero, si Dino... buhay siya!"

Hindi makapaniwala si Anne sa narinig, "B-BUHAY SI... DINO... SI ALLEN?"

74

Never Having To Say...

"Hindi ka nagbibiro, Dang? Totoong buhay si Allen?"

"OO! Eksakto ang pagkakadala namin sa kanya dito kaya naman naagapan siya. Ang laki nga ng pasasalamat namin kay God. Nitong okay na siya at natutulog, lumabas muna kami para kumain at asikasuhin yung mga babayaran. Pinabalik na nga ni Dino sa office sina Greg at Alex kasi maraming trabaho silang nabinbin.

"E, bakit hindi man lang siya nagising... kahit na anong gawin ko pa sa kanya, ni hindi man lang ito gumalaw o nag-react man lang... ?"

"Hah! E, di natural... malamang nagkunwari na 'yang mokong na 'yan nang makitang ikaw ang nagpapalahaw d'yan! O, ayan tingnan mo... nakamulat na ang mata n'ya at nakangiti pa sa iyo!"

Nilingon ni Anne si Allen at nakita niyang gising na gising ito habang hanggang tenga ang bgiti sa mukha.

"*(Giggle!)* Actually, kanina pa ako gising," paliwanag ni Allen, "nagkunwari lang akong tulog dahil gusto kong marinig lahat yung mga sinasabi ni Anne."

Hindi napigilan ni Anne na pagsusuntukin si Allen.

"Hu! Hu! Hu! Ang daya-daya mo... iyak ako ng iyak dito... buhay ka pala!"

"AARAAYY! Aray! Easy lang, Anne... hindi pa ako masyadong magaling! Hahaha!" hiyaw ni Allen habang niyayapos si Anne.

75
You're Sorry

Wala nang nagawa si Anne kung hindi ang yumakap na rin kay Allen. Nahihiya siyang napatingin kina Dang at sa Mommy nito.

"Ayyy, so sweeeeeet naman! Naku, lalabas na nga muna kami," banat ni Dang, "at nang mag-kausap kayong dalawa ng masinsinan. Tara, Mommy... dun muna tayo sa canteen at medyo... tumataas ang balahibo ko dito. Hi! Hi! Hi!"

"Let's go, let's go!"

At masayang nag-alisan si Dang at Mommy.

Nang makalabas sina Dang ay nagsalita si Anne.

"*(Sniff!)* Sorry, Allen... sorry kung nasaktan kita... sorry sa pagiging selfish ko... sorry kung hindi ko inamin na mahal..."

"Shhhh! Shhhh! Tama na 'yan! Hindi naman ako nagagalit sa iyo at naiintindihan kita. Akala mo ba sumuko na ako? NO WAY! Hinding-hindi ako susuko sa iyo! Ngayon at magpakailanman... ikaw ang one and only PERS LAB ko di ba!"

"K-Kahit naman ako," sagot ni Anne, "minahal na rin kita ng sobra-sobra kahit nahihiya ako."

"Nahhiya? Bakit ka naman nahihiya?"

"Kasi nga, malaki ang tanda ko sa iyo. Hindi ko talaga inakala na yung biruan natin nung bata ka pa, e, sineryoso mo pala."

"E diba, lab mo na ako noon?"

"Lab nga kita noon, kasi mabait ka, cute at bibong-bibo, pero hindi ko inisip na, ayun nga...maiinlab ako sa iyo nang tunay paglaki mo."

"Owwws! Baka kaya mo lang nasasabi 'yan ngayon, kasi... akala mo natigok na ako!"

"Hindi, Allen, nagsasabi ako ng totoo. Noong bata ka pa naging espesyal ka na sa akin. Ayaw ko mang aminin, pero hinahanap-hanap ko ang mga katangian mo sa mga nanliligaw sa akin. A-Ayoko lang aminin... at dinadaan ko lang sa biro... pero, sinabi ko sa sarili ko sana pareho mo ang magiging asawa ko!"

Namula ang mukha ni Anne at hiyang-hiyang isinubsob nito ang mukha sa katawan ni Allen.

"Ayan, nahihiya na naman ako sa iyo!"

Masayang-masaya naman si Allen. Sa wakas ay natupad na rin ang pangarap niya. Masaya niyang ipinikit ang mga mata habang inaalala ang mga pagsubok na dinaaanan nila. Maya-maya pa ay nakatulog na siya ng mahimbing na may ngiti sa mga labi.

76

Forever In My Heart

Gulat na gulat si Allen nang muling magising. Sobrang liwanag ng paligid niya at napakaingay. Parang nasa lansangan siya. Masakit ang ulo at pakiramdam niya ay parang may humampas o tumama dito.

"Bakit kaya masakit ang ulo ko?" tanong niya sa sarili. Wala naman siyang nararamdamang sakit bago siya nakatulog. At bakit wala si Anne sa tabi niya, saan siya nagpunta? Muli niyang isinara ang kanyang mga mata dahil nasisilaw siya sa liwanag.

Biglang narinig niya ang nag-aalalang sigaw ni Dang na nanggaling sa malayo.

"Huh? Si Ate Dang ba 'yon? Bakit ang bilis niyang bumalik at bakit parang nerbiyos na nerbiyos siya? May nangyari ba sa akin habang ako'y natutulog?"

Narinig niya ang nagmamadaling mga yabag ng sapatos papalapit sa kanya.

"DINO, DINO!"

"Dino? Bakit Dino ang tawag sa akn ni Ate Dang?"

Parang nahilo si Allen nang muli niyang imulat ang mga mata. Nakita niyang nakatingin sa kanya si Ate Dang at Anne na parehong nag-aalala.

"Dino, okay ka ba, anong pakiramdam mo? Saan ka ba tinamaan nung tsinelas?"

"TSINELAS?" nasambit ni Allen. *"Anong tsinelas ang pinagsasasabi ni Ate Dang?"*

Dito na niya napansin na hindi na sa kama siya nakahiga bagkus ay sa gitna ng kalye. Naka-short lang siya, lumang t-shirt at nakaapak. Sa paligid niya ay nakakalat ang maraming tsinelas.

"A-Ano ito?" naguguluhang naisip niya.

Umupo sa tabi niya si Dang at Anne. Lalo siyang nalito.

"Ngek! Bakit ang suot nila ay 'yung uniform nila nung college pa sila...at bakit mas bata sila ngayon? Haaiist, anong nangyayari dito?"

Narinig n'yang nagsalita si Anne.

"Wow! Ang tapang naman ng little brother mo, Dang — hindi iyakin. At grabe, ang cute-cute niya! Hihihi! Sigurado ka bang kapatid mo siya? Bakit hindi kayo magkamukha?"

"Hoy, Anne, ayus-ayusin mo yang pagsasalita mo at baka tamaan ka sa akin!"

"HUH! ANONG NANGYAYARI?," hindi mapigilan ni Dinong maibulalas nang makita niyang bumalik siya bilang limang taon gulang na bata muli. "Hindi totoo ito! Hindi totoo ito!"

"Dino, anong nangyayari sa iyo? Ano yang pinagsasasabi mo d'yan?" gulat na tanong ni Dang.

"Naku, Dang, baka nagkaroon siya ng amnes'ya dahil tinamaan ng tsinelas yung ulo niya."

"HINDI! HINDI! Anne, lumaki na ako, hindi na ako bata. Alam mong si Allen na ako ngayon, di ba — at pakakasalan kita? MAHAL NA MAHAL KITA AT PAKAKASALAN NA KITA, ANNE!"

"Allen, Allen?"

"Yan, tama — si Allen na ako ngayon. Please Anne, maniwala ka sa akin. Hindi na ako ang batang si Dino. Please h'wag ka na muling mawawala sa buhay ko. *(Sob!)* Please, Anne, h'wag mo na akong iiwanan muli!"

* * * * * * * * *

"ALLEN, ALLEN!"

Pagkamulat ni Allen ng mga mata ay nakita niya si Anne na kalapit sa kama.

"Anne, Anne, ikaw ba talaga 'yan?"

"Aba, syempre! Bakit, sino pa ba ang gusto mong makatabi sa kama maliban sa — *(hihihi!)* maganda, seksi at mapagmahal mong asawa? Teka, mayroon ka bang kinikitang ibang babae maliban sa akin?"

Napatingin si Allen sa paligid n'ya at nakitang nasa loob siya ng k'warto — ng k'warto nila!

"Oo nga pala! Dalawang taon na nga pala kaming kasal ni Anne at ipinagbubuntis pa nga niya ngayon 'yung second baby namin!"

Nakahinga ng maluwag si Allen. Nananaginip pala siya. Malambing niyang hinila si Anne palapit sa kanya at niyapos ito ng pagkahigpit-higpit.

"Hihi! Huy, mister ko, anong bang nangyayari sa iyo?"

"Wala, Anne, wala! Tuwang-tuwa lang ako at magkapiling tayo...ngayon at magpakailanman. I love you very much, Anne!"

Nangiti si Anne at yumapos din ng mahigpit kay Allen.

— THE END —

This book is brought to you by:

Multimedia And DiGItal ompilation

Making things fit magically!